திருக்குறள்

திருக்குறள்

உரை: என்.சொக்கன்

ZDP
SPECIFICS

Title: Thirukkural Urai
Author's Name: N. Chokkan
© N. Chokkan - 2025
Published by ZDP Specifics

All rights reserved. No part of this publication may be reproduced, stored in a retrieval system, or transmitted, in any form or by any means, electronic, mechanical, photocopying, recording, psychic, or otherwise, without the prior permission of the publishers.

SPECIFICS

ZDP Specifics
(An imprint of Zero Degree Publishing)
No.75 & 76, I Floor, Kuppusamy Street,
Balaji Nagar, Padi,
Chennai - 600050

Website: www.zerodegreepublishing.com
E Mail id: zerodegreepublishing@gmail.com
Phone: 89250 61999

ZDP Specifics First Edition : October 2025

ISBN : 978-93-48439-73-4

TITLE NO ZDPS :119

Rs. 700/-

Layout: G.Selvakumar
Cover Design: Vijayan, Creative Studio
Printed at Rathna Offset, Chennai, India

பொருளடக்கம்

பகுதி - 1 : அறத்துப்பால்

இயல் - 1 : பாயிரம்

இயல் - 2 : இல்லற இயல்

இயல் - 3 : துறவற இயல்

இயல் - 4 : ஊழியல்

பகுதி - 2 : பொருட்பால்

இயல் - 5 : அரசு இயல்

இயல் - 7 : ஒழிபு இயல்

பகுதி - 3 : இன்பத்துப் பால்

இயல் - 8 : களவு இயல்

இயல் - 9 : கற்பு இயல்

குறிப்பு:

இந்த நூலில் ஒவ்வொரு குறளையும் எளிதில் படிக்கும் வகையில் சொற்களைத் தெளிவாகப் பிரித்துக் காண்பித்துள்ளோம். எடுத்துக்காட்டாக, முதல் குறளில் வரும் ‘எழுத்தெல்லாம்’ என்பது ‘எழுத்து எல்லாம்’ என்று எளிதாகப் புரியும்படி பிரித்துக் கொடுக்கப்பட்டுள்ளது. மற்றபடி சொற்களில், அவற்றின் அமைப்பில் எந்த மாற்றங்களும் செய்யப்படவில்லை.

பகுதி -1

அறத்துப்பால்

இயல் - 1

பாயிரம்

அதிகாரம் 1: கடவுள் வாழ்த்து

1

அகர முதல எழுத்து எல்லாம். ஆதி
பகவன் முதற்றே உலகு

எழுத்துகளின் தொடக்கம், 'அ'. இந்த உலகத்தின் தொடக்கம், கடவுள்.

2

கற்றதனால் ஆய பயன் என்கொல், வால் அறிவன்
நல் தாள் தொழாஅர் எனின்

ஒருவர் எவ்வளவு படித்திருந்தாலும் சரி, வெறும் புத்தகப் படிப்பால் என்ன பயன்? (ஏதுமில்லை.)

தூய்மையான, அறிவு வடிவமான கடவுளுடைய நல்ல திருவடிகளைத் தொழவேண்டும். இல்லாவிட்டால், வெறும் புத்தகப் படிப்பால் எந்தப் பயனும் இல்லை.

3

மலர் மிசை ஏகினான் மாண் அடி சேர்ந்தார்
நிலம் மிசை நீடு வாழ்வார்

மலர்மீது வீற்றிருக்கும் கடவுளுடைய சிறந்த திருவடிகளைச் சேர்ந்து, பணிந்து தொழுகிற எல்லாரும் இவ்வுலகில் நீண்ட நாள் சிறப்புடன் வாழ்வார்கள்.

4

வேண்டுதல், வேண்டாமை இலான் அடி சேர்ந்தார்க்கு
யாண்டும் இடும்பை இல

கடவுள் அனைவரையும் நேசிக்கிறார், இவர் எனக்குப் பிடித்தவர், இவர் எனக்குப் பிடிக்காதவர் என்றெல்லாம் அவர் வேறுபாடு பார்ப்பதில்லை.

அப்படிப்பட்ட கடவுளுடைய திருவடிகளைச் சேர்ந்து, பணிந்து தொழுகிறவர்களுக்கு எப்போதும் எந்தத் துன்பமும் வராது.

5

இருள் சேர் இரு வினையும் சேரா, இறைவன்
பொருள் சேர் புகழ் புரிந்தார் மாட்டு

கடவுளின் உண்மையான புகழை உணர்ந்துகொண்டவர்கள் மனத்தில் தெளிவு உண்டாகும், இருள் (அறியாமை) உண்டாகாது, அறியாமையால் உண்டாகக்கூடிய நல்வினை, தீவினை என்கிற இரண்டு வினைகளும் அவர்களை நெருங்காது.

6

பொறி வாயில் ஐந்து அவித்தான் பொய் தீர் ஒழுக்க
நெறி நின்றார் நீடு வாழ்வார்

வாய், கண், மூக்கு, காது, உடல் ஆகிய ஐம்புலன்களின் வழியாக ஏற்படும் ஆசைகளெல்லாம் மனிதர்களுக்குதான். கடவுளுக்கு அதுபோன்ற எந்த விருப்பங்களும் கிடையாது, அவர் அப்படிப்பட்ட விருப்பங்களை நீக்கியவர்.
அப்படிப்பட்ட கடவுளுடைய பொய்யில்லாத ஒழுக்க நெறியில் நடப்பவர்கள் நீண்ட நாள் சிறப்பாக வாழ்வார்கள்.

7

தனக்கு உவமை இல்லாதான் தாள் சேர்ந்தார்க்கு அல்லால்
மனக் கவலை மாற்றல் அரிது

கடவுளுக்கு யாரையும் உவமை சொல்ல இயலாது. அவருக்கு அவர்தான் உவமை.
அப்படிப்பட்ட கடவுளுடைய திருவடிகளை வணங்குகிறவர்களுக்கு மனக் கவலைகள் ஏதும் வராது. மற்றவர்கள் (கடவுளுடைய திருவடிகளை வணங்காதவர்கள்) அப்படிக் கவலையின்றி வாழ்வது கடினம்.

8

அற ஆழி அந்தணன் தாள் சேர்ந்தார்க்கு அல்லால்
பிற ஆழி நீந்தல் அரிது

கடவுள் நல்ல அறத்தின் கடலாக விளங்குகிறார், மிகவும் உயர்ந்தவராகத் திகழ்கிறார்.

அப்படிப்பட்ட கடவுளுடைய திருவடிகளை வணங்குகிறவர்கள் பிற கடல்களை (துன்பங்களை) எளிதில் கடந்துவிடுவார்கள். மற்றவர்கள் (கடவுளுடைய திருவடிகளை வணங்காதவர்கள்) அப்படித் துன்பம் இன்றி வாழ்வது கடினம்.

9

கோள் இல் பொறியின் குணம் இலவே, எண்குணத்தான்
தாளை வணங்காத் தலை

எல்லாரும் எண்ணி வியக்கக்கூடிய நற்குணங்கள் நிறைந்தவர் கடவுள். அவருடைய திருவடிகளை வணங்குவதற்குதான் நம்முடைய தலை உள்ளது.

பார்க்காத கண், கேட்காத செவி போன்றவற்றால் எந்தப் பயனும் இல்லை, அதுபோல, கடவுளை வணங்காத தலையாலும் எந்தப் பயனும் இல்லை.

10

பிறவிப் பெரும் கடல் நீந்துவர், நீந்தார்
இறைவன் அடி சேராதார்

பிறவி என்பது ஒரு பெரிய கடல். இறைவன் திருவடிகளை வணங்குபவர்கள் இறைவனுடைய திருவருளால் அந்தப் பெரிய கடலை எளிதில் நீந்துவார்கள். மற்றவர்கள் (இறைவன் திருவடிகளை வணங்காதவர்கள்) அந்தப் பெரும் கடலை நீந்த இயலாமல் துன்பப்படுவார்கள்.

அதிகாரம் 2: வான் சிறப்பு (மழையின் சிறப்பு)

11

வான் நின்று உலகம் வழங்கிவருதலால்,
தான் அமிழ்தம் என்று உணரற்பாற்று

தொடர்ந்து மழை பெய்வதால்தான் இந்த உலகம் செழிக்கிறது, சிறப்பாக வாழ்கிறது. அதனால், மழையை அமுதம் என்று எண்ணுவது பொருத்தமாக இருக்கும்.

12

துப்பார்க்குத் துப்பு ஆய துப்பு ஆக்கித் துப்பார்க்குத்
துப்பு ஆயதூஉம் மழை

உண்ணுபவர்களுக்கு வலிமையைக் கொடுப்பது உணவு. அந்த உணவைச் சமைக்க உதவுவது, மழை தருகிற நீர்தான்.

அதுமட்டுமா? அந்த நீரை நாம் நேரடியாகவும் குடிக்கலாம்.

ஆக, நீர் உணவைச் சமைக்கவும் உதவுகிறது, அதுவே உணவாகவும் ஆகிறது.

13

விண் இன்று பொய்ப்பின், விரி நீர் வியன் உலகத்து
உள் நின்று உடற்றும் பசி

ஒருவேளை, மழை முறையாகப் பெய்யாவிட்டால், கடலால் சூழப்பட்ட, பரந்து விரிந்த இந்த உலகத்தில் பசி பரவிவிடும். எல்லா உயிர்களும் மிகவும் வருந்துவார்கள். (மழை முறையாகப் பெய்வதால்தான் இவ்வுலகம் நிலைத்துச் செழிக்கிறது.)

14

ஏரின் உழாஅர் உழவர், புயல் என்னும்
வாரி வளம் குன்றிக்கால்

மழைதான் இவ்வுலகத்துக்கு வருவாயை அளித்து வளப்படுத்துகிறது. ஒருவேளை அந்த மழை வளம் குறைந்துவிட்டால், உழவர்களால் ஏர் பிடித்து உழ இயலாது. (மழைதான் விவசாயத்துக்கு அடிப்படை.)

15

கெடுப்பதூஉம், கெட்டார்க்குச் சார்வாய் மற்று ஆங்கே
எடுப்பதூஉம், எல்லாம் மழை

மழை பெய்யாவிட்டால் உலகில் வறட்சி ஏற்படும், வளம் கெடும்.

அவ்வாறு வளம் கெட்டு வருந்துகிற ஓர் ஊரில் மழை பெய்தால், மீண்டும் அந்த ஊர் செழிக்கும்.

ஆக, பெய்யாமல் கெடுப்பதும் மழைதான், அவ்வாறு கெட்டவர்களுக்குத் துணையாக நின்று அவர்களை வளர்ப்பதும் மழைதான், எல்லாம் மழைதான்.

16

விசும்பின் துளி வீழின் அல்லால் மற்று ஆங்கே
பசும்புல் தலை காண்பு அரிது

வானத்திலிருந்து மழைத்துளி விழுந்தால்தான் பயிர்கள் செழிக்கும். அப்படி விழாவிட்டால், சிறிய பசும்புல்கூட முளைக்காது.

17

நெடும் கடலும் தன் நீர்மை குன்றும், தடிந்து எழிலி
தான் நல்காது ஆகிவிடின்

மேகம் நன்றாக நிறைந்து மழையைப் பொழியாவிட்டால் பெரிய கடல்கூட வற்றிவிடும்.

18

சிறப்பொடு பூசனை செல்லாது, வானம்
வறக்குமேல் வானோர்க்கும் ஈண்டு

வானம் வறண்டுவிட்டால் (மழை பெய்யாவிட்டால்) தேவர்களுக்கும் விழாக்கள், பூஜைகள் நடக்காது. (மழை பெய்யாவிட்டால் உலகில் எல்லாம் மாறிவிடும்.)

19

தானம், தவம் இரண்டும் தங்கா வியன் உலகம்
வானம் வழங்காது எனின்

வானத்திலிருந்து மழை முறையாகப் பெய்யாவிட்டால், பரந்து விரிந்த இந்த உலகத்தில் தானமும் இருக்காது, தவமும் இருக்காது. (மழை பெய்யாவிட்டால் உலகில் எல்லாம் மாறிவிடும்.)

20

நீர் இன்று அமையாது உலகு எனின், யார் யார்க்கும்
வான் இன்று அமையாது ஒழுக்கு

நீர் இல்லாவிட்டால் உலக வாழ்க்கை இல்லை என்பார்கள். அந்த நீரைத் தருகிற மழை இல்லாவிட்டால் உலகில் யாரிடமும் ஒழுக்கம் இருக்காது.

அதிகாரம் 3: நீத்தார் பெருமை
(ஆசைகளைத் துறந்தவர்களுடைய பெருமை)

21

ஒழுக்கத்து நீத்தார் பெருமை விழுப்பத்து
வேண்டும் பனுவல் துணிவு

ஒழுக்கமானவர்கள், அதற்காகத் தங்கள் ஆசைகளைத் துறந்தவர்கள் மிகவும் உயர்ந்தவர்கள். எல்லா நூல்களும் அவர்களுடைய பெருமையைத்தான் சிறப்பாக விளக்கிச் சொல்கின்றன.

22

துறந்தார் பெருமை துணை கூறின், வையத்து
இறந்தாரை எண்ணிக் கொண்டு அற்று

இந்த உலகத்தில் இதுவரை வாழ்ந்து, மறைந்த மக்களுடைய எண்ணிக்கை எவ்வளவு என்று யாருக்கும் தெரியாது. அதுபோல, ஆசைகளைத் துறந்த பெரியவர்களுடைய பெருமையையும் யாராலும் அளவிடமுடியாது!

23

இருமை வகை தெரிந்து ஈண்டு அறம் பூண்டார்
பெருமை பிறங்கிற்று உலகு

நன்மை, தீமை, இன்பம், துன்பம் என்பதுபோல் இவ்வுலகில் அனைத்தும் இரண்டிரண்டாக விளங்குகின்றன. அதை உணர்ந்தவர்கள் ஆசைகளைத் துறந்து அறச் செயல்களில் ஈடுபடுவார்கள். அப்படிப்பட்டவர்களுடைய பெருமை இந்த உலகத்தில் நன்றாக விளங்கித் தோன்றும்.

24

உரன் என்னும் தோட்டியான் ஓர் ஐந்தும் காப்பான்
வரன் என்னும் வைப்பிற்கு ஓர் வித்து

கண், காது, மூக்கு, நாக்கு, உடல் ஆகிய ஐந்து புலன்களும் நம்மை வெவ்வேறு திசைகளில் இழுத்துச்செல்லக்கூடியவை. மன உறுதி என்ற கருவியைக் கொண்டு நாம் அவற்றை அடக்கி ஆளவேண்டும். அவ்வாறு தங்கள் மனத்தைக் கட்டுப்படுத்தப் பழகியவர்கள் இந்த உலகுக்கு விதையாவார்கள். (ஐம்புலன்களைக் கட்டுப்படுத்தினால் சிறந்த செயல்களைச் செய்யலாம்.)

25

ஐந்து அவித்தான் ஆற்றல், அகல் விசும்பு உளார் கோமான்
இந்திரனே சாலும் கரி

ஐம்புலன்களைக் கட்டுப்படுத்துகிறவர்களுடைய ஆற்றல் மிகப் பெரியது. அதற்குச் சிறந்த சான்று, அகன்ற வானத்தில் உள்ள தேவர்களுடைய தலைவனான இந்திரன்தான். (ஐம்புலன்களைக் கட்டுப்படுத்தினால் இந்திரனைப்போல் பெருமையுடன் வாழலாம்.)

26

செயற்கு அரிய செய்வார் பெரியர். சிறியர்
செயற்கு அரிய செய்கலாதார்

செய்வதற்கு அரிய, கடினமான செயல்களைச் செய்து சாதிக்கிறவர்கள்தான் பெரியவர்கள். அப்படிப்பட்ட கடினமான செயல்களைச் செய்யமுடியாதவர்கள் சிறியவர்கள்.

27

சுவை, ஒளி, ஊறு, ஓசை, நாற்றம் என்று ஐந்தின்
வகை தெரிவான்கட்டே உலகு

நாக்கு, கண், உடல், காது, மூக்கு ஆகிய ஐம்புலன்களும் சுவைத்தல், பார்த்தல், தொடுதலை உணர்தல், கேட்டல், முகர்தல் ஆகிய வேலைகளைச் செய்கின்றன. ஐம்புலன்களின் இந்தச் செயல்களைப்பற்றி நன்கு தெளிவாக அறிந்தவன் (அவற்றைக் கட்டுப்படுத்தக்கூடியவன்) இந்த உலகை வெல்வான்.

28

நிறைமொழி மாந்தர் பெருமை நிலத்து
மறைமொழி காட்டிவிடும்

பயன் நிறைந்த சொற்களைப் பேசுகிற அறிவுள்ளவர்களின் பெருமையைத் தெரிந்துகொள்ளவேண்டுமா? அவர்கள் எழுதிய சிறந்த நூல்களைப் படியுங்கள். அந்த நூல்கள் இந்த உலகில் என்றென்றும் நிலைத்து நிற்பதைக் கண்டு நாம் அவர்களுடைய பெருமையை உணர்ந்துகொள்ளலாம்.

29

குணம் என்னும் குன்று ஏறி நின்றார் வெகுளி
கணமேயும் காத்தல் அரிது

நல்ல குணங்கள் என்னும் குன்றின்மீது ஏறி நிற்கிற பெரியவர்கள் சில நேரங்களில் சினம் கொள்ளக்கூடும். ஆனால், அந்தச் சினம் ஒரு கணம்கூட அவர்களிடம் தங்காது. (பெரியோர்களுடைய சினம் விரைவில் நீங்கிவிடும்.)

30

அந்தணர் என்போர் அறவோர், மற்று எவ் உயிர்க்கும்
செந்தண்மை பூண்டு ஒழுகலான்

அறத்தின் வழியில் நடக்கிறவர்கள் எல்லா உயிர்களின்மீதும் அன்பைப் பொழிவார்கள். அதனால், அவர்கள்தான் இவ்வுலகில் மிகவும் உயர்ந்தவர்கள்.

அதிகாரம் 4: அறன் வலியுறுத்தல் (அறத்தை வலியுறுத்துதல்)

31

சிறப்பு ஈனும், செல்வமும் ஈனும் அறத்தின் ஊஉங்கு
ஆக்கம் எவனோ உயிர்க்கு

சிறப்பையும் செல்வத்தையும் வழங்குகிற அறத்தைவிடச் சிறந்த நன்மை ஒன்று உயிர்களுக்கு உண்டா? (இல்லை. அறம்தான் அனைத்தையும்விட மேலானது.)

32

அறத்தின் ஊஉங்கு ஆக்கமும் இல்லை. அதனை
மறத்தலின் ஊங்கு இல்லை கேடு

அறத்தைவிட மேலான நன்மையும் இல்லை, அறத்தை மறந்து வேறு வழிகளில் செல்வதைவிட மேலான தீமையும் இல்லை.

33

ஒல்லும் வகையான் அற வினை ஓவாதே
செல்லும்வாய் எல்லாம் செயல்

நாம் எங்கெங்கு செல்கிறோமோ அங்கெல்லாம் நம்மால் இயன்ற நல்ல அறச் செயல்களை விடாமல் தொடர்ந்து செய்யவேண்டும்.

34

மனத்துக்கண் மாசு இலன் ஆதல் அனைத்து அறன்,
ஆகுல நீர பிற

மனத்தில் மாசு இல்லாமல் தூய்மையாக இருப்பதுதான் உண்மையான அறம். மற்ற அனைத்தும் வெறும் கூச்சல்தான்.

35

அழுக்காறு, அவா, வெகுளி, இன்னாச் சொல் நான்கும்
இழுக்கா இயன்றது அறம்

பிறர்மீது பொறாமைப்படுவது, பிறருடைய பொருள்மீது ஆசைப்படுவது, பிறர்மீது சினம் கொள்வது, தீய சொற்களைப் பேசுவது... இந்த நான்கையும் விட்டுவிட்டால் அதுதான் அறம்.

36

அன்று அறிவாம் என்னாது அறம் செய்க. மற்று அது
பொன்றுங்கால் பொன்றாத் துணை

இளம் வயதிலேயே அறச் செயல்களைச் செய்யத் தொடங்கிவிடுங்கள். 'பின்னர் (வயதானபிறகு) பார்த்துக்கொள்ளலாம்' என்று அதைத் தள்ளிப்போடாதீர்கள்.

ஏனெனில், உங்களுக்கு அழிவு வரக்கூடிய நேரத்தில் அழியாமல் உங்களுக்குத் துணை நின்று உதவக்கூடியது, இந்த அறம்தான். (ஒருவர் செய்கிற அறம் என்றென்றும் அவரைக் காக்கும்.)

37

அறத்து ஆறு இது என வேண்டா. சிவிகை
பொறுத்தானோடு ஊர்ந்தான் இடை

அறத்தின் வழியும் அதனால் கிடைக்கும் பலனும் இதுதான் என்று யாரும் உங்களுக்கு விளக்கிச் சொல்லவேண்டியதில்லை. சிலர் பல்லக்கைத் தூக்குகிறார்கள். வேறு சிலர் அதில் அமர்ந்து செல்கிறார்கள். இந்தக் காட்சியைப் பார்த்தால் போதும், உங்களுக்கு உண்மை விளங்கிவிடும். (அறச் செயல்களைச் செய்தல் பல்லக்கில் பயணம் செய்வதுபோல் எளிதானது, இதமானது. அவ்வாறு செய்யாமல் இருத்தல் பல்லக்கைத் தூக்கிச் செல்வதுபோல் கடினமானது.)

38

வீழ் நாள் படாஅமை நன்று ஆற்றின் அஃது ஒருவன்
வாழ் நாள் வழி அடைக்கும் கல்

நல்ல செயல்களைச் செய்யாத நாட்களெல்லாம் வீணான நாட்கள்தான்.

அதனால், நாம் நம்முடைய நாட்கள் எவற்றையும் வீணாக்காமல் நிறைய நன்மைகளைச் செய்யவேண்டும். அப்படித் தொடர்ந்து செய்துகொண்டிருந்தால், நாம் பிறப்பு, இறப்பு என்கின்ற துன்பச் சுழலிலிருந்து விடுபடுவோம்.

39

அறத்தான் வருவதே இன்பம். மற்று எல்லாம்
புறத்த, புகழும் இல

அறச் செயல்களைச் செய்தால்தான் இன்பம் கிடைக்கும். மற்றவற்றைச் செய்தால் இன்பம் கிடைக்காது, புகழும் கிடைக்காது.

40

செயற்பாலது ஓரும் அறனே ஒருவற்கு,
உயற்பாலது ஓரும் பழி

மக்கள் அறச் செயல்களை ஆராய்ந்து செய்யவேண்டும், அறம் அல்லாத தீய செயல்களை ஆராய்ந்து நீக்கவேண்டும்.

இயல் - 2
இல்லற இயல்

அதிகாரம் 5: இல்வாழ்க்கை (இல்லற வாழ்க்கை)

41

இல்வாழ்வான் என்பான் இயல்பு உடைய மூவர்க்கும்
நல் ஆற்றின் நின்ற துணை

இல்லற வாழ்க்கை வாழ்கிறவன் தன்னுடைய பெற்றோருக்கும், மனைவிக்கும், குழந்தைகளுக்கும் நல்ல வழியைக் காண்பித்துத் துணையாக நின்று வழிநடத்துவான்.

(இவ்வகைக் குறள்கள ஆணபாலை வைத்து எழுதப்பட்டிருந்தாலும், இவற்றைப் பெண்களுக்கும் பொருத்திப் பொருள்கொள்ளலாம்.)

42

துறந்தார்க்கும் துவ்வாதவர்க்கும் இறந்தார்க்கும்
இல்வாழ்வான் என்பான் துணை

இல்லற வாழ்க்கை வாழ்கிறவன் அனைத்தையும் துறந்த துறவிகளுக்கும், வறியவர்களுக்கும், நிலை மாறித் தடுமாறி நிற்பவர்களுக்கும் துணையாக நிற்பான்.

43

தென்புலத்தார், தெய்வம், விருந்து, ஒக்கல், தான் என்று ஆங்கு
ஐம்புலத்து ஆறு ஓம்பல் தலை

இல்லற வாழ்க்கை வாழ்கிறவர்களுக்கு ஐந்துவிதமான கடமைகள் உண்டு: தன்னுடைய முன்னோர்களுக்குச் செய்யவேண்டியவை, தெய்வங்களுக்குச் செய்யவேண்டியவை, விருந்தினர்களுக்குச் செய்யவேண்டியவை, தன்னுடைய சுற்றத்தினருக்குச் செய்யவேண்டியவை, தனக்குத் தான் செய்துகொள்ளவேண்டியவை. இந்த ஐந்து இடங்களிலும் அவர்கள் சரியாக நடந்துகொண்டு முறைப்படி செய்யவேண்டியவற்றைச் செய்வது சிறப்பாகும்.

44

பழி அஞ்சிப் பாத்து ஊண் உடைத்து ஆயின் வாழ்க்கை
வழி எஞ்சல் எஞ்ஞான்றும் இல்

ஒருவன் தீய செயல்களைச் செய்தால் பிறர் பழிப்பார்களே என்று எண்ணி அஞ்சவேண்டும், எப்போதும் நல்ல செயல்களைமட்டும்தான் செய்யவேண்டும்.

அவன் தன்னிடம் உள்ள உணவைத் தானே உண்டுவிடக்கூடாது, சுற்றியுள்ளவர்களுடன் பகிர்ந்து உண்ணவேண்டும்.

அப்படிப்பட்டவனுடைய வாழ்க்கைப் பாதையில் எந்தத் துன்பங்களும் வராது. அவன் சிறப்பாக வாழ்வான்.

45

அன்பும் அறனும் உடைத்து ஆயின் இல்வாழ்க்கை
பண்பும் பயனும் அது

ஒருவனுடைய இல்லற வாழ்க்கையில் அன்பும் அறமும் நிறைந்திருந்தால், அதுதான் இல்லற வாழ்க்கையின் பண்பு, அதுதான் இல்லற வாழ்க்கையின் பயன். (அன்பும் அறமும் நிறைந்து வாழ்வதுதான் நல்ல இல்லற வாழ்க்கை.)

46

அறத்து ஆற்றின் இல்வாழ்க்கை ஆற்றின், புறத்து ஆற்றின்
போஒய்ப் பெறுவது எவன்

ஒருவன் அற வழியில் நடந்து இல்வாழ்க்கையை நடத்துகிறான் என்றால், மற்ற வழிகளில் சென்று அவன் பெறக்கூடியது என்ன? ஏதுமில்லை. (இல்லற வாழ்க்கைக்கு மிகச் சிறந்த வழி, அற வழிதான்.)

47

இயல்பினான் இல்வாழ்க்கை வாழ்பவன் என்பான்
முயல்வாருள் எல்லாம் தலை

மக்கள் தங்களுடைய வாழ்க்கையைப் பலவிதமாக வாழலாம். அவற்றுள் மிகச் சிறந்தது, இயல்பான இல்லற வாழ்க்கைதான். அப்படி வாழ்கிறவன்தான் மிகச் சிறந்தவன்.

48

ஆற்றின் ஒழுக்கி அறன் இழுக்கா இல்வாழ்க்கை
நோற்பாரின் நோன்மை உடைத்து

இல்லற வாழ்க்கை நடத்துகிற ஒருவன் மற்றவர்களை நல்ல வழியில் செலுத்துகிறான், தானும் அறத்தை மீறாமல் நல்ல வழியில் நடக்கிறான் என்றால், அவனுடைய வாழ்க்கை மிகவும் உயர்ந்தது, தவம் செய்கிற துறவு வாழ்க்கையைவிடச் சிறப்பானது.

49

அறன் எனப்பட்டதே இல்வாழ்க்கை. அஃதும்
பிறன் பழிப்பது இல் ஆயின் நன்று

அற வாழ்க்கை என்றால், அது இல்லற வாழ்க்கைதான். மற்றவர்கள் நம்மைப் பார்த்துப் பழிக்காதபடி இல்லறம் நடத்தினால் அது இன்னும் நல்லது.

50

வையத்துள் வாழ்வாங்கு வாழ்பவன் வான் உறையும்
தெய்வத்துள் வைக்கப்படும்

இந்த உலகத்தில் முறையான வாழ்க்கை நடத்துகிறவர்கள் வானுலகைச் சேர்ந்த தெய்வங்களுக்கு இணையாக மதிக்கப்படுவார்கள்.

அதிகாரம் 6: வாழ்க்கைத் துணை நலம் (வாழ்க்கைத் துணையின் பெருமை)

51

மனைத் தக்க மாண்பு உடையள் ஆகித் தன்கொண்டான்
வளத் தக்காள் வாழ்க்கைத் துணை

ஒரு நல்ல மனைவி எப்படி இருக்கவேண்டும்?

இல்லறத்துக்கு ஏற்ற சிறப்புகளுடன் இருக்கவேண்டும், தன் கணவனுடைய வருவாய்க்குள் வாழ்க்கை நடத்தவேண்டும்.

52

மனை மாட்சி இல்லாள்கண் இல் ஆயின் வாழ்க்கை
எனை மாட்சித்து ஆயினும் இல்

ஒருவனுடைய மனைவி இல்லற வாழ்க்கைக்கு உரிய சிறப்புகளுடன் இருக்கவேண்டும். அப்படி இல்லாவிட்டால், அவன் வேறு எந்தச் சிறப்புகளைப் பெற்றாலும் சரி, அவனுடைய வாழ்க்கை பயனற்றுப்போகும்.

53

இல்லது என் இல்லவள் மாண்பு ஆனால்! உள்ளது என்
இல்லவள் மாணாக்கடை!

ஒரு வீட்டில் மனைவி சிறப்பானவளாக அமைந்துவிட்டால், அங்கு எல்லா நன்மைகளும் சேரும்.

ஒருவேளை, அந்த மனைவி சிறப்பானவளாக அமையாவிட்டால், அங்கு எந்த நன்மையும் சேராது.

54

பெண்ணின் பெரும் தக்க யா உள, கற்பு என்னும்
திண்மை உண்டாகப் பெறின்

ஒரு பெண்ணிடம் கற்பு எனப்படும் மன உறுதி இருந்துவிட்டால், அவளைவிடச் சிறந்தவர்கள் யார்? (யாருமில்லை.)

55

தெய்வம் தொழாஅள், கொழுநன் தொழுது எழுவாள்
பெய் எனப் பெய்யும் மழை

ஒரு பெண் தெய்வத்தைவிடத் தன்னுடைய கணவனைப் பெரிதாக மதிக்கிறாள் என்றாள், அவள் மிகச் சிறந்தவள், பெய் என்று சொன்னதும் பெய்கிற மழைக்கு இணையானவள்.

56

தற்காத்து, தற்கொண்டான் பேணி, தகை சான்ற
சொல் காத்து, சோர்வு இலாள் பெண்

நல்ல பெண் தன்னையும் பாதுகாத்துக்கொள்வாள், தன்னுடைய கணவனையும் பாதுகாப்பாள், தன்னுடைய நல்ல பெயரையும் பாதுகாத்துக்கொள்வாள், எப்போதும் சோர்வு இன்றிச் செயல்படுவாள்.

57

சிறை காக்கும் காப்பு எவன் செய்யும்? மகளிர்
நிறை காக்கும் காப்பே தலை

நாங்கள் எங்கள் வீட்டுப் பெண்களை வீட்டுக்குள் பாதுகாப்பாகப் பார்த்துக்கொள்கிறோம் என்று சிலர் சொல்கிறார்கள். அதெல்லாம் எதற்கு? பெண்கள் தங்களைத் தாங்களே பாதுகாத்துக்கொள்வார்கள். அதற்குத் தேவையான நிறைவான பண்பு அவர்களிடம் உண்டு. அந்தக் காவலுக்குமுன் மற்ற காவல்களெல்லாம் வீண்.

58

பெற்றான் பெறின் பெறுவர் பெண்டிர், பெரும் சிறப்புப்
புத்தேளிர் வாழும் உலகு

நல்ல பண்புள்ள கணவனுடன் இல்லறம் நடத்துகிற பெண்கள் தேவர்கள் வாழுகின்ற பெரிய, சிறந்த வானுலகைப் பெறுவார்கள். (இனிமையான இல்லற வாழ்க்கை சொர்க்கத்துக்குச் சமம்.)

59

புகழ் புரிந்த இல் இலோர்க்கு இல்லை இகழ்வார்முன்
ஏறுபோல் பீடு நடை

ஒருவர் நற்பெயரை விரும்புகின்ற மனைவியைப் பெறாவிட்டால், தன்னை இகழ்ந்து பேசுகிறவர்களுக்குமுன்னால் சிங்கம்போல் பெருமையுடன் நடக்க இயலாது. (நல்ல மனைவியைக் கொண்டவன் சமூகத்தில் பெருமையுடன் தலை நிமிர்ந்து நடப்பான்.)

60

மங்கலம் என்ப மனை மாட்சி. மற்று அதன்
நல் கலம் நல் மக்கள் பேறு

நல்ல இல்லற வாழ்க்கை நடத்தினால் நன்மைகள் பெருகும் என்று பெரியோர்கள் சொல்வார்கள். அப்படிப்பட்ட சிறந்த இல்லற வாழ்க்கைக்கு அழகு, நல்ல குழந்தைச் செல்வங்களைப் பெறுவது.

அதிகாரம் 7: மக்கட்பேறு (குழந்தைச் செல்வம்)

61

பெறும் அவற்றுள் யாம் அறிவது இல்லை அறிவு அறிந்த
மக்கள் பேறு அல்ல பிற

ஒருவர் பல செல்வங்களைப் பெறலாம். ஆனால், அவற்றுள் மிகச் சிறந்த செல்வம், அறிவு மிக்க நல்ல குழந்தைகளைப் பெறுவதுதான். அதைவிடச் சிறந்த இன்னொரு செல்வத்தை நாம் கேள்விப்பட்டதில்லை.

62

எழு பிறப்பும் தீயவை தீண்டா, பழி பிறங்காப்
பண்பு உடை மக்கள் பெறின்

பிறர் பழிக்கும்படி நடந்துகொள்ளாத, நல்ல, பண்பு மிக்க குழந்தைகளைப் பெற்றவர்களுக்கு ஏழு பிறவிகளிலும் தீமை வராது. (நல்ல குழந்தைகளால் பெற்றோருக்குப் பெருமை.)

63

தம் பொருள் என்ப தம் மக்கள். அவர் பொருள்
தம் தம் வினையான் வரும்

ஒருவருடைய செல்வம் என்பது அவர் பெற்ற குழந்தைகள்தான் என்று சொல்வார்கள். பின்னர் அந்தக் குழந்தைகள் செய்கிற நல்ல செயல்களால் அவர்களுக்குச் செல்வம் சேரும். (நன்மை செய்கிறவர்கள் நல்லவிதமாக வாழ்வார்கள்.)

64

அமிழ்தினும் ஆற்ற இனிதே, தம் மக்கள்
சிறு கை அளாவிய கூழ்

குழந்தை ஒன்று தன்னுடைய பிஞ்சுக் கைகளால் கூழைக் கலந்து விளையாடுகிறது. அந்தக் குழந்தையின் தந்தைக்கும் தாய்க்கும் அந்தக் கூழ் அமுதத்தைவிட மிக இனிமையாகத் தோன்றும்.

65

மக்கள் மெய் தீண்டல் உடற்கு இன்பம். மற்று அவர்
சொல் கேட்டல் இன்பம் செவிக்கு

குழந்தைகள் நம்மைத் தொட்டால், உடம்பெல்லாம் இனிக்கிறது. அவர்கள் பேசும் மழலைப் பேச்சைக் கேட்டால் காதெல்லாம் இனிக்கிறது.

66

குழல் இனிது, யாழ் இனிது என்ப, தம் மக்கள்
மழலைச் சொல் கேளாதவர்

சிலர் குழல் இசையை இனிமை என்பார்கள். வேறு சிலர், யாழ் இசையை இனிமை என்பார்கள்.

ஆனால், இதெல்லாம் அவர்கள் தங்களுடைய குழந்தைகளின் மழலைப் பேச்சைக் கேட்கும்வரைதான். (குழந்தைகளின் மழலைப் பேச்சு, குழல், யாழைவிட இனிமையானது.)

67

தந்தை மகற்கு ஆற்றும் நன்றி, அவையத்து
முந்தி இருப்பச் செயல்

பெற்றோர் தங்களுடைய பிள்ளைக்குச் செய்யவேண்டிய மிக முக்கியமான கடமை, அவரை நன்கு படிக்கவைத்துக் கற்றோர் அவையில் முன்னால் நிறுத்துதல். (பெற்றோர் குழந்தைகளுக்கு வழங்கவேண்டிய மிகப் பெரிய செல்வம், கல்விச் செல்வம்.)

68

தம்மின் தம் மக்கள் அறிவு உடைமை மாநிலத்து
மன் உயிர்க்கு எல்லாம் இனிது

இந்த உலகத்தில் உள்ள எல்லா உயிர்களும், தங்கள் பிள்ளைகள் தங்களைவிட அறிவாளிகளாக இருக்கவேண்டும் என்றுதான் விரும்புகின்றன.

69

ஈன்ற பொழுதின் பெரிது உவக்கும் தன் மகனைச்
சான்றோன் எனக் கேட்ட தாய்

குழந்தையைப் பெற்ற தாய் தன் பிள்ளையை நினைத்து மிகவும் மகிழ்வார். பின்னர் அவன் வளர்ந்து, பெரியவனாகி, பல நல்ல செயல்களைச் செய்யும்போது, 'இவன் மிகச் சிறந்தவன்' என்று எல்லாரும் அவனைப் பாராட்டும்போது, அந்தத் தாய் இன்னும் கூடுதலாக மகிழ்வார்.

70

மகன் தந்தைக்கு ஆற்றும் உதவி, இவன் தந்தை
என் நோற்றான் கொல் எனும் சொல்

மனிதராகப் பிறந்த ஒவ்வொருவரும் தங்களுடைய பெற்றோருக்குச் செய்யவேண்டிய மிகப் பெரிய உதவி, 'இப்படி ஒரு பிள்ளையைப் பெறுவதற்கு இவனு(ளு)டைய தந்தையும் தாயும் என்ன தவம் செய்தார்களோ!' என்று எல்லாரும் வியந்து பாராட்டும்படி சிறந்து விளங்குவது.

அதிகாரம் 8: அன்பு உடைமை

71

அன்பிற்கும் உண்டோ அடைக்கும் தாழ்! ஆர்வலர்
புன் கண் நீர் பூசல் தரும்

அன்பை நெஞ்சுக்குள் பூட்டிவைக்கமுடியுமா! அன்பு கொண்ட ஒருவருடைய கண்களில் இருந்து வழிகிற மகிழ்ச்சிக் கண்ணீர் அவருடைய அன்பை எல்லாருக்கும் சொல்லிவிடும்!

72

அன்பு இலார் எல்லாம் தமக்கு உரியர். அன்பு உடையார்
என்பும் உரியர் பிறர்க்கு

அன்பு இல்லாதவர்கள் எல்லாப் பொருட்களையும் தங்களுடையதாக நினைத்துப் பேராசைப்படுவார்கள். அன்பு கொண்டவர்களோ தங்களையே பிறருக்குத் தந்துவிடுவார்கள். (அன்புள்ளவர்கள் தங்களுக்கு ஏற்படுகிற சிரமங்களைக்கூடப் பொருட்படுத்தாமல் பிறருக்கு உதவுவார்கள்.)

73

அன்போடு இயைந்த வழக்கு என்ப, ஆர் உயிர்க்கு
என்போடு இயைந்த தொடர்பு

உடலில் உயிர் சேரும்போது மனித வாழ்க்கை உண்டாகிறது. அப்படிப்பட்ட அரிய மனித வாழ்க்கையின் பயன், எல்லார்மீதும் அன்பைச் செலுத்தி வாழ்வதுதான். (மனிதப் பிறவியின் நோக்கம், அன்பு செலுத்துதல்.)

74

அன்பு ஈனும் ஆர்வம் உடைமை. அது ஈனும்
நண்பு என்னும் நாடாச் சிறப்பு

பிறர்மீது அன்பைச் செலுத்தினால், அவர்கள்மீது அக்கறை வரும். பின்னர் அந்த அக்கறை, நட்பு என்கின்ற மிகச் சிறந்த பண்பாக மாறும். அனைவரும் நம் தோழர்களாகிவிடுவார்கள்.

75

அன்பு உற்று அமர்ந்த வழக்கு என்ப, வையகத்து
இன்பு உற்றார் எய்தும் சிறப்பு

இந்த உலகத்தில் அன்பு வழியில் நடப்பவர்கள் எல்லாரும் இன்பமாக வாழ்வார்கள் என்று பெரியோர்கள் சொல்கிறார்கள்.

76

அறத்திற்கே அன்பு சார்பு என்ப அறியார்.

மறத்திற்கும் அஃதே துணை

அன்பால்தான் அறச் செயல்கள் நடக்கின்றன என்று சிலர் சொல்வார்கள். ஆனால், அவர்கள் முழு உண்மையை அறியாதவர்கள். ஏனென்றால், வீரச் செயல்களைச் செய்வதற்கும் அதே அன்புதான் துணைநிற்கிறது. (எடுத்துக்காட்டாக, தன்னுடைய நாட்டின்மீது அன்பு கொண்ட ஒருவன் போருக்குச் சென்று வீரத்துடன் பகைவர்களை எதிர்ப்பான்.)

77

என்பு இல் அதனை வெயில்போலக் காயுமே

அன்பு இல் அதனை அறம்

எலும்பில்லாத சிறு உயிர்களை வெயில் துன்புறுத்தும். அதுபோல, அன்பில்லாத மனிதர்களை அறம் துன்புறுத்தும்.

78

அன்பு அகத்து இல்லா உயிர் வாழ்க்கை வன் பால்கண்

வற்றல் மரம் தளிர்த்து அற்று

வறண்ட நிலத்தில் நிற்கிற வற்றிப்போன மரம் மீண்டும் தளிர்க்குமா? (தளிர்க்காது.)

அன்பில்லாத வாழ்க்கையும் அதுபோல்தான். (அன்பில்லாத வாழ்க்கை பயனற்றது.)

79

புறத்து உறுப்பு எல்லாம் எவன் செய்யும், யாக்கை
அகத்து உறுப்பு அன்பு இல் அவர்க்கு

ஒருவருடைய உடலில் வெளி உறுப்புகளெல்லாம் நன்றாக அமைந்து என்ன பயன்? அவருக்குள் அன்பு என்னும் உள் உறுப்பு இல்லாவிட்டால் இந்த வெளி உறுப்புகளெல்லாம் வீண்தான்.

80

அன்பின் வழியது உயிர் நிலை. அஃது இலார்க்கு
என்பு தோல் போர்த்த உடம்பு

அன்பின் வழியில் நடப்பவர்கள்தான் மனிதர்கள். மற்றவர்கள் எலும்பைத் தோலால் போர்த்தி நடமாடுகிற வெற்று உருவங்கள்.

அதிகாரம் 9: விருந்தோம்பல்

81

இருந்து ஓம்பி இல் வாழ்வது எல்லாம் விருந்து ஓம்பி
வேளாண்மை செய்தற்பொருட்டு

மக்கள் இல்லற வாழ்க்கையைப் பின்பற்றிப் பொருட்களைப் பாதுகாத்து வாழ்வது எதற்கு?

தங்களை நாடி வரும் விருந்தினர்களை நல்லமுறையில் கவனித்து உதவுவதற்குதான்.

82

விருந்து புறத்ததாத் தான் உண்டல் சாவா
மருந்து எனினும் வேண்டற்பாற்று அன்று

இறப்பில்லாத வாழ்க்கையைத் தருகிற அமுதமே நமக்குக் கிடைத்தாலும் சரி, அதை நாம்மட்டும் தனியாக உண்ணக்கூடாது, பக்கத்தில் இருக்கும் விருந்தினர்களுக்குப் பகிர்ந்து கொடுத்து உண்ணவேண்டும்.

83

வரு விருந்து வைகலும் ஓம்புவான் வாழ்க்கை
பருவந்து பாழ்படுதல் இன்று

நாள்தோறும் தன்னுடைய வீட்டுக்கு வரும் விருந்தினர்களை நல்ல முறையில் கவனித்து உதவுபவனுடைய வாழ்க்கை என்றைக்கும் பாழாகாது. (விருந்தினரை நன்றாகக் கவனித்துக்கொண்டால் நம் வாழ்க்கை சிறக்கும்.)

84

அகன் அமர்ந்து செய்யாள் உறையும், முகன் அமர்ந்து
நல் விருந்து ஓம்புவான் இல்

தன்னுடைய வீட்டுக்கு வரும் விருந்தினர்களைப் பார்த்ததும் முகம் மலர்ந்து, அவர்களை வரவேற்று, அவர்களுக்கு வேண்டிய பணிவிடைகளைச் செய்து உதவுகிறவர்களைப் பார்த்துத் திருமகள் (லட்சுமி) என்னும் கடவுள் மகிழ்வார், அவர்கள் வீட்டில் நிரந்தரமாகத் தங்குவார். (விருந்தினர்களை நன்றாகக் கவனித்துக்கொண்டால் நம் வீட்டில் செல்வம் பெருகும்.)

85

வித்தும் இடல் வேண்டும்கொல்லோ, விருந்து ஓம்பி
மிச்சில் மிசைவான் புலம்

ஒருவன் தன்னுடைய வீட்டுக்கு வரும் விருந்தினர்களை நன்கு கவனித்துக்கொள்கிறான், அவர்களுக்கு வேண்டிய அளவு உணவைப் பரிமாறுகிறான். அதன்பிறகு மீதியுள்ள உணவைத்தான் அவனும் அவனுடைய குடும்பத்தினரும் உண்கிறார்கள்.

அப்படிப்பட்டவனுடைய நிலத்தில் யாராவது விதை இடவேண்டுமா? (வேண்டியதில்லை. அது தானாக விளையும்! விருந்தினர்களை நன்றாகக் கவனித்துக்கொண்டால் நம் செல்வம் தானாகப் பெருகும்!)

86

செல் விருந்து ஓம்பி, வரு விருந்து பார்த்து இருப்பான்
நல் விருந்து வானத்தவர்க்கு

ஒருவன் தன்னுடைய வீட்டுக்கு வரும் விருந்தினர்கள் அனைவரையும் நன்கு கவனித்து வழியனுப்புகிறான். பிறகு, அடுத்து வரப்போகும் விருந்தினரை எதிர்பார்த்து அவர்களுக்குச் சேவை செய்ய ஆவலுடன் காத்திருக்கிறான். அப்படிப்பட்டவனைத் தேவர்கள்கூட வரவேற்றுப் பாராட்டுவார்கள்.

87

இனைத் துணைத்து என்பது ஒன்று இல்லை விருந்தின்
துணைத் துணை வேள்விப் பயன்

விருந்தோம்பல் என்பது ஒரு வேள்வியைப்போன்றது. அதன் பயன் இவ்வளவுதான் என்று யாராலும் வரையறுக்க இயலாது. நம் வீட்டுக்கு வருகிற விருந்தினர்களை நாம் எந்த அளவுக்கு நன்றாகக் கவனித்துக்கொள்கிறோமோ அந்த அளவுக்குப் பெரிய பயன் நமக்குக் கிடைக்கும்.

88

பரிந்து ஓம்பிப் பற்று அற்றேம் என்பர், விருந்து ஓம்பி
வேள்வி தலைப்படாதார்

விருந்தோம்பல் என்பது ஒரு வேள்வியைப்போன்றது. அந்த வேள்வியைச் செய்யாதவர்கள் (விருந்தினர்களை வரவேற்று நல்ல முறையில் கவனிக்காதவர்கள்) தங்கள் செல்வத்தை யாருக்காகவும் செலவிடாமல் அன்பாகக் காப்பாற்றுவார்கள், பின்னர் அதை இழந்து புலம்புவார்கள்.

89

உடைமையுள் இன்மை விருந்து ஓம்பல் ஓம்பா
மடமை, மடவார்கண் உண்டு

சிலரிடம் நிறையச் செல்வம் இருக்கும். ஆனால், அவர்கள் தங்களுடைய வீட்டுக்கு வரும் விருந்தினர்களை வரவேற்று நல்ல முறையில் கவனிக்கமாட்டார்கள். இதற்குக் காரணம், அவர்களுடைய அறியாமைதான்.

அப்படிப்பட்ட மனிதர்களிடம் எவ்வளவு செல்வம் இருந்து என்ன பயன்? அவர்கள் உண்மையில் ஏழைகள்தான், இருந்தும் இல்லாதவர்கள்தான்.

90

மோப்பக் குழையும் அனிச்சம். முகம் திரிந்து
நோக்கக் குழையும் விருந்து

அனிச்ச மலர் மிகவும் மென்மையானது. அதை யாராவது முகர்ந்துபார்த்தால்கூட அது வாடிவிடும்.

விருந்தினர்களும் அதைப்போலதான். அவர்களை நாம் அன்பாகப் பார்க்காமல் முகம் மாறி வேறுவிதமாகப் பார்த்தால் அந்தக் கணமே அவர்கள் வாடிப்போவார்கள். (விருந்தினர்களை முகத்தில் உண்மையான சிரிப்புடன், அன்புடன் வரவேற்றுக் கவனித்துக்கொள்ளவேண்டும்.)

அதிகாரம் 10: இனியவை கூறல் (இனியவற்றைப் பேசுதல்)

91

இன் சொலால், ஈரம் அளைஇப் படிறு இலவாம்
செம்பொருள் கண்டார் வாய்ச் சொல்

அன்பைக் கலந்து, வஞ்சனை இல்லாமல், உயர்வான அறத்தை உணர்ந்து பேசப்படுகிற உண்மையான சொற்கள்தான் இனிய சொற்கள்.

92

அகன் அமர்ந்து ஈதலின் நன்றே முகன் அமர்ந்து
இன் சொலன் ஆகப் பெறின்

ஒருவர் நம்மிடம் ஏதாவது உதவி கேட்கும்போது, முக மலர்ச்சியுடன் அவருக்கு உதவுவது நல்லது. அந்த உதவியைச் சிரித்த முகத்தோடு, நல்ல சொற்களைப் பேசியபடி செய்தால் இன்னும் நல்லது.

93

முகத்தான் அமர்ந்து, இனிது நோக்கி, அகத்தான் ஆம்
இன் சொலினதே அறம்

எல்லாரையும் முகமலர்ச்சியுடன் இனிமையாகப் பார்க்கவேண்டும், இனிய சொற்களை மனமாரப் பேசவேண்டும். அதுதான் உயர்ந்த அறம்.

94

துன்புறூஉம் துவ்வாமை இல் ஆகும், யார்மாட்டும்
இன்புறூஉம் இன் சொலவர்க்கு

எல்லாரிடமும் இனிமையாகப் பேசி அவர்களை மகிழ்ச்சிப்படுத்தும் மனிதர்களுடைய வாழ்க்கையில் துன்பமோ, வறுமையோ வராது.

95

பணிவு உடையன், இன் சொலன் ஆதல் ஒருவற்கு
அணி, அல்ல மற்றுப் பிற

நகையிலோ, உடையிலோ, மற்ற பொருட்களிலோ அழகு இல்லை. எல்லாரிடமும் பணிவுடன் நடந்துகொள்வதும் இனிய சொற்களைப் பேசுவதும்தான் உண்மையான அழகு.

96

அல்லவை தேய அறம் பெருகும், நல்லவை
நாடி இனிய சொலின்

எப்போதும் நல்லவற்றையே தேடுங்கள், இனியவற்றையே பேசுங்கள், அப்படிச் செய்தால் உங்கள் வாழ்க்கையில் தீமை தேயும், அறம் பெருகும்.

97

நயன் ஈன்று நன்றி பயக்கும், பயன் ஈன்று
பண்பின் தலைப்பிரியாச் சொல்

எப்போதும் பயனுள்ள, பண்பான சொற்களைமட்டுமே பேசுங்கள். அப்படிப் பேசினால் எல்லாரும் உங்களை விரும்புவார்கள், பல நன்மைகள் உண்டாகும்.

98

சிறுமையுள் நீங்கிய இன் சொல் மறுமையும்
இம்மையும் இன்பம் தரும்

சிறுமைத்தனம் இல்லாத இனிய சொற்களைப் பேசினால் இந்தப் பிறவியிலும் இனி வரும் பிறவிகளிலும் இன்பம் பெருகும்.

99

இன் சொல் இனிது ஈன்றல் காண்பான் எவன்கொலோ
வன் சொல் வழங்குவது

இனிய சொற்களைப் பேசினால் வாழ்க்கையில் இனிமை உண்டாகும். சிலர் இந்த உண்மையை அறிந்திருந்தும் பிறரிடம் கடினமான சொற்களைப் பேசுகிறார்கள். இது ஏன்?

100

இனிய உள ஆக இன்னாத கூறல்
கனி இருப்பக் காய் கவர்ந்து அற்று

இனிய சொற்கள் இனிப்பான பழத்தைப்போன்றவை. தீய சொற்கள் பழுக்காத காயைப்போன்றவை. யாராவது பழம் இருக்கும்போது காயை உண்பார்களா?

அதிகாரம் 11: செய்ந்நன்றி அறிதல் (பிறர் நமக்குச் செய்த நல்லவற்றை நினைவில் வைத்திருத்தல்)

101

செய்யாமல் செய்த உதவிக்கு வையகமும்
வானகமும் ஆற்றல் அரிது

நாம் ஒருவருக்கு எந்த உதவியும் செய்யவில்லை. ஆனாலும் அவர் வலிய வந்து நமக்கு உதவுகிறார். அப்படியானால், அவருடைய அந்த உதவி மிகவும் உயர்வானது, பூமியையும், வானத்தையும்விடப் பெரியது.

102

காலத்தினால் செய்த நன்றி சிறிது எனினும்
ஞாலத்தின் மாணப் பெரிது

சரியான நேரத்தில் செய்யப்படுகிற உதவி மிகவும் உயர்வானது. அது பார்ப்பதற்குச் சிறிய உதவியாகத் தோன்றினாலும், உண்மையில் இந்த உலகத்தைவிடப் பெரியது.

103

பயன் தூக்கார் செய்த உதவி, நயன் தூக்கின்,
நன்மை கடலின் பெரிது

இவருக்கு உதவி செய்தால் நமக்கு என்ன கிடைக்கும் என்றெல்லாம் சிந்திக்காமல், எந்தப் பயனையும் எதிர்பார்க்காமல் ஒருவர் நமக்கு உதவுகிறார் என்றால், அந்த உதவி கடலைவிடப் பெரியது.

104

தினைத்துணை நன்றி செயினும் பனைத்துணையாக்
கொள்வர் பயன் தெரிவார்

ஒருவர் நமக்குச் செய்த உதவி சிறியதா, பெரியதா என்றெல்லாம் கணக்குப் போடக்கூடாது. தினையளவு உதவியையும் பனையளவாக நினைத்து நன்றியுடன் இருக்கவேண்டும்.

105

உதவி வரைத்து அன்று உதவி, உதவி
செயப்பட்டார் சால்பின் வரைத்து

நல்லவர்கள் யாரிடமாவது சிறிய உதவியைப் பெற்றுக் கொண்டால்கூட, பதிலுக்கு அவர்களுக்கு ஒரு பெரிய உதவியைச் செய்வார்கள். ஏனென்றால், பதில் உதவி என்பது 'பத்து ரூபாய்க்குப் பத்து ரூபாய் சரியாகிவிட்டது' என்கிற வணிகக் கணக்கு இல்லை, அது நம் நற்பண்பைப் பொறுத்தது. (பிறர் நமக்குச் செய்த உதவிக்கு எப்போதும் நன்றியுடன் இருக்கவேண்டும், அவர்கள் செய்ததைவிடக் கூடுதலாகத் திருப்பிச் செய்யவேண்டும்.)

106

மறவற்க மாசு அற்றார் கேண்மை. துறவற்க
துன்பத்துள் துப்பு ஆயார் நட்பு

குற்றமற்றவர்களுடைய நட்பை எப்போதும் மறந்துவிடாதீர்கள். நமக்குத் துன்பம் வரும்போது உதவியவர்களுடைய நட்பை எப்போதும் விட்டுவிடாதீர்கள்.

107

எழுமை எழு பிறப்பும் உள்ளுவர், தம்கண்
விழுமம் துடைத்தவர் நட்பு

துன்பத்தில் தவிக்கிற ஒருவர் அந்தத் துன்பத்தை நீக்கித் தனக்கு உதவியவர்களை எப்போதும் நன்றியுடன் நினைப்பார், எத்தனைப் பிறவி எடுத்தாலும் அவர்களை மறக்கமாட்டார்.

108

நன்றி மறப்பது நன்று அன்று. நன்று அல்லது
அன்றே மறப்பது நன்று

பிறர் நமக்குச் செய்யும் உதவிகளை நாம் எப்போதும் மறக்கக்கூடாது.

பிறர் நமக்குச் செய்யும் கெடுதல்களை நாம் உடனடியாக மறந்துவிடவேண்டும்.

109

கொன்று அன்ன இன்னா செயினும் அவர் செய்த
ஒன்று நன்று உள்ளக் கெடும்

இவ்வுலகில் யாரும் தவறு செய்யக்கூடும். ஒருவர் கொலைக் குற்றத்தைப்போன்ற மிகப் பெரிய தீமையைச் செய்தாலும் சரி, அவரை வெறுக்காதீர்கள். அவர் இதற்குமுன் செய்த நல்ல செயல் ஒன்றை எண்ணிப் பாருங்கள், அவர்மீது இருக்கும் வெறுப்பு உடனடியாக மறைந்துவிடும்.

110

எந்நன்றி கொன்றார்க்கும் உய்வு உண்டாம். உய்வு இல்லை
செய்ந்நன்றி கொன்ற மகற்கு

எதை மறந்தாலும் பரவாயில்லை, பிறர் நமக்குச் செய்த உதவியைமட்டும் எப்போதும் மறக்கக்கூடாது. அப்படி மறந்தவன் நன்றாக வாழமாட்டான்.

அதிகாரம் 12: நடுவு நிலைமை
(நடுநிலையுடன் நடந்துகொள்ளுதல்)

111

தகுதி என ஒன்று நன்றே, பகுதியால்
பாற்பட்டு ஒழுகப்பெறின்

நாம் பலதரப்பட்ட மக்களிடம் பழகுகிறோம். அவர்கள் எல்லாரிடமும் நாம் முறையாக நடந்துகொண்டால், நடுநிலை என்னும் நல்ல தகுதியைப் பெறுவோம்.

112

செப்பம் உடையவன் ஆக்கம் சிதைவு இன்றி
எச்சத்திற்கு ஏமாப்பு உடைத்து

நடுநிலை எனப்படும் சிறப்பை உடையவனுடைய செல்வம் எப்போதும் அழியாது, அவனுடைய பிள்ளைகள், பேரப்பிள்ளைகளையெல்லாம் பாதுகாக்கும்.

113

நன்றே தரினும் நடுவு இகந்து ஆம் ஆக்கத்தை
அன்றே ஒழியவிடல்

நாம் எப்போதும் நடுநிலையுடன் நடந்துகொள்ளவேண்டும். நடுநிலையிலிருந்து விலகுவதால் எவ்வளவு பெரிய செல்வம் கிடைத்தாலும் சரி, அந்தச் செல்வம் நமக்கு வேண்டாம்.

114

தக்கார், தகவு இலர் என்பது அவரவர்
எச்சத்தால் காணப்படும்

ஒருவர் நடுநிலையோடு நடக்கிறாரா இல்லையா என்பதை எப்படித் தெரிந்துகொள்வது?

அவருக்குப்பின் அவரைப்பற்றி வரலாறு என்ன சொல்கிறது என்பதைப் பார்த்தால் போதும்! (நடுநிலையாளர்களை வரலாறு போற்றும், நடுநிலை மீறியவர்களை இகழும்.)

115

கேடும் பெருக்கமும் இல் அல்ல. நெஞ்சத்துக்
கோடாமை சான்றோர்க்கு அணி

செல்வம் இன்றைக்குப் போகும், நாளைக்கு வரும். அதனால், நம்மிடம் செல்வம் இல்லையே என்று அஞ்சி நடுநிலையிலிருந்து விலகிவிடாதீர்கள். எந்தச் சூழ்நிலையிலும் மனத்துக்குள் நடுநிலை மாறாமல் இருப்பதுதான் சிறந்தவர்களுக்கு அழகு.

116

கெடுவல் யான் என்பது அறிக, தன் நெஞ்சம்
நடுவு ஒரீஇ அல்ல செயின்

ஒருவனுடைய நெஞ்சம் நடுநிலையிலிருந்து விலகினால், தீமைகளைச் செய்யத் தொடங்கினால, அது தன்னுடைய அழிவின் தொடக்கம் என்று அவன் அறிந்துகொள்ளவேண்டும், தன்னைத் திருத்திக்கொள்ளவேண்டும்.

117

கெடுவாக வையாது உலகம், நடுவாக
நன்றிக்கண் தங்கியான் தாழ்வு

நடுநிலையோடு செயல்படுகிற ஒருவன், எப்போதும் நல்லவற்றைச் செய்கிற ஒருவனுக்கு ஏதாவது தாழ்வு ஏற்பட்டாலும் உலகம் அதைப் பெரிதாகக் கருதாது. (நடுநிலையோடு செயல்படுகிறவனை உலகம் எப்போதும் மதிக்கும்.)

118

சமன் செய்து சீர்தூக்கும் கோல்போல் அமைந்து ஒருபால்
கோடாமை சான்றோர்க்கு அணி

சிறந்த மனிதர்கள் எடை போடும் தராசைப் போன்றவர்கள். அவர்கள் எப்போதும் சமநிலையோடு இருப்பார்கள், ஏதாவது ஒரு பக்கமாகச் சாய்ந்துவிடமாட்டார்கள். அதுதான் அவர்களுடைய அழகு.

119

சொல் கோட்டம் இல்லது செப்பம், ஒரு தலையா
உள் கோட்டம் இன்மை பெறின்

நம்முடைய நெஞ்சம் ஒரு பக்கமாகச் சாயக்கூடாது, நம் சொற்களும் ஒரு பக்கமாகச் சாயக்கூடாது, அதுதான் உண்மையான நடுநிலை.

120

வாணிகம் செய்வார்க்கு வாணிகம், பேணிப்
பிறவும் தமபோல் செயின்

வணிகத்தில் ஈடுபடுகிற ஒருவன் மற்றவர்களுடைய பொருட்களையும் தன்னுடைய பொருளைப்போல் கருதி அக்கறையோடு பாதுகாக்கவேண்டும். அப்படிச் செய்தால், அவனுடைய வணிகம் செழித்து வளரும்.

அதிகாரம் 13: அடக்கம் உடைமை (பணிவுடன் வாழுதல்)

121

அடக்கம் அமரருள் உய்க்கும். அடங்காமை
ஆர் இருள் உய்த்துவிடும்

பணிவோடு வாழ்கிறவன் நன்றாக உயர்வான், தேவர்களுக்கு இணையாக மதிக்கப்படுவான். பணிவற்றுத் திரிகிறவன் இருட்டில் விழுந்து அழிவான்.

122

காக்க பொருளா அடக்கத்தை. ஆக்கம்
அதனின் ஊங்கு இல்லை உயிர்க்கு

மனித உயிருக்கு அடக்கத்தைவிடச் சிறந்த செல்வம் எதுவும் இல்லை. அதனால், அந்த நல்ல பண்பை எப்படியாவது உண்டாக்கிக்கொள்ளவேண்டும், காப்பாற்றிக்கொள்ளவேண்டும்.

123

செறிவு அறிந்து சீர்மை பயக்கும், அறிவு அறிந்து
ஆற்றின் அடங்கப்பெறின்

படிக்கவேண்டியவற்றை நன்கு படிக்கவேண்டும், அடக்கத்துடன் வாழவேண்டும். அப்போது, இந்த உலகம் நம்முடைய தன்மையைத் தெரிந்துகொள்ளும், நமக்கு எல்லாச் சிறப்புகளும் கிடைக்கும்.

124

நிலையின் திரியாது அடங்கியான் தோற்றம்
மலையினும் மாணப் பெரிது

நல்ல வழியிலிருந்து மாறாமல் அடக்கத்துடன் வாழ்பவன் மிக உயர்ந்தவன், மலையைவிடப் பெரியவன்!

125

எல்லார்க்கும் நன்றாம் பணிதல். அவருள்ளும்
செல்வர்க்கே செல்வம் தகைத்து

பணிவு என்பது எல்லாருக்கும் ஏற்ற நல்ல குணம். அதிலும் குறிப்பாக, செல்வம் உள்ளவர்களிடம் பணிவும் இருந்துவிட்டால், அது அவர்களுக்கு இன்னொரு செல்வமாகிவிடும்!

126

ஒருமையுள் ஆமைபோல் ஐந்து அடக்கல் ஆற்றின்
எழுமையும் ஏமாப்பு உடைத்து

ஆமை தன்னுடைய ஓட்டுக்குள் தன்னை அடக்கிக்கொள்ளும். அதுபோல, நாம் நம்முடைய கண், காது, மூக்கு, நாக்கு, உடல் ஆகிய ஐம்பொறிகளையும் கட்டுப்படுத்திப் பழகவேண்டும். அப்படிச் செய்தால், இனி வருகிற எல்லாப் பிறவிகளிலும் அது நம்மைப் பாதுகாக்கும்.

127

யா காவார் ஆயினும் நா காக்க. காவாக்கால்
சோகாப்பர் சொல் இழுக்குப்பட்டு

ஒருவர் வேறு எதைக் கட்டுப்படுத்தாவிட்டாலும் பரவாயில்லை, தன்னுடைய நாக்கை முறையாகக் கட்டுப்படுத்தவேண்டும். அப்படிக் கட்டுப்படுத்தாவிட்டால் என்றைக்காவது ஏதாவது ஒரு சொல் தவறாக வந்து விழுந்துவிடும், அதனால் பெரும் துன்பம் ஏற்படும்.

128

ஒன்று ஆனும் தீச் சொல் பொருள் பயன் உண்டாயின்
நன்று ஆகாது ஆகிவிடும்

மறந்தும் தீய சொற்களைப் பேசவேண்டாம். ஒரே ஒரு தீய சொல்கூட நமக்கு நல்லதில்லை.

129

தீயினால் சுட்ட புண் உள் ஆறும். ஆறாதே
நாவினால் சுட்ட வடு

தீக்காயம்கூட சில நாட்களில் ஆறிவிடும். ஆனால், நாக்கினால் சுட்ட காயம் எப்போதும் ஆறாமல் நினைவில் நிற்கும். (யாரையும் காயப்படுத்தும்படி பேசவேண்டாம்.)

130

கதம் காத்துக் கற்று, அடங்கல் ஆற்றுவான் செவ்வி
அறம் பார்க்கும் ஆற்றின் நுழைந்து

ஒருவன் சினத்தைக் கட்டுப்படுத்தி, நல்லவற்றைக் கற்றுக்கொண்டு, பணிவோடு வாழ்கிறான் என்றால், அவன் அறத்தைத் தேடிச் செல்லவேண்டியதில்லை. அறம் அவனைத் தேடி வரும்.

அதிகாரம் 14: ஒழுக்கம் உடைமை (ஒழுக்கமாக வாழுதல்)

131

ஒழுக்கம் விழுப்பம் தரலான் ஒழுக்கம்
உயிரினும் ஓம்பப்படும்

ஒழுக்கத்தால் எல்லாச் சிறப்புகளும் கிடைக்கும். அதனால், நாம் எப்போதும் ஒழுக்கம் தவறக்கூடாது, ஒழுக்கத்தை உயிரைவிடப் பெரியதாக நினைக்கவேண்டும்.

132

பரிந்து ஓம்பிக் காக்க ஒழுக்கம். தெரிந்து ஓம்பித்
தேரினும் அஃதே துணை

எந்தக் கோணத்தில் சிந்தித்தாலும், ஒழுக்கம்தான் நமக்கு ஏற்ற சிறந்த துணை. அதனால், ஒழுக்கத்தை நன்கு விரும்பிப் பாதுகாத்துக்கொள்ளுங்கள்.

133

ஒழுக்கம் உடைமை குடிமை. இழுக்கம்
இழிந்த பிறப்பாய்விடும்

நல்ல குடும்பத்தில் பிறந்தவர்கள் ஒழுக்கமாக வாழ்வார்கள். இழிந்த பிறவிகள் ஒழுக்கம் கெட்டுத் திரிவார்கள்.

134

மறப்பினும் ஓத்துக்கொளல் ஆகும் பார்ப்பான்,
பிறப்பு ஒழுக்கம் குன்றக் கெடும்

படிப்பை மறந்தால் பரவாயில்லை. திரும்பப் படித்துக்கொள்ளலாம். ஆனால், ஒழுக்கத்தை மறந்தால் அவ்வளவுதான். அது திரும்பக் கிடைக்காது.

135

அழுக்காறு உடையான்கண் ஆக்கம் போன்று இல்லை
ஒழுக்கம் இலான்கண் உயர்வு

பிறரைப் பார்த்துப் பொறாமைப்படுகிறவனிடம் செல்வம் சேராது. அதுபோல, ஒழுக்கம் இல்லாதவனுக்கு எந்த உயர்வும் கிடைக்காது.

136

ஒழுக்கத்தின் ஒல்கார் உரவோர், இழுக்கத்தின்
ஏதம் படுபாக்கு அறிந்து

ஒழுக்கம் இல்லாவிட்டால் துன்பம் வரும் என்பது மன உறுதி கொண்ட பெரியவர்களுக்குத் தெரியும். அதனால், அவர்கள் எப்போதும் ஒழுக்கம் தவறமாட்டார்கள்.

137

ஒழுக்கத்தின் எய்துவர் மேன்மை. இழுக்கத்தின்
எய்துவர் எய்தாப் பழி

ஒழுக்கமாக நடந்துகொண்டால் மேன்மை வரும். ஒழுக்கமில்லாமல் செயல்பட்டால் கிடைக்கக்கூடாத பழி வரும்.

138

நன்றிக்கு வித்து ஆகும் நல் ஒழுக்கம். தீ ஒழுக்கம்
என்றும் இடும்பை தரும்

நம் மனத்தில் நல்ல ஒழுக்கத்தை விதையாக ஊன்றினால், பல நன்மைகள் விளையும். ஒழுக்கமில்லாமல் திரிந்தால் எப்போதும் துன்பம்தான்.

139

ஒழுக்கம் உடையவர்க்கு ஒல்லாவே தீய
வழுக்கியும் வாயால் சொலல்

ஒழுக்கமானவர்கள் தங்களை அறியாமல்கூடத் தீய சொற்களைப் பேசமாட்டார்கள்.

140

உலகத்தோடு ஒட்ட ஒழுகல் பல கற்றும்
கல்லார் அறிவு இலாதார்

சிலர் பல்வேறு நூல்களைப் படிக்கிறார்கள், ஆனால், உலகத்தில் உள்ள உயர்ந்தவர்களைப் பார்த்து, அவர்களைப்போல் நன்கு ஒழுக்கத்துடன் நடந்துகொள்ளவேண்டும் என்பதைமட்டும் படிப்பதில்லை. அவர்கள் அறிவற்றவர்கள்.

அதிகாரம் 15: பிறன் இல் விழையாமை [பிறருடைய மனைவி / கணவன்மேல் ஆசைப்படாமல் இருத்தல்]

141

பிறன் பொருளாள் பெட்டு ஒழுகும் பேதைமை ஞாலத்து
அறம், பொருள் கண்டார்கண் இல்

அறத்தையும் பொருளையும் ஆராய்ந்து உணர்ந்தவர்கள் இன்னொருவர் மனைவிமீது ஆசைப்படுகிற முட்டாள்தனத்தைச் செய்யமாட்டார்கள்.

(இந்த அதிகாரத்தில் வரும் குறள்கள் அனைத்தும் இன்னொருவர் மனைவிமீது ஆசைப்படுகிற ஆணைக் கண்டித்து எழுதப்பட்டுள்ளன. நாம் இந்த நெறிகளைப் பெண்களுக்கும் பொருத்திப் படித்துக்கொள்ளலாம், அதாவது, பிறருடைய கணவன்மீது ஆசைப்படுவதும் பெரிய குற்றம்தான் என்று புரிந்துகொள்ளலாம்.)

142

அறன்கடை நின்றாருள் எல்லாம் பிறன்கடை
நின்றாரின் பேதையார் இல்

இவ்வுலகில் அறச் செயல்களில் ஈடுபடாமல் தவறு செய்கிறவர்கள் சிலர் உண்டு. அப்படித் தவறு செய்கிறவர்களுக்குள் மிகவும் மோசமான முட்டாள்கள் யார் என்றால், இன்னொருவர் மனைவிமீது ஆசைப்பட்டு அவர் வீட்டு வாசலில் சென்று நிற்கிறவர்கள்தான்.

143

விளிந்தாரின் வேறு அல்லர், மன்ற, தெளிந்தார் இல்
தீமை புரிந்து ஒழுகுவார்

தன்னை நம்புகின்ற ஒருவருடைய வீட்டுக்குத் தீமை செய்கிறவர்கள் மனிதர்களே இல்லை, வெறும் பிணங்கள்.

144

எனைத் துணையர் ஆயினும் என் ஆம், தினைத் துணையும்
தேரான் பிறன் இல் புகல்

சில பெரிய மனிதர்கள் சிறிதும் சிந்திக்காமல் அடுத்தவர் மனைவிமீது ஆசைப்படுகிறார்கள், தவறான நோக்கத்துடன் அவர்களுடைய வீட்டுக்குள் நுழைந்துவிடுகிறார்கள். இப்படிச் செய்கிறவர்கள் எப்படிப் பெரிய மனிதர்களாக இருக்கமுடியும்?

145

எளிது என இல் இறப்பான் எய்தும் எஞ்ஞான்றும்
விளியாது நிற்கும் பழி

சிலர் அடுத்தவர் மனைவியை எளிதாகக் கவர்ந்துவிடலாம் என்று நினைக்கிறார்கள், தவறான நோக்கத்துடன் அவர்களுடைய வீட்டுக்குள் நுழைந்துவிடுகிறார்கள். அப்படிச் செய்கிறவர்களுக்கு என்றைக்கும் அழியாத பழி வரும்.

146

பகை, பாவம், அச்சம், பழி என நான்கும்
இகவாவாம் இல் இறப்பான்கண்

தவறான நோக்கத்துடன் இன்னொருவர் வீட்டுக்குள் செல்பவனுக்குப் பகை சேரும், பாவம் சேரும், அச்சம் வரும், பழி உண்டாகும். இந்த நான்கும் எப்போதும் அவனை விட்டு நீங்காது.

147

அறன் இயலான் இல்வாழ்வான் என்பான் பிறன் இயலாள்
பெண்மை நயவாதவன்

அறத்தின் வழியில் இல்லற வாழ்க்கை நடத்துகிற எவனும் இன்னொருவர் மனைவிமீது ஆசைப்படமாட்டான்.

148

பிறன் மனை நோக்காத பேராண்மை சான்றோர்க்கு
அறன் ஒன்றோ, ஆன்ற ஒழுக்கு

இன்னொருவர் மனைவியைத் தவறாகப் பார்க்காமல் இருப்பதுதான் சிறந்த மனிதர்களுக்கு ஏற்ற நல்ல அறம் என்பார்கள்.

உண்மையில், அது வெறும் அறம்மட்டுமில்லை, நிறைவான ஒழுக்கமும்கூட!

149

நலக்கு உரியார் யார் எனின் நாம நீர் வைப்பின்,
பிறர்க்கு உரியாள் தோள் தோயாதார்

அச்சம் தருகின்ற கடலால் சூழப்பட்ட இந்த உலகத்தில் எல்லா நன்மைகளையும் பெறுகின்ற தகுதி கொண்டவர்கள் யார் தெரியுமா?

இன்னொருவர் மனைவியை அணைக்கவேண்டும் என்று ஆசைப்படாதவர்கள்தான்.

150

அறன் வரையான் அல்ல செயினும் பிறன் வரையான்
பெண்மை நயவாமை நன்று

உங்களுக்கு அறம் எது என்றே தெரியாவிட்டாலும் பரவாயில்லை. அதனால் நீங்கள் தீய செயல்களைச் செய்தாலும் பரவாயில்லை. அடுத்தவர் மனைவிமீதுமட்டும் ஆசைப்படவேண்டாம்!

அதிகாரம் 16: பொறை உடைமை
(பொறுமையுடன் இருத்தல்)

151

அகழ்வாரைத் தாங்கும் நிலம் போலத் தம்மை
இகழ்வார்ப் பொறுத்தல் தலை

நிலமானது தன்னை வெட்டித் தோண்டுகிறவர்களைக்கூடத் தள்ளிவிடாது, அவர்களையும் தன்மீது தாங்கிக்கொள்ளும். அதுபோல, நாமும் நம்மை இகழ்ந்து பேசுகிறவர்கள்மீது சினம் கொள்ளாமல் பொறுமையுடன் இருப்பது நல்லது.

152

பொறுத்தல் இறப்பினை என்றும் அதனை
மறத்தல் அதனினும் நன்று

மற்றவர்கள் செய்யும் தவறுகளைப் பொறுத்துக்கொள்வது நல்லது. அதை மனத்தில் வைத்துக்கொள்ளாமல் மறந்துவிடுவது இன்னும் நல்லது.

153

**இன்மையுள் இன்மை விருந்து ஒரால். வன்மையுள்
வன்மை மடவார்ப் பொறை**

வறுமைகளிலெல்லாம் பெரிய வறுமை, விருந்தினரை முறைப்படி கவனிக்காமல் திருப்பி அனுப்புதல்.

வலிமைகளிலெல்லாம் பெரிய வலிமை, முட்டாள்கள் செய்யும் பிழைகளைப் பொறுத்துக்கொள்ளுதல்.

154

**நிறை உடைமை நீங்காமை வேண்டின் பொறை உடைமை
போற்றி ஒழுகப்படும்**

என்றைக்கும் நிறைவான பண்புடன் வாழ விரும்புகிறீர்களா? அப்படியானால், எப்போதும் பொறுமையுடன் இருங்கள்.

155

**ஒறுத்தாரை ஒன்றாக வையாரே. வைப்பர்
பொறுத்தாரைப் பொன் போல் பொதிந்து**

குற்றம் செய்தவர்களுக்குத் தண்டனை கொடுக்கிறவர்களை யாரும் பெரிதாகப் பொருட்படுத்தமாட்டார்கள். அவர்களைப் பொறுமையுடன் மன்னித்துத் திருத்துகிறவர்களைத்தான் தங்கத்தைப்போல் உயர்வாக எண்ணுவார்கள். (பிறரை மன்னிக்கிறவன், அவர்கள் திருந்த வாய்ப்பு கொடுக்கிறவன்தான் உயர்ந்த மனிதன்.)

156

ஒறுத்தார்க்கு ஒரு நாளை இன்பம். பொறுத்தார்க்குப்
பொன்றுந்துணையும் புகழ்

ஒருவர் ஏதோ குற்றம் செய்துவிடுகிறார். அதனால், நாம் அவருக்குத் தண்டனை கொடுக்கிறோம். அப்போது நமக்குள் ஒரு சிறு மகிழ்ச்சி உண்டாகிறது.

ஆனால், அதற்குப் பதிலாக நாம் அவரை மன்னித்துத் திருத்தினோம் என்றால், அந்த மகிழ்ச்சி என்றென்றும் நிலைத்திருக்கும்.

157

திறன் அல்ல தன் பிறர் செய்யினும் நோ நொந்து
அறன் அல்ல செய்யாமை நன்று

பிறர் நம்மிடம் தவறாக நடந்துகொண்டாலும் பரவாயில்லை. நாம் பொறுமையுடன் இருக்கவேண்டும், அந்த மன வருத்தத்தால் தவறாக எதையும் செய்துவிடக்கூடாது.

158

மிகுதியான் மிக்கவை செய்தாரைத் தாம் தம்
தகுதியான் வென்றுவிடல்

சிலர் தலைக்கனத்தினால் தீய செயல்களைச் செய்யக்கூடும். அவர்களை நம்மிடம் இருக்கும் பொறுமை என்ற சிறந்த பண்பினால் வெல்லவேண்டும்.

159

துறந்தாரின் தூய்மை உடையர், இறந்தார் வாய்
இன்னாச் சொல் நோற்கிற்பவர்

கெட்டவர்கள் பேசுகிற தீய சொற்களைப் பொறுத்துக்கொள்கிறவர்கள் முற்றும் துறந்த முனிவர்களைவிடத் தூய்மையானவர்கள்.

160

உண்ணாது நோற்பார் பெரியர் பிறர் சொல்லும்
இன்னாச் சொல் நோற்பாரின்பின்

பிறர் பேசுகிற தீய சொற்களைப் பொறுத்துக்கொள்கிறவர்கள் மிகவும் உயர்ந்தவர்கள், உணவு உண்ணாமல் நோன்பு (விரதம்) இருக்கிறவர்களைவிடப் பெரியவர்கள்.

அதிகாரம் 17: அழுக்காறாமை
(யார்மீதும் பொறாமைப்படாமல் வாழுதல்)

161

ஒழுக்கு ஆறாக் கொள்க, ஒருவன் தன் நெஞ்சத்து
அழுக்காறு இலாத இயல்பு

நெஞ்சுக்குள் யார்மீதும் பொறாமைப்படாமல் வாழ்வதுதான் ஒழுக்கமான வழி. அதை அறிந்து பின்பற்றுங்கள்.

162

விழுப் பேற்றின் அஃது ஒப்பது இல்லை, யார் மாட்டும்
அழுக்காற்றின் அன்மை பெறின்

ஒருவர் மற்றவர்கள்மீது பொறாமைப்படுவதை விட்டுவிட்டார் என்றால், அதுதான் அவருடைய மிகப் பெரிய செல்வம். மற்ற எந்தச் செல்வமும் அதற்கு இணையாகாது.

163

அறன், ஆக்கம் வேண்டாதான் என்பான் பிறன் ஆக்கம்
பேணாது அழுக்கறுப்பான்

நாம் பிறருடைய வளர்ச்சியைப் பார்த்து மகிழவேண்டும். 'அடடா, அவன் வளர்கிறானே' என்று பொறாமைப்பட்டால், நமக்குக் கிடைக்கவேண்டிய அறத்தையும், செல்வத்தையும் நாமே மறுக்கிறோம் என்று பொருள்.

164

அழுக்காற்றின் அல்லவை செய்யார், இழுக்கு ஆற்றின்
ஏதம் படுபாக்கு அறிந்து

பொறாமை என்பது இழிவானது, துன்பத்தைத் தருவது. இதை அறிந்தவர்கள் யார்மீதும் பொறாமைப்பட்டுத் தீய செயல்களைச் செய்யமாட்டார்கள்.

165

அழுக்காறு உடையார்க்கு அது சாலும், ஒன்னார்
வழுக்கியும் கேடு ஈன்பது

பொறாமை கொண்டவனுக்குப் பகைவர்களே தேவையில்லை. அவனுக்குப் பகைவர்கள் செய்யாத தீமையையெல்லாம் அந்தப் பொறாமையே செய்துவிடும்.

166

கொடுப்பது அழுக்கறுப்பான் சுற்றம் உடுப்பதூஉம்
உண்பதூஉம் இன்றிக் கெடும்

பிறருக்குக் கிடைக்கிற நன்மைகளைப் பார்த்துப் பொறாமைப்படுகிறவன் உடுத்த ஆடையில்லாமல், உண்ண உணவில்லாமல் கெட்டுத் திரிவான். அவனுடைய உறவினர்களுக்கும் அதே நிலைமைதான் வரும். (ஒருவருக்கு வருகிற பொறாமை அவரைமட்டுமின்றி அவருடைய குடும்பத்தையும் பாதிக்கும்.)

167

அவ்வித்து அழுக்காறு உடையானைச் செய்யவள்
தவ்வையைக் காட்டிவிடும்

மனத்தில் வஞ்சனை உடையவன், பிறரைப் பார்த்துப் பொறாமைப்படுகிறவன் வீட்டில் திருமகள் (செல்வத்தின் தெய்வம், ஸ்ரீதேவி) தங்கமாட்டார், தன் தமக்கையான மூதேவியை (அழிவின் தெய்வம்) அவன் வீட்டுக்கு அனுப்பிவிடுவார். (பொறாமை கொண்டவன் வீட்டில் செல்வம் சேராது, அழிவுதான் சேரும்.)

168

அழுக்காறு என ஒரு பாவி திருச் செற்றுத்
தீ உழி உய்த்துவிடும்

பொறாமை மிகவும் கொடியது. அது ஒருவருடைய செல்வத்தை அழித்துத் தீய வழியில் தள்ளிவிடும்.

169

அவ்விய நெஞ்சத்தான் ஆக்கமும் செவ்வியான்
கேடும் நினைக்கப்படும்

நல்லவன் வாழ்வான். பிறர்மீது பொறாமைப்படுகிறவன் அழிவான். இதுதான் பெரியோர்கள் நமக்குச் சொல்லுகிற உண்மை.

ஆனால், சில நேரங்களில் பொறாமைப்படுகிறவன் வாழ்கிறான், நல்லவன் அழிகிறான். இது ஒரு புரியாத புதிர்தான்.

170

அழுக்கற்று அகன்றாரும் இல்லை, அஃது இல்லார்
பெருக்கத்தின் தீர்ந்தாரும் இல்

பிறர்மீது பொறாமைப்படுகிறவர்கள் வளரமாட்டார்கள்; பொறாமை இல்லாதவர்கள் செழித்து வளர்வார்கள்.

அதிகாரம் 18: வெஃகாமை (பிறர் பொருட்களை வஞ்சகமாகக் கவர்ந்துகொள்ளாமல் இருத்தல்)

171

நடு இன்றி நல் பொருள் வெஃகின் குடி பொன்றிக்
குற்றமும் ஆங்கே தரும்

நடுநிலைமை இன்றிச் செயல்படுகிறவன், பிறருடைய நல்ல பொருட்களைப் பறித்துக்கொள்ள நினைக்கிறவனுடைய குடும்பம் அழியும், அவன் இன்னும் பல குற்றங்களைச் செய்து கெட்டுப்போவான்.

172

படு பயன் வெஃகிப் பழிப் படுவ செய்யார்,
நடுவு அன்மை நாணுபவர்

நடுநிலைமையிலிருந்து விலகக்கூடாது என்று எண்ணுகிறவர்கள், அப்படி விலகினால் அதை எண்ணி வெட்கப்படுகிறவர்கள் எப்போதும் பழிச் செயல்களைச் செய்யமாட்டார்கள், அந்தப் பழிச் செயல்களால் கிடைக்கக்கூடிய பலன்களை விரும்பமாட்டார்கள்.

173

சிற்றின்பம் வெஃகி அறன் அல்ல செய்யாரே,
மற்று இன்பம் வேண்டுபவர்

தீய செயல்களைச் செய்தால் இன்பம் வரக்கூடும். ஆனால், அது நிலையற்ற சிற்றின்பம்தான். உண்மையான, நிலையான இன்பத்தை விரும்புகிறவர்கள் தீய செயல்களைச் செய்யமாட்டார்கள்.

174

இலம் என்று வெஃகுதல் செய்யார், புலம் வென்ற
புன்மை இல் காட்சியவர்

புலன்களை வென்றவர்கள், குற்றமற்றவர்கள், நல்ல அறிவைக் கொண்டவர்கள் தங்களிடம் ஒரு பொருள் இல்லை என்றால் அதைப் பிறரிடமிருந்து பறித்துக்கொள்ளலாம் என்று எண்ணமாட்டார்கள்.

175

அஃகி அகன்ற அறிவு என்னாம், யார்மாட்டும்
வெஃகி வெறிய செயின்

ஒருவர் நுட்பமான நூல்களைப் படித்துப் பரந்த அறிவோடு இருக்கிறார், ஆனால், மற்றவர்களுடைய பொருளின்மீது ஆசை கொண்டு அறிவற்ற செயல்களைச் செய்கிறார். அப்படியானால் அவர் உண்மையில் அறிவாளியா? (இல்லை.)

176

அருள் வெஃகி ஆற்றின்கண் நின்றான் பொருள் வெஃகிப்
பொல்லாத சூழ, கெடும்

நல்லவற்றை விரும்பி நல்ல வழியில் செல்கிற ஒருவன் பிறருடைய பொருளைப் பறிக்க ஆசைப்பட்டால், அதற்காகத் தீய வழிகளில் சென்றால், அவன் அழிந்துபோவான்.

177

வேண்டற்க வெஃகி ஆம் ஆக்கம். விளைவயின்
மாண்டற்கு அரிதாம் பயன்

பிறருடைய பொருளைப் பறித்துச் செல்வம் சேர்க்கலாம் என்று ஆசைப்படாதீர்கள். அப்படிக் கிடைக்கும் செல்வம் நல்ல பயனைத் தராது.

178

அஃகாமை செல்வத்திற்கு யாது எனின், வெஃகாமை
வேண்டும் பிறன் கைப்பொருள்

உங்களுடைய செல்வம் என்றென்றும் குறையாமல் செழித்து வளரவேண்டுமா? அப்படியானால், இன்னொருவருடைய செல்வத்தைப் பறித்துக்கொள்ளலாம் என்று ஆசைப்படாதீர்கள்.

179

அறன் அறிந்து வெஃகா அறிவுடையார்ச் சேரும்
திறன் அறிந்து ஆங்கே திரு

ஒருவர் நல்ல அறங்களை அறிந்து பின்பற்றுகிறார், மற்றவர்களுடைய பொருளைப் பறிக்கவேண்டும் என்று நினைப்பதில்லை, நல்ல அறிவாளியாக விளங்குகிறார். அப்படிப்பட்டவருடைய திறமையைச் செல்வம் மதிக்கும், அவரைத் தேடிச் சென்று சேரும். (செல்வம் நல்லவர்களைத் தேடி வரும்.)

180

இறல் ஈனும் எண்ணாது வெஃகின். விறல் ஈனும்
வேண்டாமை என்னும் செருக்கு

மற்றவர்களுடைய பொருளின்மீது ஆசைப்படுகிறவர்களுக்கு அழிவு வரும். 'எனக்கு இன்னொருவருடைய பொருள் வேண்டாம்' என்று பெருமையுடன் சொல்கிறவர்களுக்கு வெற்றி வரும்.

அதிகாரம் 19: புறங்கூறாமை (அருகில் இல்லாத ஒருவரைப்பற்றித் தவறாகப் பேசாமல் இருத்தல்)

181

அறம் கூறான், அல்ல செயினும் ஒருவன்
புறம் கூறான் என்றல் இனிது

ஒருவன் நல்லவற்றைப் பேசாவிட்டால்கூடப் பரவாயில்லை, தீய செயல்களைச் செய்யாவிட்டால்கூடப் பரவாயில்லை, அவன் தனக்கு அருகில் இல்லாத ஒருவரைப்பற்றித் தவறாகப் பேசாமல் இருக்கிறான் என்றால் அவன் இனியவன்தான்.

182

அறன் அழீஇ அல்லவை செய்தலின் தீதே
புறன் அழீஇப் பொய்த்து நகை

சிலர் நம்முடன் இருக்கும்போது பொய்யாக ஏதேதோ பேசிச் சிரிப்பார்கள், ஆனால், நாம் அந்தப் பக்கம் சென்றதும் பிறரிடம் நம்மைப்பற்றித் தவறாகப் பேசுவார்கள். இப்படி நடந்துகொள்கிறவர்கள் அறத்தை அழித்துத் தீமைகளைச் செய்கிறவர்களைவிட மோசமானவர்கள்.

183

புறம் கூறிப் பொய்த்து உயிர் வாழ்தலின், சாதல்
அறம் கூறும் ஆக்கம் தரும்

சிலர் நம்முடன் இருக்கும்போது பொய்யாக ஏதேதோ பேசிச் சிரிப்பார்கள், ஆனால், நாம் அந்தப் பக்கம் சென்றதும் பிறரிடம் நம்மைப்பற்றித் தவறாகப் பேசுவார்கள். இப்படி வாழ்கிறவர்கள் அறத்தைப் பின்பற்றமுடியுமா? (முடியாது.)

அதனால், புறம் பேசி வாழ்வதைவிடச் சாவது மேல்!

184

கண் நின்று கண் அறச் சொல்லினும் சொல்லற்க
முன் இன்று பின் நோக்காச் சொல்

ஒருவரைப்பற்றி ஏதாவது சொல்லவேண்டுமென்றால், அவர்களுக்கு முன்னால் சென்று நேரடியாகப் பேசிவிடுங்கள், இரக்கமின்றி அவர்களிடமே உண்மையைச் சொல்லிவிடுங்கள். அவர்கள் அருகில் இல்லாதபோது அவர்களைப்பற்றி ஏதேதோ குறை பேசவேண்டாம்.

185

அறம் சொல்லும் நெஞ்சத்தான் அன்மை புறம் சொல்லும்
புன்மையால் காணப்படும்

ஒருவர் அறத்தை உணர்ந்தவரா, நல்ல வழியில் நடக்கிறவரா என்று எப்படித் தெரிந்துகொள்வது?

அவர் தனக்குப் பக்கத்தில் இல்லாத யாரைப்பற்றியாவது தவறாகப் பேசுகிறாரா என்று பாருங்கள். அப்படிப் பேசினால், அவர் அறமில்லாதவர் என்று பொருள்.

186

பிறன் பழி கூறுவான் தன் பழியுள்ளும்
திறன் தெரிந்து கூறப்படும்

ஒருவன் ஊரில் எல்லார்மீதும் குற்றம் சொல்லிக்கொண்டு திரிகிறான் என்றால், ஊரார் அவனை ஆராயத் தொடங்குவார்கள், அவனுடைய மிகப் பெரிய குற்றங்களையெல்லாம் எடுத்துச்சொல்லி இழிவாகப் பேசுவார்கள். (பிறர்மீது சேறு இறைத்தால் நம்மீதும் சேறு வீசப்படும்.)

187

பகச் சொல்லிக் கேளிர்ப் பிரிப்பர், நகச் சொல்லி
நட்பு ஆடல் தேற்றாதவர்

மகிழ்ச்சியாகப் பேசிச் சிரித்தால் நட்பு வளரும், நன்மைகள் பெருகும். இந்த உண்மையை அறியாதவர்கள்தான் மற்றவர்களைப்பற்றிக் குற்றம் சொல்லிக்கொண்டு திரிவார்கள், நல்ல நண்பர்களையும் பிரித்துவிடுவார்கள்.

188

துன்னியார் குற்றமும் தூற்றும் மரபினார்
என்னைகொல் ஏதிலார்மாட்டு

சிலர் தங்களுடைய நெருங்கிய நண்பர்களைப்பற்றியே இழிவாகப் பேசுகிறார்கள், அவர்களுடைய குற்றங்களைச் சுட்டிக்காட்டிச் சிரிக்கிறார்கள். அப்படிப்பட்டவர்கள் மற்றவர்களையெல்லாம் எப்படி மோசமாகப் பேசுவார்களோ!

189

அறன் நோக்கி ஆற்றும்கொல் வையம், புறன் நோக்கிப்
புன் சொல் உரைப்பான் பொறை

அருகில் இல்லாத ஒருவரைப்பற்றித் தவறாகப் பேசுகிறவர்கள் மனிதர்களே இல்லை, வெறும் சுமை. இந்தப் பூமி அறத்தைப் பின்பற்றுவதால்தான் இவர்களை இன்னும் பொறுமையுடன் தாங்கிக்கொண்டிருக்கிறதுபோல!

190

ஏதிலார் குற்றம் போல் தன் குற்றம் காண்கிற்பின்
தீது உண்டோ மன்னும் உயிர்க்கு

சிலர் அடுத்தவர்களைக் குறை சொல்லிப் பேசுகிறார்கள். ஆனால், தங்களிடமும் அப்படிப்பட்ட குறைகள் உள்ளன என்பதை அவர்கள் உணர்வதில்லை.

நாம் எல்லாரும் நம்முடைய குறைகளைப்பற்றிச் சிந்தித்தால், அவற்றைத் திருத்திக்கொள்ள முயன்றால், இவ்வுலகில் நன்மை பெருகும்!

அதிகாரம் 20: பயன் இல சொல்லாமை
(பயனில்லாத சொற்களைப் பேசாமல் இருத்தல்)

191

பல்லார் முனியப் பயன் இல சொல்லுவான்
எல்லாரும் எள்ளப்படும்

ஒருவன் பலரும் சினம் கொள்ளும்படி பயனில்லாத சொற்களைப் பேசினால், அவனை எல்லாரும் இகழ்வார்கள்.

192

பயன் இல பல்லார்முன் சொல்லல், நயன் இல
நட்டார்கண் செய்தலின் தீது

யாராவது தங்களுடைய நண்பர்களுக்குத் தீமை செய்வார்களா? (மாட்டார்கள்.)

பலருக்கு முன்னால் சென்று பயனில்லாத சொற்களைப் பேசுவது அதைவிடப் பெரிய குற்றம்.

193

நயன் இலன் என்பது சொல்லும், பயன் இல
பாரித்து உரைக்கும் உரை

ஒருவன் எந்நேரமும் பயனற்ற விஷயங்களை வளவளவென்று பேசிக்கொண்டிருக்கிறானா? அப்படியானால், அவன் சிறப்பற்றவன் என்று நாம் உறுதியாகச் சொல்லிவிடலாம்.

194

நயன் சாரா நன்மையின் நீக்கும், பயன் சாராப்
பண்பு இல் சொல் பல்லார் அகத்து

ஒருவன் பலரிடம் சென்று பயனில்லாத, பண்பில்லாத சொற்களைப் பேசுகிறான் என்றால், அவனுக்குச் சிறப்பும் கிடைக்காது, நன்மையும் கிடைக்காது.

195

சீர்மை சிறப்பொடு நீங்கும், பயன் இல
நீர்மை உடையார் சொலின்

நல்லவர்கள் பயனற்ற சொற்களைப் பேசினால் அவர்களுடைய உயர்வு குறைந்துவிடும், சிறப்பு நீங்கிவிடும்.

196

பயன் இல் சொல் பாராட்டுவானை மகன் எனல்,
மக்கள் பதடி எனல்

பயனில்லாத சொற்களை விரும்பிப் பேசுகிறவனை மனிதன் என்று அழைக்காதீர்கள், வெறும் மனிதப் பதர் என்று அழையுங்கள்.

197

நயன் இல சொல்லினும் சொல்லுக சான்றோர்,
பயன் இல சொல்லாமை நன்று

உங்களால் நன்மை தரும் சொற்களைப் பேச இயலாவிட்டாலும் பரவாயில்லை, பயனற்ற சொற்களைப் பேசாமல் இருங்கள். அதுதான் சிறந்த பெரியோர்களின் பண்பு.

198

அரும் பயன் ஆயும் அறிவினார் சொல்லார்
பெரும் பயன் இல்லாத சொல்

அரிய, பயனுள்ள விஷயங்களை ஆராய்கிற அறிஞர்கள் எப்போதும் பெரிய பயனைத் தராத சொற்களைப் பேசமாட்டார்கள்.

199

பொருள் தீர்ந்த பொச்சாந்தும் சொல்லார், மருள் தீர்ந்த
மாசு அறு காட்சியவர்

மயக்கமில்லாத, குற்றமற்ற அறிவை உடையவர்கள் மறந்தும் பயனற்ற சொற்களைப் பேசமாட்டார்கள்.

200

சொல்லுக சொல்லில் பயனுடைய. சொல்லற்க
சொல்லில் பயன் இலாச் சொல்

பயனுள்ள சொற்களைத் தேர்ந்தெடுத்துப் பேசுங்கள். பயனற்ற சொற்களை எப்போதும் பேசாதீர்கள்.

அதிகாரம் 21: தீ வினை அச்சம்
(தீய செயல்களைச் செய்ய அஞ்சுதல்)

201

தீ வினையார் அஞ்சார், விழுமியார் அஞ்சுவர்
தீ வினை என்னும் செருக்கு

தீய செயல்களைச் செய்து பழகியவர்கள் அதை எண்ணி வருந்துவதோ, அஞ்சுவதோ இல்லை. ஆனால், நல்லவர்கள் தீய செயல்களைச் செய்ய அஞ்சுவார்கள்.

202

தீயவை தீய பயத்தலால் தீயவை
தீயினும் அஞ்சப்படும்

நாம் பிறருக்குத் தீமை செய்தால், நமக்கும் தீமைதான் வரும். அதனால், தீய செயல்கள் நெருப்பை விடக் கொடுமையானவை. அவற்றை எண்ணி நாம் அஞ்சவேண்டும்.

203

அறிவினுள் எல்லாம் தலை என்ப, தீய
செறுவார்க்கும் செய்யா விடல்

நமக்குத் தீமை செய்தவர்களைக்கூட நாம் மன்னித்துவிடவேண்டும், அவர்களுக்குத் தீங்கு செய்யக்கூடாது. அதுதான் அறிவுகளிலெல்லாம் மிகப் பெரிய அறிவு என்று பெரியோர்கள் சொல்வார்கள்.

204

மறந்தும் பிறன் கேடு சூழற்க. சூழின்
அறம் சூழும் சூழ்ந்தவன் கேடு

அடுத்தவனுக்குக் கெட்டது நடக்கவேண்டும் என்று மறந்தும் நினைக்காதீர்கள். அப்படி நினைத்தால், உங்களுக்குக் கெட்டது நடக்கவேண்டும் என்று அறம் நினைத்துவிடும். (பிறருக்குக் கெடுதல் நினைப்பவன் தானே கெட்டு அழிவான்.)

205

இலன் என்று தீயவை செய்யற்க. செய்யின்
இலன் ஆகும் மற்றுப் பெயர்த்து

நான் ஏழை, அதனால் தீய செயல்களைச் செய்கிறேன் என்று சொல்லாதீர்கள். தீய செயல்களைச் செய்தால் உங்கள் வறுமை குறையாது, இன்னும் பெருகும். நீங்கள் என்றைக்கும் ஏழையாகத்தான் இருப்பீர்கள்.

206

தீப்பால தான் பிறர்கண் செய்யற்க, நோய்ப்பால
தன்னை அடல் வேண்டாதான்

உங்களுக்கு வாழ்க்கையில் துன்பம் வேண்டாமா? அப்படியென்றால் யாருக்கும் தீமை செய்யாதீர்கள்.

207

எனைப் பகை உற்றாரும் உய்வர். வினைப் பகை
வீயாது பின்சென்று அடும்

ஒருவன் எப்பேர்ப்பட்ட பகையையும் எதிர்த்து வென்றுவிடலாம், ஆனால், பிறருக்குத் தீமை செய்வதால் வருகிற பகையைமட்டும் வெல்லமுடியாது. அது விடாமல் அவனைத் துரத்தி வந்து அழிக்கும்.

208

தீயவை செய்தார் கெடுதல் நிழல் தன்னை
வீயாது அடி உறைந்து அற்று

ஒருவனுடைய நிழல் அவனை விட்டுப் பிரியாது, எப்போதும் அவனுடைய காலுக்குக் கீழேதான் இருக்கும். இது உறுதி.

அதுபோல, தீமை செய்தவன் அழிவான். இதுவும் உறுதி.

209

தன்னைத் தான் காதலன் ஆயின், எனைத்து ஒன்றும்
துன்னற்க தீ வினைப்பால்

உங்களை நீங்களே நேசிக்கிறீர்களா?

ஆம் எனில், நீங்கள் தீமையின் பக்கமே செல்லமாட்டீர்கள், மற்றவர்களுக்குச் சிறிய கெடுதலைக்கூடச் செய்யமாட்டீர்கள்.

210

அரும் கேடன் என்பது அறிக, மருங்கு ஓடித்
தீ வினை செய்யான் எனின்

தீய வழியில் நடந்து, தீய செயல்களைச் செய்யாதவர்களுக்கு எந்தக் கெடுதலும் வராது. இதை அறிந்துகொள்ளுங்கள்.

அதிகாரம் 22: ஒப்புரவு அறிதல்
[பலருக்கும் உதவும்படி வாழக் கற்றுக்கொள்ளுதல்]

211

கைம்மாறு வேண்டாக் கடப்பாடு, மாரிமாட்டு
என் ஆற்றும்கொல்லோ உலகு

மழைதான் இந்த உலகத்தை வாழவைக்கிறது. ஆனால், அந்த மழையின் உதவிக்கு இந்த உலகம் என்ன கைம்மாறு செய்கிறது? (ஏதுமில்லை.)

நல்லவர்களும் மழையைப்போலத்தான். அவர்கள் எந்தப் பதில் உதவியையும் எதிர்பார்க்காமல் பிறருக்கு உதவுவார்கள்.

212

தாள் ஆற்றித் தந்த பொருள் எல்லாம் தக்கார்க்கு
வேளாண்மை செய்தற்பொருட்டு

நாம் உழைத்துச் செல்வம் சேர்ப்பதெல்லாம் எதற்கு?

தகுதியுள்ளவர்களுக்குக் கொடுத்து உதவத்தான்!

213

புத்தேள் உலகத்தும் ஈண்டும் பெறல் அரிதே
ஒப்புரவின் நல்ல பிற

இந்த உலகம்முழுக்கத் தேடினாலும் சரி, தேவர்கள் வாழ்கிற வானுலகத்தில் தேடினாலும் சரி, பிறருக்கு உதவுகின்ற ஒப்புரவைவிடச் சிறந்த ஒரு பண்பு நமக்குக் கிடைக்காது.

214

ஒத்தது அறிவான் உயிர் வாழ்வான். மற்றையான்
செத்தாருள் வைக்கப்படும்

உலகத்தின் நடைமுறையை அறிந்து அதற்கேற்பச் சரியாக நடக்கிறவன் நன்றாக வாழ்கிறான். அவ்வாறு நடக்காதவன் உயிர் இருந்தும் பிணம்தான்.

215

ஊர் உணி நீர் நிறைந்து அற்றே, உலகு அவாம்
பேர் அறிவாளன் திரு

ஊருக்கு நடுவில் ஒரு குளம் இருக்கிறது. அதில் நீர் நிறைந்து வழிகிறது. அதை எல்லாரும் குடித்து மகிழ்கிறார்கள்.

உலகத்தின்மீது அன்பு கொண்ட, பேரறிவு நிறைந்த மக்களிடம் இருக்கும் செல்வமும் அப்படித்தான். (நல்லவர்களுடைய செல்வம் எல்லாருக்கும் பயன்படும்.)

216

பயன் மரம் உள்ளூர்ப் பழுத்து அற்றால், செல்வம்
நயன் உடையான்கண் படின்

ஊருக்கு நடுவில் ஒரு மரம் இருக்கிறது. அதில் கனிகள் பழுத்துக் குலுங்குகின்றன. அதை எல்லாரும் உண்டு மகிழ்கிறார்கள்.

நல்லவர்களிடம் இருக்கும் செல்வமும் அப்படித்தான். (நல்லவர்களுடைய செல்வம் எல்லாருக்கும் பயன்படும்.)

217

மருந்து ஆகித் தப்பா மரத்து அற்றால், செல்வம்
பெருந்தகையான்கண் படின்

மரங்களைப் பாருங்கள்! அவை தங்களுடைய பட்டை, இலை, வேர் என அனைத்தையும் மருந்தாக ஆக்கியுள்ளன. இவற்றைப் பயன்படுத்தி மக்கள் தங்களுடைய நோய்களை நீக்கிக்கொள்கிறார்கள்.

தகுதி மிக்க நல்லவர்களிடம் இருக்கும் செல்வமும் அப்படித்தான். (நல்லவர்களுடைய செல்வம் எல்லாருக்கும் பயன்படும்.)

218

இடன் இல் பருவத்தும் ஒப்புரவிற்கு ஒல்கார்,
கடன் அறி காட்சியவர்

அறிவாளிகள் தங்களுடைய கடமையை நன்கு அறிந்திருப்பார்கள். அதனால், அவர்கள் எப்போதும் மற்றவர்களுக்கு உதவுவார்கள், வறுமை வந்தாலும் பிறருக்கு உதவுவதை விடமாட்டார்கள்.

219

நயன் உடையான் நல்கூர்ந்தான் ஆதல், செயும் நீர
செய்யாது அமைகலா ஆறு

நல்லவன் எப்போதும் பிறருக்கு உதவத்தான் விரும்புவான். ஒருவேளை, அப்படிப் பிறருக்கு உதவ இயலாத நிலைமை வந்துவிட்டால், அவன் தன்னை ஏழையாக உணர்வான். (பிறருக்கு உதவமுடியாமல் இருப்பதுதான் உண்மையான வறுமை.)

220

ஒப்புரவினால் வரும் கேடு எனின், அஃது ஒருவன்
விற்றுக் கோள்தக்கது உடைத்து

பிறருக்கு உதவி செய்தால் கெடுதல் வரும் என்கிறார்கள் சிலர்.

ஒருவேளை, அது உண்மையென்றால், அந்தக் கெடுதலை நாம் வரவேற்கவேண்டும், நம்மையே விலைக்கு விற்றாவது அந்தக் கெடுதலை வாங்கிக்கொள்ளவேண்டும். (எந்தச் சூழ்நிலையிலும் பிறருக்கு உதவவேண்டும்.)

அதிகாரம் 23: ஈகை (பிறருக்குக் கொடுத்து உதவுதல்)

221

வறியார்க்கு ஒன்று ஈவதே ஈகை. மற்று எல்லாம்
குறி எதிர்ப்பை நீரது உடைத்து

ஏழைகளுக்கு உதவினால்தான் அது ஈகை. மற்றவர்களுக்கு உதவினால் அது ஈகை இல்லை.

ஏனெனில், ஏழையாக இல்லாதவர்களுக்கு உதவி செய்யும்போது, 'இவர்கள் பின்னர் வேறு வகையில் இந்த உதவியை நமக்குத் திருப்பிச் செய்வார்கள்' என்று நாம் எதிர்பார்க்கிறோம். அதனால், அது ஈகை ஆகாது. (எதையும் எதிர்பார்க்காமல் கொடுப்பதுதான் ஈகை.)

222

நல் ஆறு எனினும் கொளல் தீது. மேல் உலகம்
இல் எனினும் ஈதலே நன்று

பிறரிடம் உதவி பெறுவதால் நமக்கு நன்மை கிடைக்கும் என்றாலும் பரவாயில்லை, அந்த உதவியை ஏற்றுக்கொள்ளாமல் மறுத்துவிடவேண்டும். ஏனெனில், உதவி பெறுவது கெட்டது.

பிறருக்கு உதவி செய்வதால் நமக்குக் கிடைக்கவேண்டிய வானுலகம் (சொர்க்கம்) கிடைக்காமல் போய்விடும் என்றாலும் பரவாயில்லை, அந்த உதவியைக் கண்டிப்பாகச் செய்யவேண்டும். ஏனெனில், உதவி செய்வது நல்லது.

223

இலன் என்னும் எவ்வம் உரையாமை ஈதல்

குலன் உடையான்கண்ணே உள

ஒருவர் வாயைத் திறந்து தன்னுடைய துன்பத்தைச் சொல்வதற்கு முன்னாலேயே அவருக்கு உதவி செய்துவிடவேண்டும். அதுதான் நல்ல குடும்பத்தில் பிறந்தவர்களுடைய இயல்பு.

224

இன்னாது இரக்கப்படுதல், இரந்தவர்

இன் முகம் காணும் அளவு

ஒருவர் நம்மிடம் வந்து உதவி கேட்கிறார். அவருடைய நிலைமையை எண்ணி நாம் வருந்துகிறோம்.

மறுகணம், நாம் அவருக்கு உதவி செய்கிறோம். அவருடைய முகம் மலர்கிறது. அதைப் பார்த்து நாமும் மகிழ்கிறோம்.

225

ஆற்றுவார் ஆற்றல் பசி ஆற்றல், அப்பசியை

மாற்றுவார் ஆற்றலின் பின்

துறவிகள் எதையும் சாப்பிடாமல், பசியை மறந்து தவம் செய்கிறார்கள். அது பெரிய ஆற்றல்தான்!

ஆனால், பசியோடு உள்ளவர்களுக்கு உணவு கொடுத்து அவர்களுடைய பசியைத் தீர்க்கிறவர்களுடைய ஆற்றல் அதைவிடப் பெரியது.

226

அற்றார் அழி பசி தீர்த்தல். அஃது, ஒருவன்
பெற்றான் பொருள் வைப்புழி

ஏழைகளுக்கு உணவு அளித்து அவர்களுடைய மிகுந்த பசியைத் தீருங்கள். அப்படிச் செய்வதால் உங்கள் செல்வம் குறையாது, செழித்து வளரும்.

227

பாத்து ஊண் மரீஇயவனைப் பசி என்னும்
தீப்பிணி தீண்டல் அரிது

தன்னிடம் உள்ள உணவைப் பிறருக்குப் பகிர்ந்து கொடுத்துச் சாப்பிடுகிறவனுக்குப் பசி என்னும் கொடிய நோய் வரவே வராது. (பிறருக்குக் கொடுத்து உதவினால் நம் செல்வம் பெருகும்.)

228

ஈத்து உவக்கும் இன்பம் அறியார்கொல், தாம் உடைமை
வைத்து இழக்கும் வன்கணவர்

சிலர் நிறையப் பொருள் சேர்க்கிறார்கள், அதையெல்லாம் தங்களுக்குமட்டுமே சொந்தம் என்று பாதுகாத்து வைக்கிறார்கள், பிறகு, ஏதாவது ஒரு வகையில் அந்தப் பொருளை இழந்து தவிக்கிறார்கள். ஏன் இந்தக் கொடுமை! பிறருக்குக் கொடுத்து உதவுவதில் இருக்கும் இன்பம் இவர்களுக்குத் தெரியாதா?

229

இரத்தலின் இன்னாது மன்ற, நிரப்பிய
தாமே தமியர் உணல்

பிறரிடம் சென்று உதவி கேட்பது இழிவுதான். ஆனால், தட்டு நிறைய உணவை வைத்துக்கொண்டு, அதை யாருக்கும் கொடுக்காமல் நாம்மட்டும் உண்பது அதைவிடப் பெரிய இழிவு.

230

சாதலின் இன்னாதது இல்லை. இனிது அதூஉம்
ஈதல் இயையாக்கடை

எல்லாரும் இறப்பை நினைத்து அஞ்சுவார்கள். ஆனால், பிறருக்கு உதவ இயலாத சூழ்நிலையில் இருக்கிற ஒருவன் இறப்பதைக்கூட இனிமையாகக் கருதுவான்.

அதிகாரம் 24: புகழ்

231

ஈதல், இசைபட வாழ்தல் அது அல்லது
ஊதியம் இல்லை உயிர்க்கு

பிறருக்கு உதவவேண்டும், 'இவர் எல்லாருக்கும் உதவுகிற மனிதர்' என்கிற புகழோடு வாழவேண்டும். அதுதான் வாழ்க்கையின் பயன்.

232

உரைப்பார் உரைப்பவை எல்லாம் இரப்பார்க்கு ஒன்று
ஈவார்மேல் நிற்கும் புகழ்

ஒருவன் தன்னிடம் உதவி கேட்டு வருகிறவர்களுக்கெல்லாம் தன்னால் இயன்ற உதவிகளைச் செய்கிறான் என்றால், இந்த உலகில் சொல்லப்படுகிற புகழ்ச் சொற்கள் அனைத்தும் அவனுக்குத்தான் சொந்தம்.

233

ஒன்றா உலகத்து உயர்ந்த புகழ் அல்லால்
பொன்றாது நிற்பது ஒன்று இல்

இந்த உலகத்தில் அழியாமல் நிலைத்திருப்பது, புகழ்மட்டும்தான். அதனால், புகழ் இணையற்றது, மிகவும் உயர்ந்தது.

234

நில வரை நீள் புகழ் ஆற்றின், புலவரைப்
போற்றாது புத்தேள் உலகு

இந்த உலகில் நல்ல செயல்களைச் செய்து நிலைத்த புகழைப் பெறுகிறவன் வானுலகத்தில் உள்ள தேவர்களைவிட உயர்வாக மதிக்கப்படுவான்.

235

நத்தம் போல் கேடும், உளது ஆகும் சாக்காடும்
வித்தகர்க்கு அல்லால் அரிது

சிறந்த மனிதர்கள் நல்லவற்றைமட்டும்தான் செய்வார்கள், அதனால் தங்களுக்குக் கெடுதல் வந்தாலும் அவர்கள் கவலைப்படமாட்டார்கள். அதனால், அவர்கள் மறைந்தாலும் அவர்களுடைய புகழ் இந்த உலகில் நிலைத்திருக்கும்.

236

தோன்றின் புகழொடு தோன்றுக. அஃது இலார்
தோன்றலின் தோன்றாமை நன்று

நீங்கள் எந்த வேலையைச் செய்தாலும் அதை மிக நன்றாகச் செய்து புகழ் பெறுங்கள். அரைகுறையாக ஒரு வேலையைச் செய்வதைவிட, அதைச் செய்யாமல் இருந்துவிடுவதே நல்லது.

237

புகழ்பட வாழாதார் தம் நோவார் தம்மை
இகழ்வாரை நோவது எவன்?

நமக்குப் புகழ் வரவில்லை என்றால் அதற்கு நாம்தான் காரணம். அதைப் புரிந்துகொள்ளாமல், 'அவன் என்னை இகழ்கிறான்', 'இவன் என்னை இகழ்கிறான்' என்று ஊராரைக் குற்றம் சொல்லி என்ன பயன்? (நாம் நல்ல செயல்களைச் செய்தால் தானாகப் புகழ் வரும்.)

238

வசை என்ப வையத்தார்க்கு எல்லாம் இசை என்னும்
எச்சம் பெறாஅவிடின்

இந்த உலகத்தில் எல்லாரும் நல்லவற்றைச் செய்து புகழ் பெறவேண்டும். அப்படிப் புகழ் பெறாவிட்டால், அதுவே அவர்களுக்கு ஓர் இகழ்ச்சியாகிவிடும்.

239

வசை இலா வண் பயன் குன்றும், இசை இலா
யாக்கை பொறுத்த நிலம்

நல்ல செயல்களைச் செய்து புகழ் பெறாத மனிதர்கள் வாழுகின்ற நிலத்தில் எதுவும் செழித்து வளராது.

240

வசை ஒழிய வாழ்வாரே வாழ்வார். இசை ஒழிய
வாழ்வாரே வாழாதவர்

யாரும் நம்மை இகழ்ந்து பேசாதபடி புகழுடன் வாழ்வதுதான் வாழ்க்கை. எல்லாரும் நம்மை இகழ்ந்து பேசும்படி புகழின்றி வாழ்வது வாழ்க்கையே இல்லை.

இயல் - 3
துறவற இயல்

அதிகாரம் 25: அருள் உடைமை (இரக்கத்துடன் இருத்தல்)

241

அருள் செல்வம் செல்வத்துள் செல்வம். பொருள் செல்வம்
பூரியார்கண்ணும் உள

செல்வங்களில் மிகச் சிறந்த செல்வம், பிற உயிர்கள்மீது இரக்கம் காட்டுகின்ற அருட்செல்வம்தான்.

ஏனெனில், பொருட்செல்வம் கெட்டவர்களிடமும் இருக்கும். அருட்செல்வம் நல்லவர்களிடம்மட்டும்தான் இருக்கும்.

242

நல் ஆற்றான் நாடி அருள் ஆள்க. பல் ஆற்றான்
தேரினும் அஃதே துணை

எத்தனை கோணங்களில் சிந்தித்தாலும் சரி, மனிதர்களுக்கு ஏற்ற துணை இரக்கம்தான். அதனால், நல்ல வழியில் நடந்து இரக்கத்துடன் வாழுங்கள்.

243

அருள் சேர்ந்த நெஞ்சினார்க்கு இல்லை இருள் சேர்ந்த
இன்னா உலகம் புகல்

நெஞ்சத்தில் இரக்கம் கொண்டவர்களுக்கு இருண்ட, துன்பமான வாழ்க்கை இல்லை.

244

மன் உயிர் ஓம்பி அருள் ஆள்வார்க்கு இல் என்ப
தன் உயிர் அஞ்சும் வினை

இந்த உலகத்தில் வாழ்கிற உயிர்களின்மீதெல்லாம் இரக்கம் காட்டி, அன்பு செலுத்திக் காப்பாற்றுகிறவர்கள் எதைக் கண்டும் அஞ்சவேண்டியதில்லை. அவர்களுக்கு எந்தத் துன்பமும் வராது.

245

அல்லல் அருள் ஆள்வார்க்கு இல்லை. வளி வழங்கும்
மல்லல் மா ஞாலம் கரி

எல்லார்மீதும் இரக்கத்துடன் வாழ்கிறவர்களுக்கு எந்தத் துன்பமும் வராது. இதற்குச் சான்று, காற்று பரவியுள்ள, வளம் நிறைந்த இந்தப் பெரிய உலகம்தான். (இந்த உலகம் செழிப்போடு இருப்பது இரக்கம் நிறைந்த மனிதர்களால்தான்.)

246

பொருள் நீங்கிப் பொச்சாந்தார் என்ப, அருள் நீங்கி
அல்லவை செய்து ஒழுகுவார்

பிறர்மீது இரக்கம் காட்டாமல் தீய செயல்களைச் செய்கிறவர்கள் அறத்தை மறந்தவர்கள் என்று பெரியோர்கள் சொல்வார்கள். (அறத்தை அறிந்தவர்கள் எல்லார்மீதும் இரக்கம் காட்டுவார்கள்.)

247

அருள் இல்லார்க்கு அவ்வுலகம் இல்லை, பொருள் இல்லார்க்கு
இவ்வுலகம் இல் ஆகியாங்கு

இந்த உலகத்தில் காசு இல்லாதவனை யாரும் மதிப்பதில்லை.

அதுபோல, வானுலகத்தில் இரக்கம் இல்லாதவனை யாரும் மதிக்கமாட்டார்கள். (அதனால், இங்கு வாழும்போதே இரக்கத்துடன் வாழுங்கள்.)

248

பொருள் அற்றார் பூப்பர் ஒருகால். அருள் அற்றார்
அற்றார், மற்று ஆதல் அரிது

ஒருவன் தன்னிடமுள்ள செல்வத்தை இழந்தால் மீண்டும் சம்பாதித்துக்கொள்ளலாம். ஆனால், இரக்கத்தை இழந்தால் அவ்வளவுதான். அதை மீண்டும் பெறமுடியாது.

249

தெருளாதான் மெய்ப்பொருள் கண்டற்றால் தேரின்
அருளாதான் செய்யும் அறம்

தெளிவான அறிவு இல்லாத ஒருவன் உயர்ந்த உண்மைப் பொருளை அறிந்துவிட்டான் என்று சொன்னால் யார் நம்புவார்கள்?

அதுபோல, பிறர்மீது இரக்கம் இல்லாத ஒருவன் அறச் செயல்களைச் செய்கிறான் என்று சொன்னால் யார் நம்புவார்கள்?

250

வலியார்முன் தன்னை நினைக்க, தான் தன்னின்
மெலியார்மேல் செல்லும் இடத்து

உங்களுக்குக் கீழே இருக்கிறவர்களைத் துன்புறுத்த நினைக்கிறீர்களா?

கொஞ்சம் பொறுங்கள். உங்களுக்கு மேலே இருக்கிறவர்களுக்கு முன்னால் நீங்கள் எப்படிக் கை கட்டி, வாய் பொத்தி நிற்கிறீர்கள் என்பதைச் சற்று நினைத்துப்பாருங்கள்.

அதிகாரம் 26: புலால் மறுத்தல்
(இறைச்சி உணவை மறுத்தல்)

251

தன் ஊன் பெருக்கற்குத் தான் பிறிது ஊன் உண்பான்
எங்ஙனம் ஆளும் அருள்

ஒருவன் தன் உடலை வளர்ப்பதற்காக இன்னோர் உயிரின் உடலைத் தின்கிறான் என்றால், அவனிடம் இரக்கம் என்கிற நற்பண்பு இருக்குமா? (இருக்காது.)

252

பொருள் ஆட்சி போற்றாதார்க்கு இல்லை, அருள் ஆட்சி
ஆங்கு இல்லை ஊன் தின்பவர்க்கு

ஒருவன் தன்னிடம் உள்ள செல்வத்தைப் பாதுகாக்காவிட்டால், அந்தச் செல்வத்தால் அவனுக்கு எந்தப் பயனும் கிடைக்காது.

அதுபோல, ஒருவன் இறைச்சி உண்கிறான் என்றால், அவன் மனத்தில் இரக்கம் இருக்காது.

253

படை கொண்டார் நெஞ்சம் போல் நன்று ஊக்காது, ஒன்றன்
உடல் சுவை உண்டார் மனம்

கையில் ஆயுதம் வைத்திருப்பவன் நல்லதை நினைக்கமாட்டான், எப்போதும் யாரையாவது குத்தலாம், வெட்டலாம் என்றுதான் நினைப்பான். அதுபோல, ஓர் உயிரின் உடலைச் சுவைத்து உண்கிறவன் மனத்தில் எந்த நல்ல சிந்தனையும் பிறக்காது.

254

அருள், அல்லது யாது எனின் கொல்லாமை, கோறல்.
பொருள் அல்லது அவ்வூன் தினல்

இரக்கம் என்றால், பிற உயிர்களைக் கொல்லாமல் அவற்றின்மீது அன்பு செலுத்துதல்.

இரக்கமின்மை என்றால், பிற உயிர்களைக் கொல்லுதல்.

அறமின்மை என்றால், பிற உயிர்களைக் கொன்று தின்னுதல்.

255

உண்ணாமை உள்ளது உயிர் நிலை ஊன் உண்ண
அண்ணாத்தல் செய்யாது அளறு

இறைச்சியை உண்ணாவிட்டால், நம் உயிர் உறுதியாக நிலைத்திருக்கும்.

இறைச்சியை உண்டால், நரகம்கூட நம்மைச் சேர்த்துக்கொள்ளாமல் ஒதுக்கிவிடும்.

256

தினற்பொருட்டால் கொல்லாது உலகு எனின் யாரும்
விலைப்பொருட்டால் ஊன் தருவார் இல்

மக்கள் இறைச்சி உண்பதை நிறுத்தினால், யாரும் இறைச்சியை விற்கமாட்டார்கள். (இறைச்சி உண்கிற பழக்கம் நின்றால்தான் இறைச்சிக்கென விலங்குகள் கொல்லப்படுவது நிற்கும்.)

257

உண்ணாமை வேண்டும், புலாஅல் பிறிது ஒன்றன்
புண், அது உணர்வார்ப் பெறின்

இறைச்சி என்பது, இன்னோர் உயிரை வெட்டி உண்டாக்கிய புண்தான். இதை உணர்ந்தவர்கள் இறைச்சி உண்ணமாட்டார்கள்.

258

செயிரின் தலைப்பிரிந்த காட்சியார் உண்ணார்
உயிரின் தலைப்பிரிந்த ஊன்

குற்றமற்றவர்கள், அறிவாளிகள் இன்னோர் உயிரைக் கொல்வதால் கிடைத்த இறைச்சி உணவை உண்ணமாட்டார்கள்.

259

அவி சொரிந்து ஆயிரம் வேட்டலின் ஒன்றன்
உயிர் செகுத்து உண்ணாமை நன்று

ஆயிரம் வேள்விகளைச் செய்வதைவிட, மற்ற உயிர்களைக் கொன்று தின்னாமல் இருப்பது நல்லது.

260

கொல்லான், புலாலை மறுத்தானைக் கை கூப்பி
எல்லா உயிரும் தொழும்

பிற உயிர்களைக் கொல்லாதவன், அவற்றின் இறைச்சியை உண்ணாமல் வாழ்கிறவனை எல்லா உயிர்களும் கை கூப்பி வணங்கும்.

அதிகாரம் 27: தவம்

261

உற்ற நோய் நோன்றல், உயிர்க்கு உறுகண் செய்யாமை
அற்றே தவத்திற்கு உரு

தவம் என்பது என்ன?

நமக்கு வரும் துன்பங்களைப் பொறுத்துக்கொள்ளவேண்டும், பிற உயிர்களுக்கு எந்தத் துன்பமும் செய்யக்கூடாது. அவ்வளவுதான்.

262

தவமும் தவம் உடையார்க்கு ஆகும். அவம் அதனை
அஃது இலார் மேற்கொள்வது

தகுதி உள்ளவர்கள்தான் தவம் செய்யமுடியும். தகுதியற்றவர்கள் தவம் செய்ய முயல்வது வீண் வேலை.

263

துறந்தார்க்குத் துப்புரவு வேண்டி மறந்தார்கொல்
மற்றையவர்கள் தவம்

இவ்வுலகில் தவம் செய்யாத சிலரும் இருக்கிறார்கள். அது ஏன்?

எல்லாரும் தவம் செய்தால் எப்படி? தவம் செய்யும் துறவிகளுக்கு உணவு போன்றவற்றை வழங்கிப் பணிவிடை செய்யவும் சிலர் வேண்டுமில்லையா? அதனால்தான் சிலர் தவம் செய்வதில்லையோ! (தவம் செய்வோர்க்குத் தொண்டு செய்வதும் சிறந்த பணிதான்.)

264

ஒன்னார்த் தெறலும் உவந்தாரை ஆக்கலும்
எண்ணின் தவத்தான் வரும்

தவத்தின்மூலம் பகைவர்களை அழிக்கலாம், நண்பர்களை முன்னேற்றலாம்.

265

வேண்டிய வேண்டியாங்கு எய்தலால் செய் தவம்
ஈண்டு முயலப்படும்

தவம் செய்தால் நாம் விரும்புகின்ற அனைத்தும் விரும்பியபடி கிடைக்கும். அதனால், தவத்தை முயன்று செய்யவேண்டும்.

266

தவம் செய்வார் தம் கருமம் செய்வார். மற்று அல்லார்
அவம் செய்வார் ஆசையுள் பட்டு

ஒருவன் தன் கடமையை முறையாகச் செய்கிறான் என்றால், அவன் தவம் செய்கிறான் என்று பொருள்.

இதை உணராத மற்றவர்கள் ஆசையில் சிக்கிக்கொண்டு ஏதேதோ செய்து நேரத்தை வீணடிக்கிறார்கள்.

267

சுடச் சுடரும் பொன் போல், ஒளி விடும் துன்பம்
சுடச்சுட நோற்கிற்பவர்க்கு

தங்கத்தை நெருப்பில் வைத்துச் சுட்டால், அது இன்னும் நன்றாக ஒளிரும்.

தவம் செய்கிறவர்களும் அப்படிதான். துன்பங்கள் அவர்களைத் துன்புறுத்தத் துன்புறுத்த, அவர்கள் இன்னும் நன்றாக ஒளி விட்டுத் திகழ்வார்கள்.

268

தன் உயிர், தான் அறப் பெற்றானை ஏனைய
மன் உயிர் எல்லாம் தொழும்

தவம் செய்கிறவர்கள் அனைத்தையும் துறந்துவிடுவார்கள், இதுதான் நான், இது என்னுடைய உயிர் என்கிற உணர்வுகளையெல்லாம்கூட நீக்கிவிடுவார்கள். அப்படிப்பட்ட உயர்ந்தவர்களை மற்ற உயிர்கள் அனைத்தும் வணங்கும்.

269

கூற்றம் குதித்தலும் கை கூடும், நோற்றலின்
ஆற்றல் தலைப்பட்டவர்க்கு

தவம் செய்து சிறந்த ஆற்றலைப் பெற்றவர்கள் இறப்பையும் வெல்லக்கூடும்.

270

இலர் பலர் ஆகிய காரணம், நோற்பார்
சிலர், பலர் நோலாதவர்

இந்த உலகத்தில் பலரும் வறுமையில் வாடுகிறார்கள். அது ஏன்?

அதற்குக் காரணம், இங்கு சிலர்தான் தவம் செய்கிறார்கள். பலர் தவம் செய்வதில்லை. (ஒரு சமூகத்தில் பெரும்பாலானோர் தவம் செய்தால் அந்தச் சமூகம் வறுமையின்றி முன்னேறும்.)

அதிகாரம் 28: கூடா ஒழுக்கம்
(சேரக்கூடாதவர்களுடன் சேர்வதால் வரும் தீமைகள்)

271

வஞ்ச மனத்தான் படிற்று ஒழுக்கம், பூதங்கள்
ஐந்தும் அகத்தே நகும்

நெஞ்சில் வஞ்சனை கொண்டவன் யாருக்கும் தெரியாமல் தீய செயல்களில் ஈடுபடுகிறான். அப்போது, அவனுடைய உடலில் இருக்கும் ஐம்பூதங்களும் அவனைக் கண்டு சிரிக்கின்றன.

272

வான் உயர் தோற்றம் எவன் செய்யும், தன் நெஞ்சம்
தான் அறி குற்றம் படின்

ஒருவன் எவ்வளவு பெரிய ஆளாக இருந்தால் என்ன? மனம் அறிந்து குற்றம் செய்கிறான் என்றால், அவன் உண்மையில் சிறியவன்தான்.

273

வலி இல் நிலைமையான் வல் உருவம், பெற்றம்
புலியின் தோல் போர்த்து மேய்ந்தற்று

மாட்டுக்குப் புலித்தோலைப் போர்த்தினாலும் அது புல்லைத்தான் மேயும். அதுபோல, வெளிப்பார்வைக்குப் பெரிய மனிதராகத் தோன்றுகிற சிலர் உள்ளுக்குள் மன வலிமையற்றவர்களாக இருக்கிறார்கள்.

274

தவம் மறைந்து அல்லவை செய்தல் புதல் மறைந்து
வேட்டுவன் புள் சிமிழ்த்தற்று

சிலர் தவம் செய்கிறவர்களைப்போல் தோன்றுகிறார்கள், ஆனால், மறைவாகச் சென்று தீய செயல்களில் ஈடுபடுகிறார்கள். இவர்கள் புதரில் ஒளிந்திருந்து பறவைகளை வலை வீசிப் பிடிக்கும் வேடர்களைப் போன்றவர்கள்.

275

பற்று அற்றேம் என்பார் படிற்று ஒழுக்கம் எற்று எற்று என்று
ஏதம் பலவும் தரும்

சிலர் 'நான் எல்லாப் பற்றுகளையும் விட்டுவிட்டேன்' என்று வாயால் சொல்கிறார்கள், ஆனால், யாருக்கும் தெரியாமல் தீய செயல்களில் ஈடுபடுகிறார்கள்.

இந்த ஏமாற்றுச் செயல் அவர்களுக்குப் பல துன்பங்களைக் கொண்டுவரும். அப்போது அவர்கள், 'அடடா! நான் ஏன் இதுபோல் நடந்துகொண்டேன்!' என்று மிகவும் வருந்துவார்கள்.

276

நெஞ்சின் துறவார், துறந்தார்போல் வஞ்சித்து
வாழ்வாரின் வன்கணார் இல்

சிலர் வெளித்தோற்றத்துக்குத் துறவிகளைப்போல் நடிக்கிறார்கள். ஆனால், உண்மையில் அவர்கள் எந்த ஆசையையும் விடுவதில்லை. அப்படிப்பட்ட பொய்வேடக்காரர்களைவிடக் கொடுமையானவர்கள் யாருமில்லை.

277

புறம் குன்றி கண்டு அனையரேனும் அகம் குன்றி
மூக்கின் கரியார் உடைத்து

குன்றிமணி சிவப்பாக இருக்கும். ஆனால், அதன் மூக்குப் பகுதி கருப்பாக இருக்கும்.

இந்த உலகத்தில் சிலர் வெளித்தோற்றத்துக்குக் குன்றிமணியைப்போல் சிவப்பாகத் தெரிகிறார்கள். ஆனால், அவர்களுடைய நெஞ்சம் அந்தக் குன்றிமணியின் மூக்கைப்போல் கருத்துள்ளது. (சிலர் உள்ளுக்குள் தீய எண்ணத்துடன் வெளியில் நல்லவர்களைப்போல் நடிக்கிறார்கள்.)

278

மனத்தது மாசு ஆக, மாண்டார் நீர் ஆடி
மறைந்து ஒழுகும் மாந்தர் பலர்

பல மனிதர்கள் ஒழுக்கமானவர்களைப்போல் நடிக்கிறார்கள். ஆனால், அவர்கள் மனத்தில் அழுக்கு நிரம்பியிருக்கிறது.

279

கணை கொடிது. யாழ் கோடு செவ்விது. ஆங்கு அன்ன
வினைபடு பாலால் கொளல்

ஓர் அம்பு, வளையாமல் நேராக உள்ளது. ஆனால், அது உயிர்களைத் துளைத்துத் துன்புறுத்துகிறது.

ஒரு யாழ், வளைந்து காணப்படுகிறது. ஆனால், அது இனிமையான இசையைக் கொடுத்து எல்லாரையும் மகிழ்விக்கிறது.

அதனால், வெளித்தோற்றத்தை வைத்து இவர் நல்லவர், அவர் கெட்டவர் என்று யாரையும் எடை போடவேண்டாம். ஒவ்வொருவருடைய செயலைப் பாருங்கள். அதை வைத்து நல்லவர் யார், கெட்டவர் யார் என்று தெரிந்துகொள்ளுங்கள்.

280

மழித்தலும் நீட்டலும் வேண்டா, உலகம்
பழித்தது ஒழித்துவிடின்

நீங்கள் நீளமாக முடி வளர்க்கிறீர்களா, அல்லது மொட்டையடிக்கிறீர்களா என்பதெல்லாம் உங்கள் விருப்பம். உலகம் பழிக்கின்ற தீய செயல்களைச் செய்யாமல் வாழுங்கள். அது போதும்.

அதிகாரம் 29: கள்ளாமை (பிறர் பொருளைத் திருடாமல் இருத்தல்)

281

எள்ளாமை வேண்டுவான் என்பான் எனைத்து ஒன்றும்
கள்ளாமை காக்க தன் நெஞ்சு

உலகம் உங்களை இகழ்ந்து பேசக்கூடாது என்று நினைக்கிறீர்களா? அப்படியானால், மனத்தாலும் இன்னொருவருடைய பொருளைத் திருடாமல் வாழுங்கள்.

282

உள்ளத்தால் உள்ளலும் தீதே, பிறன் பொருளைக்
கள்ளத்தால் கள்வேம் எனல்

இன்னொருவர் பொருளைத் திருடலாம் என்று மனத்துக்குள் நினைப்பதுகூடத் தவறுதான்.

283

களவினால் ஆகிய ஆக்கம் அளவு இறந்து
ஆவதுபோலக் கெடும்

திருடிச் சேர்க்கிற செல்வம் வளர்வதுபோல் தோன்றும், ஆனால், விரைவில் மொத்தமாக அழிந்துபோகும்.

284

களவின்கண் கன்றிய காதல் விளைவின்கண்
வீயா விழுமம் தரும்

திருட்டுப் பழக்கத்தை விரும்புகிறவன் பின்னாட்களில் தீராத துன்பத்தைச் சந்திப்பான்.

285

அருள் கருதி அன்பு உடையார் ஆதல் பொருள் கருதிப்
பொச்சாப்புப் பார்ப்பார்கண் இல்

ஏமாந்தவர்களைத் தேடிச் சென்று திருடுகிறவன் மனத்தில் அன்பும் பிறக்காது, இரக்கமும் இருக்காது.

286

அளவின்கண் நின்று ஒழுகல் ஆற்றார் களவின்கண்
கன்றிய காதலவர்

தன்னிடம் இருக்கும் பணத்தைச் சிக்கனமாகச் செலவு செய்து வாழத் தெரியாதவன்தான் அடுத்தவர் பொருளைத் திருட விரும்புவான்.

287

களவு என்னும் கார் அறிவு ஆண்மை அளவு என்னும்
ஆற்றல் புரிந்தார்கண் இல்

தன்னிடம் இருக்கும் பணத்தைச் சிக்கனமாகச் செலவு செய்து வாழத் தெரிந்தவர்களிடம் திருட்டு என்கிற தீய பண்பு இருக்காது.

288

அளவு அறிந்தார் நெஞ்சத்து அறம் போல நிற்கும்
களவு அறிந்தார் நெஞ்சில் கரவு

தன்னிடம் இருக்கும் பணத்தைச் சிக்கனமாகச் செலவு செய்து வாழத் தெரிந்தவன் நெஞ்சில் அறம் நிறைந்திருக்கும். அவ்வாறு வாழத் தெரியாமல் திருடுகிறவன் நெஞ்சில் வஞ்சனை நிறைந்திருக்கும்.

289

அளவு அல்ல செய்து ஆங்கே வீவர், களவு அல்ல
மற்றைய தேற்றாதவர்

திருடுவதைத்தவிர வேறொன்றும் தெரியாத தீயவர்கள் எல்லை மீறிப் பல தீமைகளைச் செய்வார்கள், அதனால் அழிந்துபோவார்கள்.

290

கள்வார்க்குத் தள்ளும் உயிர் நிலை. கள்ளார்க்குத்
தள்ளாது புத்தேள் உலகு

திருடுபவர்களை இந்த உலகம் மதிக்காது. திருடாதவர்களை வானுலகம்கூட மதித்து வரவேற்கும்.

அதிகாரம் 30: வாய்மை (உண்மை)

291

வாய்மை எனப்படுவது யாது எனின், யாது ஒன்றும்
தீமை இலாத சொலல்

உண்மை என்பது என்ன? சிறிதும் தீங்கு செய்யாதபடி பேசுவதுதான்.

292

பொய்ம்மையும் வாய்மை இடத்த, புரை தீர்ந்த
நன்மை பயக்கும் எனின்

ஒரு பொய்யைச் சொன்னால் குற்றமில்லாத நன்மை உண்டாகும் என்றால், அந்தப் பொய்யை உண்மையாகவே கருதலாம்.

293

தன் நெஞ்சு அறிவது பொய்யற்க. பொய்த்தபின்
தன் நெஞ்சே தன்னைச் சுடும்

மனமறியப் பொய் சொல்லாதீர்கள். அப்படிச் சொன்னால், உங்கள் மனமே உங்களை வாட்டும்.

294

உள்ளத்தால் பொய்யாது ஒழுகின் உலகத்தார்
உள்ளத்துள் எல்லாம் உளன்

மனமறியப் பொய் சொல்லாமல் வாழ்பவன் எல்லாருடைய உள்ளத்திலும் இருப்பான்.

295

மனத்தொடு வாய்மை மொழியின் தவத்தொடு
தானம் செய்வாரின் தலை

தவம் செய்கிறவர்கள், பிறருக்குக் கொடுத்து உதவுகிறவர்களைவிட, மனத்தாலும் வாயாலும் உண்மையைப் பேசுகிறவர்கள் மிகச் சிறந்தவர்கள்.

296

பொய்யாமை அன்ன புகழ் இல்லை. எய்யாமை
எல்லா அறமும் தரும்

பொய் பேசாதவனுக்கு மிகப் பெரிய புகழ் கிடைக்கும். பொய் பேசத் தெரியாதவனுக்கு எல்லா அறங்களும் கிடைக்கும்.

297

பொய்யாமை பொய்யாமை ஆற்றின் அறம் பிற
செய்யாமை செய்யாமை நன்று

நீங்கள் மற்ற அறங்களையெல்லாம் பின்பற்றாவிட்டாலும் பரவாயில்லை, எப்போதும் பொய் பேசாமல் வாழுங்கள். அது போதும்.

298

புறம் தூய்மை நீரான் அமையும். அகம் தூய்மை
வாய்மையால் காணப்படும்

தண்ணீர் ஊற்றிக் குளித்தால் உடல் தூய்மையாகும். உண்மையைப் பேசினால் உள்ளம் தூய்மையாகும்.

299

எல்லா விளக்கும் விளக்கு அல்ல, சான்றோர்க்குப்
பொய்யா விளக்கே விளக்கு

மற்ற விளக்குகளெல்லாம் வெளி இருளைத்தான் போக்கும். உண்மை மட்டும்தான் உள் இருளைப் போக்கும். அதனால், உயர்ந்தவர்கள் உண்மையைத்தான் பெரிதும் மதிப்பார்கள்.

300

யாம் மெய்யாக் கண்டவற்றுள் இல்லை எனைத்து ஒன்றும்
வாய்மையின் நல்ல பிற

நான் உண்மையாகக் கண்டு அறிந்தவற்றைச் சிந்தித்துப் பார்த்தால், உண்மையைவிடச் சிறந்த பண்பு ஏதுமில்லை.

அதிகாரம் 31: வெகுளாமை (சினம் கொள்ளாமல் இருத்தல்)

301

செல் இடத்துக் காப்பான் சினம் காப்பான், அல் இடத்துக்
காக்கில் என், காவாக்கால் என்

ஒருவன் தன்னுடைய சினம் ஏற்கப்படக்கூடிய இடத்தில் சினம் கொள்ளாமல் கட்டுப்பாட்டுடன் இருக்கவேண்டும். அதுதான் சிறப்பு.

அப்படியில்லாமல், அவன் தன்னுடைய சினம் ஏற்கப்படாத இடங்களில் சினத்தைக் கட்டுப்படுத்தி என்ன பயன்?

302

செல்லா இடத்துச் சினம் தீது. செல் இடத்தும்
இல் அதனின் தீய பிற

எந்த இடத்தில் நம்முடைய சினம் ஏற்கப்படாதோ, அந்த இடத்தில் சினத்தைக் காண்பிக்கக்கூடாது. ஏனெனில், அங்கு சினத்தை வெளிப்படுத்துவது நமக்குத் தீமையைத் தரும்.

அப்படியானால், நம்முடைய சினம் ஏற்கப்படுகிற இடங்களில் சினத்தை வெளிப்படுத்தலாமா?

அதுவும் கூடாது. எல்லா இடங்களிலும் சினத்தைவிடத் தீயது எதுவுமில்லை.

303

மறத்தல் வெகுளியை யார்மாட்டும். தீய
பிறத்தல் அதனால் வரும்

யார்மீதும் சினம் கொள்ளாதீர்கள். ஏனெனில், சினத்தால் பல தீமைகள் உண்டாகும்.

304

நகையும் உவகையும் கொல்லும் சினத்தின்
பகையும் உளவோ பிற

சினம் வந்தால் சிரிப்பு போய்விடும், மகிழ்ச்சி போய்விடும். அதைவிடப் பெரிய பகைவர்கள் நமக்கு உண்டா? (இல்லை.)

305

தன்னைத் தான் காக்கின் சினம் காக்க. காவாக்கால்
தன்னையே கொல்லும் சினம்

உங்களைப் பாதுகாத்துக்கொள்ள விரும்புகிறீர்களா? அப்படியென்றால், சினம் வராமல் பார்த்துக்கொள்ளுங்கள். எப்போதாவது சினம் வந்தாலும் அதைக் கட்டுப்படுத்திக் கொள்ளுங்கள். இல்லாவிட்டால், அந்தச் சினம் கொஞ்சம் கொஞ்சமாக உங்களை அழித்துவிடும்.

306

சினம் என்னும் சேர்ந்தாரைக் கொல்லி இனம் என்னும்
ஏமப் புணையைச் சுடும்

சினம் என்பது உங்களையும் அழிக்கும், உங்களைச் சுற்றியுள்ளவர்களையும் அழிக்கும். அதன்பிறகு, துன்பமான நேரங்களில் யாரும் உங்களுக்குத் துணையாக வரமாட்டார்கள்.

307

சினத்தைப் பொருள் என்று கொண்டவன் கேடு
நிலத்து அறைந்தான் கை பிழையாது அற்று

ஒருவன் தரையை ஓங்கி அடித்தால் அவனுடைய கை வலிக்கும். இது உறுதி.

அதுபோல, ஒருவன் சினம் கொண்டால் அவன் அழிவான். இதுவும் உறுதி.

308

இணர் எரி தோய்வு அன்ன இன்னா செயினும்
புணரின் வெகுளாமை நன்று

சிலர் நெருப்பைப்போல் நம்மைச் சுடுவார்கள், நமக்குப் பல தீமைகளைச் செய்வார்கள்.

ஆனாலும் பரவாயில்லை, முடிந்தால் அவர்களை மன்னித்து விடுங்கள், அவர்கள்மீது சினம் கொள்ளாதீர்கள். அது உங்களுக்கு மிகவும் நல்லது.

309

உள்ளியது எல்லாம் உடன் எய்தும், உள்ளத்தால்
உள்ளான் வெகுளி எனின்

மனத்தாலும் சினம் கொள்ளாதவன் எதை நினைத்தாலும் சரி, அது அவனுக்கு உடனடியாகக் கிடைக்கும்.

310

இறந்தார் இறந்தார் அனையர். சினத்தைத்
துறந்தார் துறந்தார் துணை

அளவுக்கு மீறிச் சினம் கொள்கிறவர்கள் உயிரோடு இருந்தாலும் பயனில்லை. அவர்கள் இறந்தவர்களுக்குச் சமம்.

சினத்தைக் கட்டுப்படுத்தப் பழகியவர்கள் அனைத்தையும் துறந்த துறவிகளுக்குச் சமம்.

அதிகாரம் 32: இன்னா செய்யாமை (தீமை செய்யாமல் இருத்தல்)

311

சிறப்பு ஈனும் செல்வம் பெறினும் பிறர்க்கு இன்னா
செய்யாமை மாசு அற்றார் கோள்

குற்றமற்ற நல்லவர்கள் எவ்வளவு பணம் கிடைத்தாலும் பிறருக்குக் கெடுதல் செய்யமாட்டார்கள்.

312

கறுத்து இன்னா செய்த அக்கண்ணும் மறுத்து இன்னா
செய்யாமை மாசு அற்றார் கோள்

"ஒருவன் என்மீது சினம் கொண்டு எனக்குத் தீமை செய்தாலும் பரவாயில்லை. பதிலுக்கு நான் அவனுக்குத் தீமை செய்யமாட்டேன்" என்பதுதான் குற்றமற்ற நல்லவர்களுடைய கொள்கை.

313

செய்யாமல் செற்றார்க்கும் இன்னாத செய்தபின்
உய்யா விழுமம் தரும்

நீங்கள் ஒருவருக்கு எந்தத் துன்பமும் தரவில்லை. ஆனால் ஏனோ, அவர் உங்கள்மீது சினம் கொள்கிறார், உங்களைப் பகையாக எண்ணுகிறார். அப்படிப்பட்ட சூழ்நிலையிலும் நீங்கள் அவருக்குத் தீமை செய்யாதீர்கள். அப்படிச் செய்தால், உங்களுக்குத் தீராத துன்பம் வரும். (யாருக்கும் தீமை செய்யாதீர்கள்.)

314

இன்னா செய்தாரை ஒறுத்தல், அவர் நாண
நல் நயம் செய்துவிடல்

உங்களுக்குத் தீமை செய்த ஒருவரைத் தண்டிக்கவேண்டுமா? அவருக்கு ஏதாவது நன்மை செய்துவிடுங்கள். அதைக் கண்டு அவர் நாணப்பட்டுத் தலை குனியட்டும்!

315

அறிவினான் ஆகுவது உண்டோ, பிறிதின் நோய்
தன் நோய்போல் போற்றாக்கடை

இன்னோர் உயிருக்கு வருகிற துன்பத்தைக் கண்டு நம் மனம் துடிக்கவேண்டும், அதை நமக்கு வந்த துன்பத்தைப்போல் எண்ணவேண்டும், விரைந்து சென்று அந்த உயிருக்கு உதவவேண்டும்... இதையெல்லாம் செய்யாவிட்டால் வெறும் புத்தகப் படிப்பாலும் அறிவாலும் என்ன பயன்? (ஏதுமில்லை.)

316

இன்னா எனத் தான் உணர்ந்தவை துன்னாமை
வேண்டும் பிறன்கண் செயல்

ஒரு செயல் தீமையானது என்று தெரிந்தபிறகு, அதைப் பிறருக்குச் செய்யக்கூடாது.

317

எனைத்தானும் எஞ்ஞான்றும் யார்க்கும் மனத்தான் ஆம்
மாணா செய்யாமை தலை

எப்போதும் யாருக்கும் சிறிய தீமையைக்கூடச் செய்யாதீர்கள், பிறருக்குத் தீங்கு செய்யவேண்டும் என்று மனத்தாலும் நினைக்காதீர்கள், அதுதான் சிறந்த அறம்.

318

தன் உயிர்க்கு இன்னாமை தான் அறிவான் என்கொலோ
மன் உயிர்க்கு இன்னா செயல்

இந்தச் செயல் தனக்குத் துன்பத்தைத் தரும் என்று உணர்ந்த ஒருவன், அதே செயலை இன்னோர் உயிருக்குச் செய்வது ஏனோ!

319

பிறர்க்கு இன்னா முற்பகல் செய்யின், தமக்கு இன்னா
பிற்பகல் தாமே வரும்

ஒருவன் பிறருக்குத் துன்பம் தந்தால், விரைவில் அதே துன்பம் அவனை நோக்கித் திரும்பி வரும். (பிறருக்குத் தீமை செய்தால் உடனடியாகத் தண்டனை கிடைக்கும்.)

320

நோய் எல்லாம் நோய் செய்தார் மேலவாம். நோய் செய்யார்
நோய் இன்மை வேண்டுபவர்

ஒருவன் மற்றவர்களுக்குத் துன்பம் தந்தால், அந்தத் துன்பங்கள் அனைத்தும் அவனை நோக்கித் திரும்பி வரும். அதனால், துன்பமில்லாமல் வாழ விரும்புகிறவர்கள் பிறரைத் துன்புறுத்தமாட்டார்கள்.

அதிகாரம் 33: கொல்லாமை
(பிற உயிர்களைக் கொல்லாமல் இருத்தல்)

321

அற வினை யாது எனின் கொல்லாமை. கோறல்
பிற வினை எல்லாம் தரும்

பிற உயிர்களைக் கொல்லாமல் இருப்பதுதான் உண்மையான அறம். அதை மீறிப் பிற உயிர்களைக் கொல்பவர்களுக்கு எல்லாவிதமான தீமைகளும் வந்து சேரும்.

322

பகுத்து உண்டு பல் உயிர் ஓம்புதல் நூலோர்
தொகுத்தவற்றுள் எல்லாம் தலை

பெரியோர்கள் நமக்குச் சொன்ன நல்ல அறச்செயல்களிலெல்லாம் மிகச் சிறந்த அறச்செயல், நம்மிடம் இருப்பதைப் பல உயிர்களுக்கும் பகிர்ந்து கொடுத்து உண்ணவேண்டும், அதன்மூலம் பல்வேறு உயிர்களைக் காப்பாற்றவேண்டும்.

323

ஒன்று ஆக நல்லது கொல்லாமை. மற்று அதன்
பின் சாரப் பொய்யாமை நன்று

உலகில் மிக உயர்ந்த, இணையற்ற அறம் எது என்றால், பிற உயிர்களைக் கொல்லாதீர்கள்.

அதன்பிறகு இன்னோர் அறத்தைச் சொல்லவேண்டுமென்றால், எப்போதும் பொய் சொல்லாதீர்கள்.

324

நல் ஆறு எனப்படுவது யாது எனின், யாது ஒன்றும்
கொல்லாமை சூழும் நெறி

உலகில் நல்ல வழி எது என்றால், எந்த உயிரையும் கொல்லாமல் இருக்கும் வழிதான்.

325

நிலை அஞ்சி நீத்தாருள் எல்லாம் கொலை அஞ்சிக்
கொல்லாமை சூழ்வான் தலை

சிலர் பிறப்பு, இறப்பு என்கிற வாழ்க்கைச் சுழலை எண்ணி அஞ்சுகிறார்கள், அனைத்தையும் துறந்து துறவிகளாகிறார்கள்.

சிலர் கொலை செய்வதால் வரும் துன்பத்தை எண்ணி அஞ்சுகிறார்கள், எந்த உயிரையும் கொல்லாமல் வாழ்கிறார்கள். இவர்கள் துறவிகளைவிடச் சிறந்தவர்கள்.

326

கொல்லாமை மேற்கொண்டு ஒழுகுவான் வாழ்நாள்மேல்
செல்லாது உயிர் உண்ணும் கூற்று

மற்ற உயிர்களைக் கொல்லாத நல்லவர்கள் நெடுநாள் சிறப்பாக வாழ்வார்கள். எமன்கூட அவர்களை நெருங்க அஞ்சுவான்.

327

தன் உயிர் நீப்பினும் செய்யற்க தான் பிறிது
இன் உயிர் நீக்கும் வினை

உயிரே போனாலும் சரி, மற்ற உயிரினங்களைக் கொல்லுகிற தீய செயலைச் செய்யாதீர்கள்.

328

நன்று ஆகும் ஆக்கம் பெரிது எனினும் சான்றோர்க்குக்
கொன்று ஆகும் ஆக்கம் கடை

ஓர் உயிரைக் கொன்றால் நமக்கு நன்மை நடக்கும், செல்வம் பெருகும் என்றாலும்கூட, அந்த உயிரைக் கொல்லாதீர்கள். பெரியோர்கள் கொலையின்மூலம் கிடைக்கிற செல்வத்தை இழிவாகத்தான் எண்ணுவார்கள்.

329

கொலை வினையர் ஆகிய மாக்கள் புலை வினையர்
புன்மை தெரிவார் அகத்து

கொலை செய்வது மிகவும் இழிவான செயல். இதை அறிந்தவர்கள் பிற உயிர்களைக் கொல்கிறவர்களை மிகவும் இழிவாகத்தான் நினைப்பார்கள்.

330

உயிர் உடம்பின் நீக்கியார் என்ப, செயிர் உடம்பின்
செல்லாத் தீ வாழ்க்கையவர்

ஒருவர் நோய்வாய்ப்பட்ட உடம்புடன், தீராத துன்பங்களுடன் சிரமப்பட்டு வாழ்கிறார். அவரைப் பார்க்கிறவர்கள், 'இவர் இதற்குமுன் எப்போதோ ஓர் உயிரைக் கொன்றிருக்கிறார். அதற்குத் தண்டனைதான் இந்த வாழ்க்கை' என்கிறார்கள். (பிற உயிர்களைக் கொல்பவர்களுக்குப் பெரும் துன்பம் வரும்.)

அதிகாரம் 34: நிலையாமை

(வாழ்வின் நிலையாத தன்மை)

331

நில்லாதவற்றை நிலையின என்று உணரும்
புல் அறிவு ஆண்மை கடை

நிலையற்ற பொருட்களை நிலையானவை என்று நினைத்து மயங்கவேண்டாம்.

332

கூத்து ஆட்டு அவைக் குழாத்து அற்றே பெரும் செல்வம்
போக்கும் அது விளிந்து அற்று

ஓர் அரங்கத்தில் நாடகம் நடக்கிறது என்றால் மக்கள் கூட்டமாக வருவார்கள், நாடகம் முடிந்ததும் சென்றுவிடுவார்கள்.

பெரிய செல்வமும் அப்படிதான், தானாக வரும், பின்னர் தானாகச் சென்றுவிடும். (செல்வம் நிலையற்றது.)

333

அற்கா இயல்பிற்று செல்வம். அது பெற்றால்
அற்குப ஆங்கே செயல்

செல்வம் நிலையற்றது. அது எப்போது வரும், எப்போது போகும் என்று யாருக்கும் தெரியாது. அதனால், உங்களுக்குச் செல்வம் கிடைத்தால், அதைக் கொண்டு நல்ல அறச்செயல்களை உடனடியாகச் செய்யுங்கள்.

334

நாள் என ஒன்றுபோல் காட்டி, உயிர் ஈரும்
வாள் அது, உணர்வார்ப் பெறின்

கடந்து செல்கிற ஒவ்வொரு நாளும் நாள் இல்லை, உயிரை அறுக்கிற வாள். வாழ்க்கை நிலையற்றது என்பதை உணர்ந்தவர்கள் இதை நன்கு அறிவார்கள்.

335

நாச்செற்று விக்குள் மேல் வாராமுன் நல் வினை
மேற்சென்று செய்யப்படும்

வயதாகி முதுமை வந்தால் நாக்கு பேச இயலாமல் தடுமாறும், விக்கல் மேலெழுந்து வந்து துன்புறுத்தும், நாம் விரும்புகின்ற எதையும் செய்ய இயலாது. அதனால், முதுமை வருவதற்குமுன் இப்போதே உங்களால் இயன்ற நல்ல செயல்களைச் செய்துவிடுங்கள். (நல்ல செயல்களைப் பின்னர் செய்துகொள்ளலாம் என்று தள்ளிப்போடவேண்டாம்.)

336

நெருநல் உளன் ஒருவன் இன்று இல்லை என்னும்
பெருமை உடைத்து இவ்வுலகு

நேற்று உயிருடன் இருந்தவன் இன்றைக்கு இல்லை என்பதுதான் இந்த உலகத்தின் பெருமை. *(மனித வாழ்க்கை நிலையற்றது.)*

337

ஒரு பொழுதும் வாழ்வது அறியார் கருதுப
கோடியும் அல்ல பல

மக்கள் மனித வாழ்க்கையின் தன்மையை அறிவதில்லை, அதுபற்றிச் சிறிதும் எண்ணிப்பார்ப்பதில்லை, அதற்குப் பதிலாக, கோடிக்கணக்கான வீணான விஷயங்களைப்பற்றி எண்ணிக்கொண்டிருக்கிறார்கள்.

338

குடம்பை தனித்து ஒழியப் புள் பறந்து அற்றே,
உடம்போடு உயிர் இடை நட்பு

பறவை கூட்டில் வாழ்கிறது. என்றாவது ஒருநாள், அந்தப் பறவை அந்தக் கூட்டை விட்டுப் பறந்து சென்றுவிடுகிறது.

மனித உடம்புக்கும் உயிருக்கும் நடுவிலுள்ள தொடர்பும் அப்படிப்பட்டதுதான். (மனித வாழ்க்கை நிலையற்றது. எந்த நேரத்திலும் உடலை விட்டு உயிர் பறந்துவிடக்கூடும்.)

339

உறங்குவது போலும் சாக்காடு. உறங்கி
விழிப்பது போலும் பிறப்பு

ஒருவன் தூங்குகிறான், பின்னர் விழித்து எழுகிறான். அதுபோல, மனிதர்கள் இறக்கிறார்கள், பின்னர் மீண்டும் பிறக்கிறார்கள்.

340

புக்கில் அமைந்தின்றுகொல்லோ, உடம்பினுள்
துச்சில் இருந்த உயிர்க்கு

மனிதனுடைய உடம்புக்குள் ஒரு மூலையில் அவனுடைய உயிர் தங்கியிருக்கிறது, பின்னர் அங்கிருந்து வெளியேறிவிடுகிறது. இது ஏன்? அந்த உயிர் நிரந்தரமாகத் தங்குவதற்கு ஓர் இடம் இன்னும் அமையவில்லையோ! (மனித வாழ்க்கை நிலையற்றது. எந்த உடலிலும் உயிர் நிரந்தரமாகத் தங்குவதில்லை.)

அதிகாரம் 35: துறவு

341

யாதனின் யாதனின் நீங்கியான் நோதல்
அதனின் அதனின் இலன்

எந்தெந்தப் பொருட்களின்மீது ஆசைப்படாமல் இருக்கிறோமோ, அந்தந்தப் பொருட்களினால் நமக்குத் துன்பம் வராது. (ஆசைதான் துன்பத்துக்கு அடிப்படை.)

342

வேண்டின் உண்டாகத் துறக்க. துறந்தபின்
ஈண்டு இயற்பால பல

உண்மையான நன்மை வேண்டுமா? உலகப் பொருட்களின்மீது ஆசை வைப்பதை விட்டுவிடுங்கள். அதன்பிறகு, இங்கு உங்களுக்குப் பல இன்பங்கள் கிடைக்கும்.

343

அடல் வேண்டும் ஐந்தன் புலத்தை. விடல் வேண்டும்
வேண்டிய எல்லாம் ஒருங்கு

கண், காது, மூக்கு, வாய், உடல் ஆகிய ஐம்பொறிகளுக்கு உரிய பார்த்தல், கேட்டல், முகர்தல், சுவைத்தல், தொடுதல் ஆகிய ஐம்புலன்களையும் கட்டுப்படுத்தி வெல்லவேண்டும், நாம் விரும்பிப் பயன்படுத்துகிற உலகப் பொருட்களின்மீது ஆசை வைப்பதை மொத்தமாக விட்டுவிடவேண்டும். இவைதான் துறவின் அடையாளங்கள்.

344

இயல்பு ஆகும் நோன்பிற்கு ஒன்று இன்மை, உடைமை
மயல் ஆகும் மற்றும் பெயர்த்து

ஒருவர் துறவியாக இருக்கிறார் என்றால், எதன்மீதும் பற்று வைக்கக்கூடாது. அதுதான் துறவின் இயல்பு.

ஒருவேளை, அவர் ஏதேனும் ஒரு பொருளின்மீது பற்று வைக்கிறார் என்றால், அது அவருடைய துறவை நீக்கிவிடும், மயக்கத்தைக் கொண்டுவந்துவிடும்.

345

மற்றும் தொடர்ப்பாடு எவன்கொல், பிறப்பு அறுக்கல்
உற்றார்க்கு உடம்பும் மிகை

பிறப்பு, இறப்பு என்கிற சுழலிலிருந்து விடுபடவேண்டும் என்று விரும்புகிறவர்கள் தங்களுடைய சொந்த உடம்பைக்கூடச் சுமையாகத்தான் கருதுவார்கள். அப்படிப்பட்டவர்கள் உலகப் பொருட்களின்மீது தொடர்ந்து பற்று வைக்கலாமா? (கூடாது.)

346

யான், எனது என்னும் செருக்கு அறுப்பான் வானோர்க்கு
உயர்ந்த உலகம் புகும்

நான் என்கிற ஆணவத்தையும், இவை என்னுடைய பொருட்கள் என்கிற பற்றையும் நீக்கியவன் தேவர்களுக்கும் கிடைக்காத மிக உயர்ந்த நிலையை அடைவான்.

347

பற்றி விடாஅ இடும்பைகள், பற்றினைப்
பற்றி விடாஅதவர்க்கு

உலகப் பொருட்களின்மீது ஆசை கொண்டவர்கள், அவற்றை விடாமல் பற்றிக்கொண்டு கிடக்கிறவர்களைத் துன்பங்கள் விடாமல் பற்றிக்கொள்ளும். (ஆசைதான் துன்பத்துக்கு அடிப்படை.)

348

தலைப்பட்டார் தீரத் துறந்தார். மயங்கி
வலைப்பட்டார் மற்றையவர்

ஆசைகளை முழுக்கத் துறந்தவர்கள் உயர்ந்த நிலையை எட்டுவார்கள். மற்றவர்கள் பிறப்பு, இறப்பு என்கின்ற சுழலில் சிக்கித் தவிப்பார்கள்.

349

பற்று அற்றகண்ணே பிறப்பு அறுக்கும். மற்று
நிலையாமை காணப்படும்

உலகப் பொருட்களின்மீது ஆசை வைப்பதை நிறுத்தினால், பிறப்பு, இறப்பு என்கிற சுழலிலிருந்து விடுபடலாம். இல்லாவிட்டால், நிலையில்லாத வாழ்க்கையில் சிக்கித் தவிக்கவேண்டியதுதான்.

350

பற்றுக பற்று அற்றான் பற்றினை. அப்பற்றைப்
பற்றுக பற்று விடற்கு

நீங்கள் உலகப் பொருட்களின்மீது வைத்துள்ள பற்றையெல்லாம் விடவேண்டும் என்று விரும்புகிறீர்களா?

அப்படியானால், பற்றில்லாத கடவுளின்மீது பற்று வையுங்கள். (கடவுள்மீது பற்று வைத்தால் உலகப் பொருட்களின்மீது உள்ள பற்று நீங்கும்.)

அதிகாரம் 36: மெய் உணர்தல் (உண்மையை உணர்தல்)

351

பொருள் அல்லவற்றைப் பொருள் என்று உணரும்
மருளான் ஆம் மாணாப் பிறப்பு

எது உண்மைப் பொருள் என்று அறியாமல் எதையெதையோ உண்மைப் பொருள் என்று நினைத்து மயங்கினால் வாழ்க்கை சிறப்பற்றுப்போகும்.

352

இருள் நீங்கி இன்பம் பயக்கும், மருள் நீங்கி
மாசு அறு காட்சியவர்க்கு

எது உண்மைப் பொருள், எது உண்மைப் பொருள் இல்லை என்று மயங்காமல், குழம்பாமல் செயல்படுகிற குற்றமற்ற அறிவாளிகள் அறியாமையில் சிக்கமாட்டார்கள், பேரின்பத்தைப் பெறுவார்கள்.

353

ஐயத்தின் நீங்கித் தெளிந்தார்க்கு வையத்தின்
வானம் நணியது உடைத்து

எது உண்மைப் பொருள், எது உண்மைப் பொருள் இல்லை என்றெல்லாம் குழம்பாமல் தெளிவாகச் செயல்படுகிறவர்களுக்கு இந்த உலகத்தைவிட வானுலகம்தான் அருகில் இருக்கும். (அவர்கள் விரைவில் பேரின்ப நிலையைப் பெறுவார்கள்.)

354

ஐ உணர்வு எய்தியக்கண்ணும் பயம் இன்றே,
மெய்யுணர்வு இல்லாதவர்க்கு

உண்மைப் பொருளை அறியாதவர்கள் தங்களுடைய ஐம்புலன்களையும் கட்டுப்படுத்தி எந்தப் பயனும் இல்லை.

355

எப்பொருள் எத்தன்மைத்து ஆயினும் அப்பொருள்
மெய்ப்பொருள் காண்பது அறிவு

பொருட்களின் வெளித்தோற்றத்தைமட்டும் பார்க்காமல், அவற்றின் உண்மைப் பொருளை ஆராய்ந்து உணர்வதுதான் அறிவு.

356

கற்று ஈண்டு மெய்ப்பொருள் கண்டார் தலைப்படுவர்
மற்று ஈண்டு வாரா நெறி

உண்மைப் பொருளைப்பற்றிக் கற்றுக்கொண்டு, அதை ஆராய்ந்து, உணர்ந்தவர்கள் மீண்டும் பிறக்காத வழியை அடைவார்கள். (உண்மைப் பொருளை உணர்ந்தவர்கள் மீண்டும் பிறப்பதில்லை.)

357

ஓர்த்து உள்ளம், உள்ளது உணரின் ஒருதலையாப்
பேர்த்து உள்ளவேண்டா பிறப்பு

உண்மைப் பொருளைப்பற்றிச் சிந்தித்து, அதை ஆராய்ந்து, உறுதியாக உணர்ந்தவர்கள் மீண்டும் பிறப்பதைப்பற்றி எண்ணவேண்டியதில்லை. (உண்மைப் பொருளை உணர்ந்தவர்கள் மீண்டும் பிறப்பதில்லை.)

358

பிறப்பு என்னும் பேதைமை நீங்கச் சிறப்பு என்னும்
செம்பொருள் காண்பது அறிவு

பிறப்பு, இறப்பு என்னும் சுழலுக்குக் காரணம், அறியாமைதான். அந்த அறியாமை நீங்கவேண்டுமென்றால், சிறந்த உண்மைப் பொருளை அறியவேண்டும். அதுதான் மெய்யறிவு.

359

சார்பு உணர்ந்து, சார்பு கெட ஒழுகின், மற்று அழித்துச்
சார்தரா சார்தரு நோய்

ஒருவன் அனைத்துக்கும் சார்பாகிய உண்மைப் பொருளை உணர்கிறான், மற்ற பற்றுகளையெல்லாம் நீக்குகிறான் என்றால், அவனுடைய துன்பங்கள் அவனைத் துன்புறுத்தாமல் விலகிவிடும், மீண்டும் அவனை நெருங்காது. (உண்மைப் பொருளை உணர்ந்தவனுக்குத் துன்பமில்லை.)

360

காமம், வெகுளி, மயக்கம் இவை மூன்றன்
நாமம் கெடக் கெடும் நோய்

ஆசை, சினம், அறியாமை ஆகிய மூன்றையும் விட்டால், துன்பங்கள் அழிந்துபோகும்.

அதிகாரம் 37: அவா அறுத்தல் (ஆசையை அறுத்தல்)

361

அவா என்ப, எல்லா உயிர்க்கும் எஞ்ஞான்றும்
தவாஅப் பிறப்பு ஈனும் வித்து

எல்லா உயிர்களுக்கும் எப்போதும் கண்டிப்பாக வருகிற பிறப்பு, இறப்பு என்கிற துன்பச் சுழலுக்கு விதை, ஆசைதான். (ஆசையை அறுத்தவர்கள் மீண்டும் பிறப்பதில்லை.)

362

வேண்டுங்கால் வேண்டும் பிறவாமை. மற்று அது
வேண்டாமை வேண்ட வரும்

நாம் எதையாவது விரும்பவேண்டுமென்றால், மீண்டும் பிறக்காத நிலையைத்தான் விரும்பவேண்டும்.

ஆசைகளை அறுத்தால், மீண்டும் பிறக்காத அந்த நிலை நமக்குக் கிடைக்கும்.

363

வேண்டாமை அன்ன விழுச் செல்வம் ஈண்டு இல்லை.
யாண்டும் அஃது ஒப்பது இல்

இந்த உலகத்தில் மிகச் சிறந்த செல்வம், ஆசைகளை அறுத்த நிலைதான். அதைப்போன்ற இன்னொரு செல்வம் இங்கு இல்லை, வேறு எங்கும் இல்லை.

364

தூஉய்மை என்பது அவா இன்மை. மற்று அது
வாஅய்மை வேண்ட வரும்

ஆசைகளையெல்லாம் அறுத்த நிலைதான் மிகவும் தூய்மையானது. உண்மைப் பொருளை விரும்பினால் அந்த நிலையை நாம் எட்டலாம்.

365

அற்றவர் என்பார் அவா அற்றார். மற்றையார்
அற்று ஆக அற்றது இலர்

ஆசைகளையெல்லாம் அறுத்தவர்கள்தான் பற்றற்றவர்கள். மற்ற எல்லாரும் பற்றுள்ளவர்கள்.

366

அஞ்சுவது ஓரும் அறனே, ஒருவனை
வஞ்சிப்பது ஓரும் அவா

ஆசையானது மக்களை ஏமாற்றுகிறது. அதனால், ஆசையைக் கண்டு அஞ்சுவதுதான் உயர்ந்த அறம்.

367

அவாவினை ஆற்ற அறுப்பின் தவா வினை
தான் வேண்டும் ஆற்றான் வரும்

ஆசைகளை முழுக்க நீக்கியவன் துன்பமின்றி வாழ்வான், தான் விரும்பியபடி நல்ல செயல்களைச் செய்வான்.

368

அவா இல்லார்க்கு இல் ஆகும் துன்பம். அஃது உண்டேல்
தவாஅது மேன்மேல் வரும்

ஆசைகளை விட்டவர்களுக்கு எந்தத் துன்பமும் வராது. ஆசைகளோடு வாழ்பவர்களுக்கு மேலும் மேலும் துன்பங்கள் உண்டாகும்.

369

இன்பம் இடை அறாது ஈண்டும், அவா என்னும்
துன்பத்துள் துன்பம் கெடின்

துன்பங்களில் பெரிய துன்பம், ஆசைதான். அந்த ஆசையை விட்டவர்கள் இடைவிடாத இன்பத்தைப் பெறுவார்கள்.

370

ஆரா இயற்கை அவா நீப்பின் அந்நிலையே
பேரா இயற்கை தரும்

ஆசை வந்துவிட்டால் எப்போதும் மன நிறைவு கிடைக்காது. அந்த ஆசையை விட்டுவிட்டால் மாறாத இன்பம் கிடைக்கும்.

இயல் - 4
ஊழியல்

அதிகாரம் 38: ஊழ் (விதி)

371

ஆகு ஊழால் தோன்றும் அசைவு இன்மை கைப்பொருள்
போகு ஊழால் தோன்றும் மடி

செல்வம் நமக்குக் கிடைக்கவேண்டும் என்று விதி இருந்தால், நமக்குள் முயற்சி பிறக்கும். செல்வம் நம்மை விட்டுப் போகவேண்டும் என்று விதி இருந்தால், நமக்குள் சோம்பல் பிறக்கும்.

372

பேதைப் படுக்கும் இழவு ஊழ் அறிவு, அகற்றும்
ஆகல் ஊழ் உற்றக்கடை

கெட்ட நேரம் வந்தால் அறியாமை பெருகும். நல்ல நேரம் வந்தால் அறிவு பெருகும்.

373

நுண்ணிய நூல் பல கற்பினும், மற்றும் தன்
உண்மை அறிவே மிகும்

ஒருவன் நுட்பமான பல நூல்களைப் படித்தாலும் சரி, அவனுடைய இயல்பான உண்மை அறிவுதான் மேம்பட்டுத் தெரியும்.

374

இரு வேறு உலகத்து இயற்கை. திரு வேறு.
தெள்ளியர் ஆதலும் வேறு

உலகத்தில் இருவிதமான இயல்புகள் உள்ளன: ஒன்று, செல்வம் சேர்த்தல். இன்னொன்று, தெளிவான அறிவைச் சேர்த்தல்.

375

நல்லவை எல்லாஅம் தீயவாம், தீயவும்
நல்லவாம் செல்வம் செயற்கு

செல்வம் சேர்க்க முனைகிற ஒருவர் நல்லதைச் செய்தால் தீமையாக முடியலாம், கெட்டதைச் செய்தால் நன்மையாக முடியலாம். (இவையெல்லாம் விதியின்படி நடப்பவை.)

376

பரியினும் ஆகாவாம் பால் அல்ல. உய்த்துச்
சொரியினும் போகா தம

நமக்கு உரிமையில்லாத பொருட்களை நாம் எவ்வளவுதான் சிரமப்பட்டுக் காப்பாற்றினாலும் அவை நம்மிடம் நிற்காது. அதேபோல், நமக்கு உரிமையான பொருட்களை நாமே கொண்டுபோய் வெளியில் வீசினாலும் அவை நம்மை விட்டுப் போகாது.

377

வகுத்தான் வகுத்த வகை அல்லால் கோடி
தொகுத்தார்க்கும் துய்த்தல் அரிது

ஒருவர் கோடிக்கணக்கில் சம்பாதித்தாலும் சரி, அவருடைய விதி நன்றாக அமைந்தால்தான் அவரால் அந்தச் செல்வத்தைப் பயன்படுத்திக்கொள்ள இயலும். (விதி நன்றாக அமைந்தால்தான் கைக்கு எட்டியது வாய்க்கு எட்டும்.)

378

துறப்பார் மன் துப்புரவு இல்லார், உறல் பால
ஊட்டா கழியும் எனின்

ஒருவர் துறவியாக மாறினால் விதிப்படி அவருக்கு வரவேண்டிய துன்பங்களெல்லாம் விலகிப்போய்விடும் என்றால், ஏழைகள் எல்லாரும் துறவிகளாகிவிடுவார்களே! (அனைத்தையும் துறந்தால்கூட, விதியின் விளைவுகளைத் துறக்கமுடியாது.)

379

நன்று ஆம்கால் நல்லவாக் காண்பவர் அன்று ஆம்கால்
அல்லல் படுவது எவன்

நல்லது நடக்கும்போது அதை மகிழ்ச்சியுடன் அனுபவிக்கிறோம். கெட்டது நடக்கும்போது ஏன் வருந்தித் துன்பப்படுகிறோம்? (நல்லவை, தீயவை இரண்டையும் இயல்பாகக் கருதி ஏற்றுக்கொள்ள வேண்டும்.)

380

ஊழின் பெரு வலி யா உள, மற்று ஒன்று
சூழினும் தான் முந்துறும்

சிலர் விதியை மாற்ற நினைக்கிறார்கள், பல்வேறு வழிகளைச் சிந்தித்துச் செயல்பட்டு விதியை வெல்ல முனைகிறார்கள். ஆனால், இத்தனைக்குப்பிறகும் விதிப்படிதான் எல்லாம் நடக்கிறது. அதனால், இந்த விதியைவிட வலிமை கொண்டது வேறு எது? (எதுவுமில்லை.)

பகுதி - 2
பொருட்பால்

இயல் - 5

அரசு இயல்

அதிகாரம் 39: இறைமாட்சி (அரசரின் சிறப்பு)

381

படை, குடி, கூழ், அமைச்சு, நட்பு, அரண் ஆறும்
உடையான் அரசருள் ஏறு

சிறந்த படை, சிறந்த குடிமக்கள், சிறந்த செல்வம், சிறந்த அமைச்சர்கள், சிறந்த நட்பு நாடுகள், சிறந்த பாதுகாப்பு (கோட்டை) ஆகியவற்றைக் கொண்ட அரசன் சிங்கத்தைப்போன்றவன்.

382

அஞ்சாமை, ஈகை, அறிவு, ஊக்கம் இந்நான்கும்
எஞ்சாமை வேந்தற்கு இயல்பு

அச்சமின்மை, பிறருக்குக் கொடுத்து உதவுதல், அறிவு, ஊக்கம் ஆகிய நான்கு பண்புகளும் அரசர்களிடம் எப்போதும் இயல்பாக நிறைந்திருக்கும்.

383

தூங்காமை, கல்வி, துணிவு உடைமை இம்மூன்றும்
நீங்கா நிலன் ஆள்பவர்க்கு

அரசர்களிடம் சுறுசுறுப்பு, கல்வி, வீரம் ஆகிய மூன்று பண்புகளும் எப்போதும் இருக்கும்.

384

அறன் இழுக்காது அல்லவை நீக்கி மறன் இழுக்கா
மானம் உடையது அரசு

அரசர்கள் எப்போதும் அறத்திலிருந்து விலகமாட்டார்கள், அறம் அல்லாதவற்றைச் செய்யமாட்டார்கள், வீரத்துடன் செயல்படுவார்கள். இவையெல்லாம்தான் அவர்களுக்குப் பெருமை.

385

இயற்றலும் ஈட்டலும் காத்தலும் காத்த
வகுத்தலும் வல்லது அரசு

நல்ல அரசாங்கம் பல வழிகளை உருவாக்கிப் பொருள் சேர்க்கும், அந்தப் பொருளைப் பாதுகாத்து வைத்து முறையாகச் செலவு செய்யும்.

386

காட்சிக்கு எளியன், கடும் சொல்லன் அல்லனேல்
மீக்கூறும் மன்னன் நிலம்

ஓர் அரசன் தன் நாட்டு மக்களை அடிக்கடி சந்திக்கவேண்டும், அவர்களிடம் கடுமையாகப் பேசாமல் அன்பாகப் பேசவேண்டும். அப்படிப்பட்ட அரசனை உலகம் மிகவும் பாராட்டும்.

387

இன் சொலால் ஈத்து அளிக்க வல்லாற்குத் தன் சொலால்
தான் கண்டனைத்து இவ் உலகு

ஓர் அரசன் இனிமையாகப் பேசுகிறான், மக்களுக்கு உதவுகிறான், அவர்களைப் பாதுகாக்கிறான் என்றால், உலகம் அவன் ஆணைப்படி நடக்கும்.

388

முறை செய்து காப்பாற்றும் மன்னவன் மக்கட்கு
இறை என்று வைக்கப்படும்

ஓர் அரசன் முறையாக ஆட்சி செய்து மக்களைக் காப்பாற்றுகிறான் என்றால், மக்கள் அவனைக் கடவுளைப்போல் மதிப்பார்கள்.

389

செவி கைப்பச் சொல் பொறுக்கும் பண்பு உடை வேந்தன்
கவிகைக்கீழ் தங்கும் உலகு

என்னதான் பெரிய அரசன் என்றாலும், அவனையும் சிலர் குறை சொல்லக்கூடும். கசப்பான அந்தச் சொற்களைக் கேட்டுச் சினம் கொள்ளாமல் பொறுமையுடன் இருப்பதுதான் அரசனுக்கு அழகு. அப்படிப்பட்ட பண்புள்ள அரசன் உலகத்தை ஆள்வான்.

390

கொடை, அளி, செங்கோல், குடி ஓம்பல் நான்கும்
உடையானாம் வேந்தர்க்கு ஒளி

ஓர் அரசன் ஏழைகளுக்குக் கொடுத்து உதவவேண்டும், இரக்கத்துடன் நடந்துகொள்ளவேண்டும், முறை தவறாமல் ஆட்சி செய்யவேண்டும், மக்களைப் பாதுகாக்கவேண்டும். அப்படிப்பட்ட அரசன் மற்ற அரசர்களுக்கெல்லாம் விளக்காக இருந்து வழிகாட்டுவான்.

அதிகாரம் 40: கல்வி

391

கற்க கசடு அறக் கற்பவை. கற்றபின்
நிற்க அதற்குத் தக

கற்கவேண்டிய அனைத்தையும் குற்றமின்றிக் கற்றுக்கொள்ளுங்கள். அதன்பிறகு, கற்றதைப் பயன்படுத்தி நன்றாக வாழுங்கள்.

392

எண் என்ப, ஏனை எழுத்து என்ப, இவ் இரண்டும்
கண் என்ப வாழும் உயிர்க்கு

இந்த உலகத்தில் வாழும் அனைத்து உயிர்களுக்கும் எண்களும் எழுத்துகளும் கண்களைப்போன்றவை என்று பெரியோர்கள் சொல்வார்கள். (கல்வி கண் போன்றது.)

393

கண் உடையர் என்பவர் கற்றோர். முகத்து இரண்டு
புண் உடையர் கல்லாதவர்

படிப்புதான் நமக்குக் கண்ணைப்போல் செயல்பட்டு வழிகாட்டுகிறது. அதனால், கல்வி அறிவில்லாதவர்களுடைய முகத்தில் உள்ளவை கண்கள் இல்லை, வெறும் புண்கள்.

(குறிப்பு: இந்த அதிகாரத்திலும் அடுத்த அதிகாரத்திலும் உள்ள பல குறட்பாக்களில் 'கல்வி அறிவற்றவர்கள்', 'படிப்பறிவற்றவர்கள்', 'படிக்காதவர்கள்' போன்ற பயன்பாடுகளைக் காணலாம். இந்தப் பயன்பாடுகள் எழுதப் படிக்கத் தெரியாத கிராமத்து மனிதர்கள் போன்றோரை இழிவுபடுத்தும் வகையில் / தாழ்த்தும் வகையில் சொல்லப்படவில்லை. எதையும் கற்றுத் தெரிந்துகொள்ளவேண்டும் என்ற ஆர்வம் இல்லாமல் இருப்பது இழிவு என்பதை வலியுறுத்துவதுதான் இந்தக் குறள்களின் நோக்கம். அந்தக் கோணத்தில்மட்டும் இந்தக் குறள்களையும் விளக்கங்களையும் படிப்பது நல்லது.)

394

உவப்பத் தலைக்கூடி உள்ளப் பிரிதல்
அனைத்தே புலவர் தொழில்

கற்றவர்கள் நம்முடன் பழகும்போது நமக்கு மகிழ்ச்சியாக இருக்கும். அவர்கள் நம்மை விட்டுப் பிரிந்து செல்லும்போது நமக்கு மிகுந்த வருத்தம் உண்டாகும். அதுதான் கற்றவர்களுடைய இயல்பு.

395

உடையார் முன் இல்லார்போல் ஏக்கற்றும் கற்றார்.
கடையரே கல்லாதவர்

ஏழைகள் பணக்காரர்களிடம் சென்று உதவி கேட்கும்போது ஏக்கத்துடன் பணிந்து நிற்பார்கள். நாமும் அதுபோன்ற ஏக்கத்துடன் பல்வேறு நூல்களைத் தேடிச் சென்று படிக்கவேண்டும். அந்தக் கல்வி நமக்கு உயர்வைத் தரும்.

அவ்வாறு முயன்று படிக்காதவர்கள் இழிவானவர்கள்.

396

தொட்ட அனைத்து ஊறும் மணல் கேணி. மாந்தர்க்குக்
கற்ற அனைத்து ஊறும் அறிவு

மணலில் கிணறு தோண்டும்போது, நாம் எந்த அளவுக்குத் தோண்டுகிறோமோ, அந்த அளவுக்குத் தண்ணீர் ஊறும். அதுபோல, மனிதர்கள் எந்த அளவுக்குப் படிக்கிறார்களோ, அந்த அளவுக்கு அவர்களுக்குள் அறிவு ஊறும்.

397

யாதானும் நாடாமால் ஊராமால் என் ஒருவன்
சாந்துணையும் கல்லாத ஆறு

கற்றவர்களுக்குச் சென்ற இடமெல்லாம் சிறப்புதான். எந்த நாடும் அவர்களை வரவேற்கும், எந்த ஊரும் அவர்களை ஏற்றுக்கொள்ளும். அதனால், நாம் எப்போதும் படிப்பதை நிறுத்தக்கூடாது, உயிர் உள்ளவரை தொடர்ந்து கற்கவேண்டும்.

398

ஒருமைக்கண் தான் கற்ற கல்வி ஒருவற்கு
எழுமையும் ஏமாப்பு உடைத்து

நாம் இன்றைக்குப் படிக்கிற படிப்பு பின்னர் நெடுங்காலத்துக்கு நம்மைக் காப்பாற்றும்.

399

தாம் இன்புறுவது உலகு இன்புறக் கண்டு
காமுறுவர் கற்று அறிந்தார்

நாம் படிக்கிறோம். அதனால் இன்பம் பெறுகிறோம்.

நம்மைச் சுற்றியுள்ளவர்களும் படிக்கிறார்கள். அவர்களும் அதனால் இன்பம் பெறுகிறார்கள். அதைக் கண்டு நாம் மகிழ்கிறோம், இன்னும் நிறையப் படிக்கிறோம்.

400

கேடு இல் விழுச்செல்வம் கல்வி ஒருவற்கு,
மாடு அல்ல மற்றையவை

ஒருவரிடம் எப்போதும் இருக்கிற, எந்த நேரத்திலும் அவரை விட்டு நீங்காத, சிறந்த செல்வம் அவருடைய படிப்புதான். அதனுடன் ஒப்பிடும்போது மற்ற செல்வங்களெல்லாம் செல்வங்களே இல்லை.

அதிகாரம் 41: கல்லாமை (கற்காமல் இருப்பதன் இழிவு)

401

அரங்கு இன்றி வட்டு ஆடி அற்றே, நிரம்பிய
நூல் இன்றிக் கோட்டி கொளல்

விளையாட்டுப் பலகை இல்லாமல் வெறும் பகடையைமட்டும் உருட்டினால் ஏதாவது பயன் உண்டா? (இல்லை.)

அதுபோல, அறிவு நிறைந்த நூல்களைப் படிக்காமல் மேடையேறிப் பேசினால் ஏதாவது பயன் உண்டா? (இல்லை.)

402

கல்லாதான் சொல் காமுறுதல், முலை இரண்டும்
இல்லாதாள் பெண் காமுற்று அற்று

பெண்மைக்கான இலக்கணங்கள் இல்லாத ஒருவர் பெண்ணாகமுடியுமா? (முடியாது.)

கல்வி அறிவற்ற ஒருவர் மேடையேறிப் பேச விரும்புவதும் அப்படிதான். (கற்றவர்களுக்குத்தான் மேடையேறிப் பேசும் தகுதி உண்டு.)

403

கல்லாதவரும் நனி நல்லர், கற்றார்முன்
சொல்லாது இருக்கப்பெறின்

படித்தவர்களுக்கு முன்னால் வாயைத் திறக்காமல் இருந்துவிடுவதுதான் படிக்காதவர்களுக்கு நல்லது.

404

கல்லாதான் ஒட்பம் கழிய நன்று ஆயினும்
கொள்ளார் அறிவு உடையார்

படிக்காதவர்கள்கூடச் சில நேரங்களில் மிகுந்த அறிவோடு செயல்படக்கூடும். ஆனால், அறிஞர்கள் அதைச் சிறந்த அறிவாக ஏற்றுக்கொள்ளமாட்டார்கள். (கல்வியின்மூலம் பெறுவதுதான் உண்மையான அறிவு.)

405

கல்லா ஒருவன் தகைமை தலைப்பெய்து
சொல்லாடச் சோர்வு படும்

படிக்காத ஒருவன் தன்னைப் பெரிய ஆள் என்று எண்ணிக்கொள்ளலாம். ஆனால், நன்கு படித்த அறிஞர்களைச் சந்தித்துப் பேசினால் அந்த எண்ணம் மறைந்துவிடும்.

406

உளர் என்னும் மாத்திரையர் அல்லால் பயவாக்
களர் அனையர் கல்லாதவர்

ஊருக்குள் சில வீணான நிலங்கள் உள்ளன. அவற்றில் எதுவும் விளையாது. அவற்றால் யாருக்கும் எந்தப் பயனும் இல்லை.

கல்வி அறிவற்றவர்களும் அப்படிதான். அவர்களும் ஊருக்குள் இருக்கிறார்கள். ஆனால், அவர்களால் யாருக்கும் எந்தப் பயனும் இல்லை.

407

நுண் மாண் நுழை புலம் இல்லான் எழில் நலம்
மண் மாண் புனை பாவை அற்று

நுட்பமான, சிறந்த நூல்களைப் படித்து, ஆராய்ந்து, அறியாத ஒருவன் அழகாக இருந்து என்ன பயன்? அழகாகச் செய்யப்பட்ட மண் பொம்மையும் அவனும் ஒன்றுதான்.

408

நல்லார்கண் பட்ட வறுமையின் இன்னாதே
கல்லார்கண் பட்ட திரு

நல்லவர்கள் வறுமையில் வாடுவது துன்பம்தான். ஆனால், அதைவிடப் பெரிய துன்பம், கல்வி அறிவற்றவர்களிடம் செல்வம் குவிவது.

409

மேல் பிறந்தார் ஆயினும் கல்லாதார் கீழ்ப்பிறந்தும்
கற்றார் அனைத்து இலர் பாடு

ஒருவர் உயர்ந்த குடும்பத்தில் பிறந்தாரா, தாழ்ந்த குடும்பத்தில் பிறந்தாரா என்பதையெல்லாம் விடுங்கள். படித்திருந்தால் அவர் உயர்ந்தவர், படிக்காவிட்டால் அவர் தாழ்ந்தவர், அவ்வளவுதான். (ஒருவருடைய சிறப்பு அவருடைய பிறப்பால் தீர்மானிக்கப்படுவதில்லை, அவருடைய கல்வியால்தான் தீர்மானிக்கப்படுகிறது.)

410

விலங்கொடு மக்கள் அனையர், இலங்கு நூல்
கற்றாரோடு ஏனையவர்

சிறந்த நூல்களைப் படித்தவர்கள் மனிதர்களைப்போல, படிக்காதவர்கள் விலங்குகளைப்போல.

அதிகாரம் 42: கேள்வி (கேட்டு அறிதல்)

411

செல்வத்துள் செல்வம் செவிச் செல்வம். அச் செல்வம்
செல்வத்துள் எல்லாம் தலை

இவ்வுலகில் மிகச் சிறந்த, உண்மையான செல்வம், அறிஞர்கள் சொல்வதைக் கேட்டு அறிகிற செவிச் செல்வம்தான்.

412

செவிக்கு உணவு இல்லாதபோழ்து சிறிது
வயிற்றுக்கும் ஈயப்படும்

முதலில் காதுக்கு உணவு, அதன்பிறகுதான் வயிற்றுக்கு. (உடலை வளர்ப்பதைவிட அறிவை வளர்ப்பதை முதன்மையாகக் கருதுவோம்.)

413

செவி உணவின் கேள்வி உடையார் அவி உணவின்
ஆன்றாரோடு ஒப்பர் நிலத்து

இந்த உலகத்தில் யாரெல்லாம் அறிஞர்கள் சொல்கிறவற்றைக் கேட்டு அறிகிற கேள்வி அறிவைப் பெற்றிருக்கிறார்களோ, அவர்களெல்லாம் வானுலகத் தேவர்களுக்கு இணையானவர்கள்.

414

கற்றிலன் ஆயினும் கேட்க. அஃது ஒருவற்கு
ஒற்கத்தின் ஊற்று ஆம் துணை

நீங்கள் படிக்காவிட்டாலும் பரவாயில்லை, நல்ல அறிஞர்கள் சொல்கிறவற்றைக் கேட்டுப் புரிந்துகொள்ளுங்கள். பின்னர், உங்கள் மனம் தளர்கிற நேரங்களில் இந்தக் கேள்வி அறிவு உங்களுக்குக் கை கொடுத்து உதவும்.

415

இழுக்கல் உடை உழி ஊற்றுக்கோல் அற்றே,
ஒழுக்கம் உடையார் வாய்ச் சொல்

வழுக்குகின்ற சேற்று நிலத்தில் நடப்பவருக்கு ஊன்றுகோல் தேவை. அதுபோல, கடினமான சூழ்நிலைகளைச் சமாளிப்பதற்கு, ஒழுக்கமுள்ள பெரியோர்களுடைய அறிவுரைகள் தேவை.

416

எனைத்தானும் நல்லவை கேட்க, அனைத்தானும்
ஆன்ற பெருமை தரும்

நல்ல விஷயங்களை எந்த அளவுக்குக் கேட்கிறோமோ, அந்த அளவுக்கு நல்லது. அதனால், எப்போதும் நல்ல விஷயங்களைக் கேட்டுக்கொண்டிருங்கள். அவை உங்களுக்குச் சிறந்த பெருமையைத் தரும்.

417

பிழைத்து உணர்ந்தும் பேதைமை சொல்லார், இழைத்து உணர்ந்து
ஈண்டிய கேள்வி யவர்

பல கருத்துகளை நுட்பமாகச் சிந்தித்து, ஆராய்ந்தவர்கள், நிறைவான கேள்வி அறிவைக் கொண்டவர்கள்கூடச் சில நேரங்களில் சில விஷயங்களைத் தவறாகப் புரிந்துகொண்டுவிடக்கூடும். ஆனால் அப்போதும் அவர்கள் அறிவற்றமுறையில் எதையும் பேசமாட்டார்கள். (கேள்வி அறிவு நம்மைப் பக்குவமாக்கும், எதையும் பொறுமையாகச் சிந்தித்துப் பேசவைக்கும்.)

418

கேட்பினும் கேளாத் தகையவே, கேள்வியால்
தோட்கப்படாத செவி

அறிஞர்களுடைய சொற்களைக் கேட்காத காதுகள் காதுகளே இல்லை!

419

நுணங்கிய கேள்வியர் அல்லார் வணங்கிய
வாயினர் ஆதல் அரிது

பல கருத்துகளை நுட்பமாகச் சிந்தித்து, ஆராய்ந்தவர்கள், கேள்வி அறிவைக் கொண்டவர்கள் எல்லாரிடமும் செருக்கின்றிப் பணிவாகப் பேசுவார்கள். மற்றவர்கள் அவ்வாறு பணிவாகப் பேசுவதில்லை. (கேள்வி அறிவு நம்மைப் பக்குவமாக்கும், பணிவைக் கற்றுத்தரும்.)

420

செவியின் சுவை உணரா வாய் உணர்வின் மாக்கள்
அவியினும் வாழினும் என்

அறிஞர்கள் சொல்கிறவற்றை கேட்டு அறிந்துகொள்ளாமல் எப்போதும் சாப்பாட்டைப்பற்றியே சிந்தித்துக்கொண்டிருக்கிறவர்களுடைய வாழ்க்கை வீணானது.

அதிகாரம் 43: அறிவுடைமை

421

அறிவு அற்றம் காக்கும் கருவி, செறுவார்க்கும்
உள் அழிக்கல் ஆகா அரண்

அறிவு என்பது, நமக்கு அழிவு வராமல் காக்கின்ற கருவி, பகைவர்களால் மோதி அழிக்க இயலாத உறுதியான கோட்டை.

422

சென்ற இடத்தால் செல விடா, தீது ஒரீஇ,
நன்றின்பால் உய்ப்பது அறிவு

மனித மனம் எங்கெங்கோ திரியும். அறிவுதான் அதைக் கெட்ட வழியிலிருந்து விலக்கி நல்ல வழியில் செலுத்தும்.

423

எப் பொருள் யார் யார் வாய்க் கேட்பினும் அப் பொருள்
மெய்ப்பொருள் காண்பது அறிவு

மற்றவர்கள் சொல்வதையெல்லாம் அப்படியே நம்பிவிடக்கூடாது. யார் எதைச் சொன்னாலும் அதை முறைப்படி ஆராய்ந்து உண்மையை அறியவேண்டும். அதுதான் அறிவு.

424

எண் பொருள ஆகச் செலச் சொல்லித் தான் பிறர் வாய்
நுண்பொருள் காண்பது அறிவு

நாம் எதைச் சொன்னாலும் பிறருக்குப் புரியும்படி எளிமையாக விளக்கிச் சொல்லவேண்டும், அதை அவர்கள் மனத்தில் பதியவைக்கவேண்டும்.

மற்றவர்கள் எதைச் சொன்னாலும் நாம் அதைக் கூர்ந்து கவனிக்கவேண்டும், அதிலுள்ள நுட்பமான பொருளைப் புரிந்துகொள்ளவேண்டும்.

இந்த இரண்டும்தான் அறிவு!

425

உலகம் தழீஇயது ஒட்பம். மலர்தலும்
கூம்பலும் இல்லது அறிவு

உலகத்தில் உள்ள உயர்ந்தவர்களையெல்லாம் நம் நண்பர்களாக்கிக் கொள்ளவேண்டும். அந்த நட்பு தொடக்கத்தில் மகிழ்ச்சியாகவும் பின்னர் சோர்வாகவும் இல்லாமல் எப்போதும் ஒரேமாதிரியாக இருக்கும்படி பார்த்துக்கொள்ளவேண்டும். இவை இரண்டும் நல்ல அறிவின் அடையாளங்கள்.

426

எவ்வது உறைவது உலகம், உலகத்தோடு
அவ்வது உறைவது அறிவு

உலகம் எப்படி நடக்கிறது என்பதைக் கவனித்து, நாமும் அதேபோல் நடக்கக் கற்றுக்கொள்ளவேண்டும். அதுதான் அறிவு.

427

அறிவு உடையார் ஆவது அறிவார். அறிவு இலார்
அஃது அறிகல்லாதவர்

அறிவுள்ளவர்கள் பின்னர் நடக்கப்போவதை முன்கூட்டியே அறிவார்கள். அறிவற்றவர்களுக்கு அந்தத் திறமை கிடையாது. (எதிர்காலத்தைக் கணிப்பதற்கு அறிவு உதவும்.)

428

அஞ்சுவது அஞ்சாமை பேதைமை. அஞ்சுவது
அஞ்சல் அறிவார் தொழில்

நான் எதற்கும் அஞ்சமாட்டேன் என்று சொல்வது முட்டாள்தனம். அஞ்சவேண்டிய விஷயங்களுக்கு அஞ்சத்தான் வேண்டும். இது அறிவுள்ளவர்களுக்குத் தெரியும்.

429

எதிரதாக் காக்கும் அறிவினார்க்கு இல்லை
அதிர வருவது ஓர் நோய்

அறிவுள்ளவர்கள் பின்னர் நடக்கப்போவதை முன்கூட்டியே அறிவார்கள், அதன்மூலம் தங்களுக்கு எந்தத் தொல்லையும் வராதபடி தங்களைக் காப்பாற்றிக்கொள்வார்கள். அதனால், அவர்களுக்குப் பெரிய துன்பம் எதுவும் வருவதில்லை.

430

அறிவு உடையார் எல்லாம் உடையார். அறிவு இலார்
என் உடையரேனும் இலர்

ஒருவரிடம் அறிவுமட்டும் இருந்துவிட்டால் போதும், அவரிடம் எல்லாச் செல்வங்களும் இருப்பதாகப் பொருள்.

அறிவற்றவர்களிடம் எத்தனைச் செல்வங்கள் இருந்தால் என்ன? அவர்கள் ஒன்றுமில்லாதவர்கள்தான்!

அதிகாரம் 44: குற்றம் கடிதல் (குற்றங்களைத் தடுத்தல்)

431

செருக்கும் சினமும் சிறுமையும் இல்லார்
பெருக்கம் பெருமித நீர்த்து

செருக்கு, சினம், சிறுமைப் பண்பு ஆகிய மூன்றும் இல்லாதவர்கள் நன்கு முன்னேறுவார்கள்.

432

இவறலும் மாண்பு இறந்த மானமும் மாணா
உவகையும் ஏதம் இறைக்கு

ஆட்சியாளர்கள் செய்யக்கூடாத மூன்று குற்றங்கள்:

1. *நாட்டின் நன்மைக்கெனச் செலவு செய்யவேண்டிய இடத்தில் செலவு செய்யாமல் இருப்பது, அதில் கஞ்சத்தனம் காட்டுவது*
2. *வீண் பெருமைக்கெனச் சில செயல்களில் ஈடுபடுவது*
3. *பெருமை இல்லாத மகிழ்ச்சி ஆட்டங்களில் ஈடுபடுவது*

433

தினைத் துணை ஆம் குற்றம் வரினும் பனைத் துணையாக்
கொள்வர் பழி நாணுவார்

யாராவது தன்னைப் பழித்துப் பேசிவிடுவார்களோ என்று கவலை கொள்கிறவன் எந்தக் குற்றமும் செய்யமாட்டான், தினையளவு சிறிய குற்றத்தைக்கூடப் பனையளவு பெரிய குற்றமாகத்தான் நினைப்பான். ('இது ஒரு சிறிய குற்றம்தானே' என்று எதையும் அலட்சியமாக எண்ணிவிடக்கூடாது.)

434

குற்றமே காக்க பொருள் ஆக. குற்றமே
அற்றம் தரூஉம் பகை

எந்தக் குற்றமும் செய்யாதீர்கள், குற்றம் செய்யாமல் வாழ்வதுதான் நம் நோக்கம் என்று எண்ணி வாழுங்கள். ஏனெனில், குற்றம்தான் ஒருவனுக்கு அழிவைக் கொண்டுவருகிற பெரிய பகை. (குற்றம் செய்கிறவனுக்கு வெளிப் பகை தேவையில்லை. அவன் தன்னைத் தானே அழித்துக்கொண்டுவிடுவான்.)

435

வரும் முன்னர்க் காவாதான் வாழ்க்கை எரி முன்னர்
வைத்தூறு போலக் கெடும்

ஒரு குற்றம் நடப்பதற்குமுன்பாகவே நாம் அதை அறிந்துகொள்ளவேண்டும், அதிலிருந்து நம்மைக் காப்பாற்றிக் கொள்ளவேண்டும். அப்படிச் செய்யாதவனுடைய வாழ்க்கை, நெருப்புக்கு முன்னால் வைத்த வைக்கோல் குவியலைப்போல் அழிந்துபோகும்.

436

தன் குற்றம் நீக்கிப் பிறர் குற்றம் காண்கிற்பின்
என் குற்றம் ஆகும் இறைக்கு

ஒரு நல்ல தலைவன் முதலில் தன்னிடம் உள்ள குற்றங்களைத் தெரிந்துகொள்வான், தன்னைத் திருத்திக்கொள்வான், அதன் பிறகுதான் மற்றவர்களிடம் உள்ள குற்றங்களைப்பற்றிச் சிந்திப்பான்.

437

செயல் பால செய்யாது இவறியான் செல்வம்
உயல் பாலது அன்றிக் கெடும்

செய்யவேண்டிய செலவுகளைச் செய்யத்தான் வேண்டும். அவ்வாறு செய்யாமல் பணத்தைப் பொத்திப் பொத்தி வைப்பவனுடைய செல்வம் விரைவில் அழிந்துவிடும்.

438

பற்று உள்ளம் என்னும் இவறன்மை எற்று உள்ளும்
எண்ணப்படுவது ஒன்று அன்று

செய்யவேண்டிய செலவுகளைச் செய்யத்தான் வேண்டும். அவ்வாறு செய்யாமல் பணத்தைப் பொத்திப் பொத்தி வைப்பது பெரிய தவறு.

439

வியவற்க எஞ்ஞான்றும் தன்னை, நயவற்க
நன்றி பயவா வினை

நீங்கள் எவ்வளவு உயரத்துக்குச் சென்றாலும் சரி, உங்களை நீங்களே புகழ்ந்துகொள்ளாதீர்கள், நன்மை தராத செயல்களை விரும்பாதீர்கள்.

440

காதல காதல் அறியாமை உய்க்கிற்பின்
ஏதில ஏதிலார் நூல்

தலைவர்கள் தங்களுக்கு மிகவும் பிடித்த பொருட்கள் எவை எவை என்று பிறருக்குத் தெரியாதபடி பார்த்துக்கொள்ளவேண்டும். அப்படிச் செய்தால், பகைவர்களால் வஞ்சகத்தின்மூலம் அவர்களை வெல்லமுடியாது. (நம்முடைய விருப்பங்கள் பகைவர்களுக்குத் தெரிந்துவிட்டால், அதைப் பயன்படுத்தி நம்மை அழிக்க முயல்வார்கள்.)

அதிகாரம் 45: பெரியோரைத் துணைக்கோடல்
[பெரியோரைத் துணையாகக் கொள்ளுதல்]

441

அறன் அறிந்து, மூத்த அறிவு உடையார் கேண்மை,
திறன் அறிந்து, தேர்ந்து கொளல்

நாம் அறத்தை அறிந்தவர்கள், பெரியவர்கள், அறிவாளிகளை நம் நண்பர்களாக்கிக்கொள்ளவேண்டும், அவர்களுடன் எப்படிப் பழகுவது என்பதை அறிந்து, முறையாகப் பழகவேண்டும்.

442

உற்ற நோய் நீக்கி, உறாஅமை முன் காக்கும்
பெற்றியார்ப் பேணிக் கொளல்

பெரியோர்கள் தங்களுக்கு வருகிற துன்பங்களை முனைந்து நீக்குவார்கள், வருங்காலத்தில் வேறு எந்தத் துன்பமும் வராதபடி தங்களைக் காப்பாற்றிக்கொள்வார்கள். அப்படிப்பட்ட பெரியோர்களை நாம் விரும்பி நண்பர்களாக்கிக்கொள்ளவேண்டும்.

443

அரியவற்றுள் எல்லாம் அரிதே, பெரியாரைப்
பேணித் தமராக் கொளல்

அரிய செயல்களிலெல்லாம் அரிய செயல், பெரியவர்களை விரும்பி நம் நண்பர்களாக ஆக்கிக்கொள்வதுதான்.

444

தம்மின் பெரியார் தமரா ஒழுகுதல்
வன்மையுள் எல்லாம் தலை

வலிமைகள் அனைத்தையும்விட மிகச் சிறந்த வலிமை, நம்மைவிடப் பெரியவர்களுடன் பழகி அவர்களை நம் நண்பர்களாக ஆக்கிக்கொள்வதுதான்.

445

சூழ்வார் கண்ணாக ஒழுகலான் மன்னவன்
சூழ்வாரைச் சூழ்ந்து கொளல்

ஒரு தலைவனுடைய கண்கள், அவனைச் சூழ்ந்திருக்கிற பெரியவர்கள்தான். அவர்கள்தான் என்ன நடக்கிறது என்பதை அவனுக்கு உணர்த்துவார்கள்.

அதனால், நாம் பெரியவர்களை ஆராய்ந்து நம்முடைய நண்பர்களாக்கிக்கொள்ளவேண்டும்.

446

தக்கார் இனத்தனாய்த் தான் ஒழுக வல்லானைச்
செற்றார் செயக் கிடந்தது இல்

ஒருவன் தகுதியுள்ள பெரியவர்களை மதித்து, அவர்களைத் தன்னுடைய நண்பர்களாக ஆக்கிக்கொள்கிறான் என்றால், அவனுடைய பகைவர்களால் அவனை எதுவும் செய்யமுடியாது.

447

இடிக்கும் துணையாரை ஆள்வாரை யாரே
கெடுக்கும் தகைமையவர்

நம்முடைய தவறுகளைச் சுட்டிக்காட்டிக் கண்டிக்கக்கூடிய பெரியவர்களை நமக்கு நண்பர்களாக்கிக்கொள்ளவேண்டும். அதன்பிறகு, நம்மை யாராலும் வெல்லமுடியாது.

448

இடிப்பாரை இல்லாத ஏமரா மன்னன்
கெடுப்பார் இலானும் கெடும்

ஒரு தலைவன் ஏதாவது தவறு செய்தால், அருகில் இருக்கும் பெரியவர்கள் அதைச் சுட்டிக்காட்டிக் கண்டிக்கவேண்டும். அப்படிப்பட்ட பெரியவர்களை நண்பர்களாக்கிக்கொள்ளாத ஒரு தலைவனுக்கு எதிரிகளே தேவையில்லை. அவன் தானே அழிந்துபோவான்.

449

முதல் இலார்க்கு ஊதியம் இல்லை. மதலை ஆம்
சார்பு இலார்க்கு இல்லை நிலை

முதலீடு செய்யாதவர்களுக்கு இலாபம் இல்லை. அதுபோல, தங்களைத் தாங்கிப் பிடித்துக் காப்பாற்றக்கூடிய பெரியவர்களை நண்பர்களாக்கிக்கொள்ளாதவர்களுக்கு உறுதியான நிலை இல்லை. (பெரியவர்களை நண்பர்களாக்கிக்கொள்ளாதவர்கள் நிலையின்றித் தடுமாறுவார்கள்.)

450

பல்லார் பகை கொளலின் பத்து அடுத்த தீமைத்தே,
நல்லார் தொடர் கை விடல்

பல எதிரிகளைக் கொண்டவன்கூட எப்படியோ தப்பிப் பிழைத்துவிடுவான். ஆனால், நல்லவர்கள், பெரியவர்களுடைய நட்பை முறித்துக்கொள்கிறவன் கண்டிப்பாகத் தோல்வியடைவான்.

அதிகாரம் 46: சிற்றினம் சேராமை

(சிறியோருடன் சேராமல் இருத்தல்)

451

சிற்றினம் அஞ்சும் பெருமை, சிறுமைதான்
சுற்றமாச் சூழ்ந்துவிடும்

பெரியவர்கள் சிறியவர்களைக் கண்டால் அஞ்சுவார்கள், விலகி நிற்பார்கள்.

சிறியவர்கள் மற்ற சிறியவர்களைக் கண்டால் மகிழ்ச்சியோடு கலந்து பழகுவார்கள்.

(குறிப்பு: இந்தக் குறள்களில் வரும் 'பெரியவர்கள்' என்ற சொல்லைச் சிறந்த பண்பு கொண்டவர்கள் என்று புரிந்துகொள்ளவேண்டும். அதேபோல், 'சிறியவர்கள்' என்ற சொல்லை மோசமான / சிறுமையான பண்பு கொண்டவர்கள் என்று புரிந்துகொள்ளவேண்டும்.)

452

நிலத்து இயல்பால் நீர் திரிந்து அற்று ஆகும். மாந்தர்க்கு
இனத்து இயல்பு அது ஆகும் அறிவு

நீர் எந்த மண்ணில் விழுகிறதோ, அந்த மண்ணின் தன்மையைப் பெறும். அதுபோல, மனிதர்கள் எந்தக் கூட்டத்தோடு சேர்கிறார்களோ அந்தக் கூட்டத்தின் தன்மையைப் பெறுவார்கள். (பெரியவர்களுடன் சேர்ந்தால் பெரியவர்களாகலாம், சிறியவர்களுடன் சேர்ந்தால் சிறியவர்களாகலாம்.)

453

மனத்தான் ஆம் மாந்தர்க்கு உணர்ச்சி, இனத்தான் ஆம்
இன்னான் எனப்படும் சொல்

மனிதர்களுடைய மனத்தைப் பொறுத்து அவர்களுடைய உணர்ச்சி உண்டாகிறது. அதுபோல, அவர்கள் யாரோடு சேர்கிறார்கள் என்பதைப் பொறுத்து அவர்களுக்கு நல்ல பெயரோ கெட்ட பெயரோ உண்டாகிறது. (சிறியவர்களோடு நேர்ந்தால் நல்ல பெயர் கிடைக்காது.)

454

மனத்து உளது போலக் காட்டி ஒருவற்கு
இனத்து உளது ஆகும் அறிவு

ஒருவனுடைய மனத்தைப் பொறுத்து அவனுடைய அறிவு அமையும் என்று நமக்குத் தோன்றலாம். ஆனால், அது உண்மை இல்லை. அவன் யாருடன் சேர்கிறான் என்பதைப் பொறுத்துதான் அவனுடைய அறிவு அமையும்.

455

மனம் தூய்மை, செய் வினை தூய்மை இரண்டும்
இனம் தூய்மை தூவா வரும்

நம்முடைய மனம் எவ்வளவு தூய்மையாக இருக்கிறது, நாம் செய்யும் வேலைகள் எவ்வளவு தூய்மையாக அமைகின்றன என்பதெல்லாம் நாம் யாருடன் சேர்கிறோம் என்பதைப் பொறுத்துதான் அமையும்.

456

மனம் தூயார்க்கு எச்சம் நன்று ஆகும். இனம் தூயார்க்கு
இல்லை நன்று ஆகா வினை

தூய மனம் கொண்டவர்கள் நன்றாக வாழ்வார்கள். தூயவர்களுடன் சேர்கிறவர்களுக்கு எல்லாச் செயல்களும் நன்மையாக அமையும்.

457

மன நலம் மன் உயிர்க்கு ஆக்கம். இன நலம்
எல்லாப் புகழும் தரும்

மனத்தைத் தூய்மையாக வைத்துக்கொண்டால், எல்லா நன்மைகளும் கிடைக்கும். நல்லவர்களுடன் சேர்ந்து பழகினால், எல்லாப் புகழும் கிடைக்கும்.

458

மன நலம் நன்கு உடையர் ஆயினும் சான்றோர்க்கு
இன நலம் ஏமாப்பு உடைத்து

சிறந்த மனிதர்கள் தங்களுடைய மனத்தைத் தூய்மையாக வைத்துக்கொள்ளவேண்டும். ஆனால், அதுமட்டும் போதாது. அவர்கள் கெட்டவர்களை ஒதுக்கிவிட்டு, நல்லவர்களுடன் சேர்ந்து பழகவேண்டும். அதுதான் அவர்களுக்குப் பாதுகாப்பு.

459

மன நலத்தின் ஆகும் மறுமை. மற்று அஃதும்
இன நலத்தின் ஏமாப்பு உடைத்து

மனத்தைத் தூய்மையாக வைத்துக்கொள்ளுங்கள். அது உங்களுடைய இந்தப் பிறப்பைமட்டுமில்லை, அடுத்த பிறப்பையும் நன்றாக ஆக்கும்.

அத்துடன், நல்லவர்களுடன் கலந்து பழகுங்கள். அது உங்களுக்கு இன்னும் பாதுகாப்பாக அமையும்.

460

நல் இனத்தின் ஊங்கும் துணை இல்லை. தீ இனத்தின்
அல்லல் படுப்பதூஉம் இல்

நல்லவர்களோடு சேர்வதைவிடச் சிறந்த துணை ஏதுமில்லை. கெட்டவர்களோடு சேர்வதைவிடப் பெரிய தொல்லை ஏதுமில்லை.

அதிகாரம் 47: தெரிந்து செயல்வகை (ஆராய்ந்து செயல்படுதல்)

461

அழிவதூஉம் ஆவதூஉம் ஆகி, வழி பயக்கும்
ஊதியமும் சூழ்ந்து செயல்

ஒரு செயலைச் செய்வதற்குமுன்னால், இதைச் செய்தால் நமக்கு என்னென்ன நன்மைகள் வரும், என்னென்ன தீமைகள் வரும், இதன்மூலம் நமக்கு என்ன பலன் கிடைக்கும் என்றெல்லாம் ஆராய்ந்து செயல்படவேண்டும்.

462

தெரிந்த இனத்தொடு தேர்ந்து எண்ணிச் செய்வார்க்கு
அரும் பொருள் யாது ஒன்றும் இல்லை

மக்களை ஆராய்ந்து பார்த்துச் சரியான நபர்களுடன் சேரவேண்டும். அதன்பிறகு, செயல்களை ஆராய்ந்து பார்த்துச் சரியான செயல்களைச் செய்யவேண்டும். இந்த இரண்டையும் செய்கிறவர்கள் எதிலும் வெற்றி பெறுவார்கள்.

463

ஆக்கம் கருதி முதல் இழக்கும் செய் வினை
ஊக்கார் அறிவு உடையார்

அறிவுள்ளவர்கள் பின்னால் வரக்கூடிய பலனுக்கு ஆசைப்பட்டு இப்போது கையில் உள்ள செல்வத்தை இழக்கமாட்டார்கள்.

464

தெளிவு இல் அதனைத் தொடங்கார், இளிவு என்னும்
ஏதப்பாடு அஞ்சுபவர்

மற்றவர்கள் இழிவாகப் பேசும்படி ஏதாவது குற்றம் செய்துவிடுவோமோ என்று அஞ்சுகிறவர்கள் தங்களுக்குத் தெளிவாகப் புரியாத வேலைகளில் ஈடுபடமாட்டார்கள்.

465

வகை அறச் சூழாது எழுதல் பகைவரைப்
பாத்திப் படுப்பது ஓர் ஆறு

நன்கு சிந்திக்காமல் செயல்படுகிறவன் தன்னுடைய எதிரிகளை நீரூற்றி வளர்க்கிறான்.

466

செய்தக்க அல்ல செயக் கெடும். செய்தக்க
செய்யாமையானும் கெடும்

செய்யக்கூடாதவற்றைச் செய்வதும் தவறு, செய்யவேண்டியவற்றைச் செய்யாமல் இருப்பதும் தவறு.

467

எண்ணித் துணிக கருமம். துணிந்தபின்
எண்ணுவம் என்பது இழுக்கு

எப்போதும் நன்றாகச் சிந்தித்துச் செயல்படுங்கள். ஒரு வேலையைத் தொடங்கிவிட்டுப் பின்னர் சிந்தித்துக்கொள்ளலாம் என்று நினைப்பது தவறு.

468

ஆற்றின் வருந்தா வருத்தம் பலர் நின்று
போற்றினும் பொத்துப்படும்

ஒரு செயலைச் சரியான முறையில் செய்தால்தான் வெற்றி கிடைக்கும். இல்லாவிட்டால், ஆயிரம் பேர் நமக்கு உதவினாலும் சரி, அந்தச் செயல் தோற்றுப்போகும். (தவறான வழியில் நடந்தால் எப்போதும் வெற்றி கிடைக்காது.)

469

நன்று ஆற்றல் உள்ளும் தவறு உண்டு, அவர் அவர்
பண்பு அறிந்து ஆற்றாக்கடை

எந்தச் செயலையும் செய்வதற்குமுன்னால், மக்களின் தன்மையை அறிந்து அதற்கேற்பச் செயல்படவேண்டும். இல்லாவிட்டால், நல்லதைச் செய்தாலும் தவறாகிவிடும்.

470

எள்ளாத எண்ணிச் செயல் வேண்டும், தம்மொடு
கொள்ளாத கொள்ளாது உலகு

உலகம் தனக்குப் பொருந்தாத செயல்களை ஏற்றுக்கொள்ளாது. அதனால், உலகம் நம்மைக் கேலி செய்யாதபடியான செயல்களைத்தான் செய்யவேண்டும், அவற்றையும் நன்கு ஆராய்ந்து செய்யவேண்டும்.

அதிகாரம் 48: வலி அறிதல் (வலிமையை அறிதல்)

471

வினை வலியும் தன் வலியும் மாற்றான் வலியும்
துணை வலியும் தூக்கிச் செயல்

ஒரு செயலைச் செய்வதற்குமுன்னால், அந்தச் செயலின் தன்மையைப் புரிந்துகொள்ளவேண்டும், அதைச் செய்கிற திறமை நமக்கு உண்டா என்று சிந்திக்கவேண்டும், நம்மை எதிர்த்து நிற்கிறவனுடைய திறமை என்ன என்று சிந்திக்கவேண்டும், நமக்குத் துணையாக நிற்கிற நண்பர்களுடைய வலிமை என்ன என்று சிந்திக்கவேண்டும். இவை அனைத்தையும் நன்றாக ஆராய்ந்தபிறகுதான் அந்தச் செயலைச் செய்யவேண்டும்.

472

ஒல்வது, அறிவது அறிந்து, அதன்கண் தங்கிச்
செல்வார்க்குச் செல்லாதது இல்

நாம் செய்யக்கூடிய செயல்கள் எவை எவை என்று நமக்குத் தெரிந்திருக்கவேண்டும், அந்தச் செயல்களைச் செய்வதற்கு நாம் எதையெல்லாம் கற்றுக்கொள்ளவேண்டும் என்று நமக்குப் புரியவேண்டும், அதன்பிறகு, அந்தச் செயலில் முழு மூச்சுடன் ஈடுபடவேண்டும். இவ்வாறு ஆராய்ந்து செயல்படுகிறவர்கள் எதையும் சாதிப்பார்கள்.

473

உடைத் தம் வலி அறியார் ஊக்கத்தின் ஊக்கி
இடைக்கண் முரிந்தார் பலர்

பலருக்குத் தங்களுடைய வலிமை என்ன, தங்களால் செய்யக்கூடிய செயல்கள் எவை என்றெல்லாம் தெளிவாகத் தெரிவதில்லை, ஏதோ ஊக்கத்தில் ஒரு செயலைத் தொடங்கிவிடுகிறார்கள், அதன்பிறகு, பாதியில் திகைத்து நிற்கிறார்கள்.

474

அமைந்து ஆங்கு ஒழுகான், அளவு அறியான், தன்னை
வியந்தான் விரைந்து கெடும்

உலகத்தின் இயல்பை அறிந்து அதற்கேற்ப நடந்துகொள்ளாதவனும், தன்னுடைய வலிமை என்ன என்பதை அறியாதவனும், தன்னைத் தானே புகழ்ந்துகொண்டு திரிகிறவனும் விரைவில் கெட்டுப்போவார்கள்.

475

பீலி பெய் சாகாடும் அச்சு இறும், அப் பண்டம்
சால மிகுத்துப் பெயின்

மயில் இறகு மென்மையானதுதான். ஆனால் அதற்காக நம் வண்டியில் மேலும் மேலும் மயில் இறகை ஏற்றிக்கொண்டே போகலாமா? ஒரு கட்டத்தில் அந்த வண்டி முறிந்து விழுந்துவிடாதா? (வலிமை குறைந்த எதிரிகளை இழிவாக நினைக்கவேண்டாம். அவர்கள் ஒன்றாகச் சேர்ந்தால் உங்களுக்கு நெருக்கடியாகிவிடும்.)

476

நுனிக் கொம்பர் ஏறினார் அஃது இறந்து ஊக்கின்
உயிர்க்கு இறுதி ஆகிவிடும்

ஒருவர் மரத்தின் நுனிவரை ஏறலாம். அதற்குமேலும் ஏற முயன்றால் அவருக்கு ஆபத்துதான். (நம்முடைய வலிமையைப் புரிந்துகொண்டு அதற்குள் செயல்படவேண்டும், அதைத் தாண்டிச் செல்லக்கூடாது.)

477

ஆற்றின் அளவு அறிந்து ஈக. அது, பொருள்
போற்றி வழங்கும் நெறி

பிறருக்குக் கொடுத்து உதவுவது நல்லதுதான். ஆனால், அதைச் சரியான வழியில், சரியான அளவில் செய்யவேண்டும். அப்போதுதான் நம் செல்வம் பாதுகாக்கப்படும். அதைக் கொண்டு நாம் இன்னும் பலருக்கு உதவலாம்.

478

ஆகு ஆறு அளவு இட்டிது ஆயினும் கேடு இல்லை,
போகு ஆறு அகலாக்கடை

வரவு குறைவாக இருந்தாலும் பரவாயில்லை, செலவைக் கட்டுப்படுத்தினால் மகிழ்ச்சியாக வாழலாம்.

479

அளவு அறிந்து வாழாதான் வாழ்க்கை உள போல
இல் ஆகித் தோன்றாக் கெடும்

ஒருவன் தன்னுடைய வருமானத்தின் அளவை அறிந்து, அதற்குள் செலவு செய்து வாழவேண்டும். இல்லாவிட்டால், அவனுடைய வாழ்க்கை வெறும் மாயத்தோற்றம்தான்; அது விரைவில் அழிந்துவிடும்.

480

உள வரை தூக்காத ஒப்புரவு ஆண்மை
வள வரை வல்லைக் கெடும்

ஒருவன் தன்னுடைய செல்வத்தின் அளவை ஆராய்ந்து பார்த்து, அதன் அடிப்படையில் பிறருக்கு உதவவேண்டும். அப்படியில்லாமல் விருப்பப்படி எல்லாருக்கும் வாரி வழங்கினால், அவனிடம் உள்ள செல்வம் விரைவில் தேய்ந்துவிடும்.

அதிகாரம் 49: காலம் அறிதல் (நேரத்தின் சிறப்பை அறிதல்)

481

பகல் வெல்லும் கூகையைக் காக்கை. இகல் வெல்லும்
வேந்தர்க்கு வேண்டும் பொழுது

கோட்டான் என்பது காக்கையைவிட வலிமையான பறவை. ஆனால், பகல் நேரத்தில் இவை இரண்டும் மோதினால், காக்கை கோட்டானை வென்றுவிடும்.

அதுபோல, பகைவர்களை வெல்ல விரும்பும் அரசர்கள் ஏதோ ஒரு நேரத்தில் சென்று மோதக்கூடாது, தங்களுடைய வலிமை நன்கு வெளிப்படுகிற சரியான நேரத்தில்தான் போரைத் தொடங்கவேண்டும். அப்போது, அவர்கள் வெல்வது உறுதி.

482

பருவத்தோடு ஒட்ட ஒழுகல், திருவினைத்
தீராமை ஆர்க்கும் கயிறு

சரியான நேரத்தை அறிந்து அதற்கேற்பச் செயல்படவேண்டும். நம்முடைய செல்வம் நம்மை விட்டுச் செல்லாதபடி இறுகக் கட்டிப் பாதுகாக்கும் கயிறு அதுதான்.

483

அரு வினை என்ப உளவோ, கருவியான்
காலம் அறிந்து செயின்

சரியான நேரத்தில், சரியான கருவிகளைப் பயன்படுத்திச் செய்கிற வேலை கெட்டுப்போகுமா? (கெடாது.)

484

ஞாலம் கருதினும் கைகூடும், காலம்
கருதி இடத்தால் செயின்

சரியான நேரத்தில், சரியான இடத்தில் வேலை செய்கிறவன் நினைத்தால் இந்த உலகத்தையேகூட வென்றுவிடுவான்.

485

காலம் கருதி இருப்பர் கலங்காது
ஞாலம் கருதுபவர்

உலகத்தையே வெல்ல நினைக்கிறவர்கள் சிறு சறுக்கல்களை எண்ணிக் கலங்கமாட்டார்கள், சரியான நேரம் வரும் என்று பொறுமையாகக் காத்திருப்பார்கள்.

486

ஊக்கம் உடையான் ஒடுக்கம் பொரு தகர்
தாக்கற்குப் பேரும் தகைத்து

சண்டைக்கு வருகிற ஆட்டுக் கடா பின்வாங்கினால், அங்கிருந்து விரைவாகப் பாய்ந்து எதிரி ஆட்டைத் தாக்கப்போகிறது என்று பொருள்.

அதுபோல, ஊக்கமுள்ள ஒருவன் பதுங்கினால், அவன் பாய்வதற்கு நேரம் பார்த்துக் காத்திருக்கிறான் என்று பொருள்.

487

பொள் என ஆங்கே புறம் வேரார், காலம் பார்த்து
உள் வேர்ப்பர் ஒள்ளியவர்

அறிவு மிக்க ஒருவரை யாராவது இழிவுபடுத்தினால், அவர் சட்டென்று சினம் கொண்டு பொங்கமாட்டார், தன்னுடைய சினத்தைப் பொறுமையாக உள்ளுக்குள் மறைத்துவைத்துக்கொள்வார், பின்னர் சரியான நேரம் வரும்போது அந்தச் சினத்தை வெளிப்படுத்தித் தன்னுடைய எதிரியை வெல்வார்.

488

செறுநரைக் காணின் சுமக்க. இறு வரை
காணின் கிழக்காம் தலை

உங்களைவிட உங்கள் எதிரி வலிமையானவனாக இருக்கிறானா? பரவாயில்லை, சினம் கொள்ளாதீர்கள், பொறுமையாகக் காத்திருங்கள். அவனுடைய நேரம் முடிந்து உங்களுடைய நேரம் தொடங்கும். அப்போது, நிலைமை தலைகீழாகிவிடும், நீங்கள் வெல்வீர்கள்.

489

எய்தற்கு அரியது இயைந்தக்கால், அந்நிலையே
செய்தற்கு அரிய செயல்

எளிதில் கிடைக்காத நேரம் கிடைக்கும்போது, எளிதில் செய்யமுடியாத வேலைகளைச் சட்டென்று செய்துவிடுங்கள். (நேரம் சரியாக அமைந்தபிறகு யோசித்துக்கொண்டு உட்கார்ந்திருக்கக்கூடாது, உடனடியாகச் செயல்படவேண்டும்.)

490

கொக்கு ஒக்க கூம்பும் பருவத்து. மற்று அதன்
குத்து ஒக்க சீர்த்த இடத்து

கொக்கு ஆற்றங்கரையில் பொறுமையாகக் காத்திருக்கும், மீனைப் பார்த்ததும் சட்டென்று அதைக் கொத்திக்கொள்ளும்.

அதுபோல, நேரம் சரியாக இல்லாதபோது நாம் பொறுமையாகக் காத்திருக்கவேண்டும், பின்னர் நேரம் சரியாக அமைந்ததும் உடனடியாகச் செயல்படவேண்டும்.

அதிகாரம் 50: இடன் அறிதல் (இடத்தின் சிறப்பை அறிதல்)

491

தொடங்கற்க எவ் வினையும், எள்ளற்க, முற்றும்
இடம் கண்டபின் அல்லது

ஒரு செயலைத் தொடங்குவதற்குமுன்னால், அதில் முழுமையான வெற்றியைப் பெறுவதற்கு ஏற்ற இடத்தை ஆராய்ந்து கண்டுபிடியுங்கள், 'அதெல்லாம் எனக்குத் தேவையில்லை. நான் எந்த இடத்தில் நின்று செயல்பட்டாலும் வெற்றி பெறுவேன்' என்று திமிராகப் பேசாதீர்கள்.

492

முரண் சேர்ந்த மொய்ம்பினவர்க்கும் அரண் சேர்ந்து ஆம்
ஆக்கம் பலவும் தரும்

ஒருவரிடம் பகைவர்களை எதிர்க்கிற வலிமைமட்டும் இருந்தால் போதாது, அவர் தங்கிச் செயல்படுவதற்கு ஏற்ற பாதுகாப்பான இடமும் வேண்டும். அப்போதுதான் அவருக்குப் பல நன்மைகள் கிடைக்கும்.

493

ஆற்றாரும் ஆற்றி அடுப இடன் அறிந்து
போற்றார்கண் போற்றிச் செயின்

பெரிய வலிமை இல்லாதவர்கள் அதை எண்ணி வருந்தவேண்டியதில்லை. அவர்கள் தங்களுக்கு ஏற்ற சரியான இடத்தை அறிந்துகொண்டு, தங்களைப் பாதுகாத்துக்கொண்டு, அங்கிருந்தபடி தங்களுடைய எதிரிகளுடன் போரிடவேண்டும். அதுவே அவர்களுக்குப் பெரிய வலிமையாகிவிடும்.

494

எண்ணியார் எண்ணம் இழப்பர், இடன் அறிந்து
துன்னியார் துன்னிச் செயின்

ஒருவர் தனக்கு ஏற்ற இடத்தை அறிந்து, அதில் பொருந்திச் செயல்பட்டால், அவருடைய எதிரிகளின் கணக்கெல்லாம் தவறாகிவிடும். (சரியான இடத்திலிருந்து செயல்படுகிறவர்களை யாராலும் வெல்ல இயலாது.)

495

நெடும் புனலுள் வெல்லும் முதலை. அடும் புனலின்
நீங்கின் அதனைப் பிற

தண்ணீரில் இருக்கும்போது, முதலை மிகுந்த வலிமையுடன் செயல்படும், யாரையும் எளிதில் வென்றுவிடும்.

ஆனால், அதே முதலை தண்ணீரிலிருந்து வெளியில் வந்தால், மற்ற உயிரினங்கள் அந்த முதலையை எளிதில் வென்றுவிடும். (நாம் எப்போதும் நமக்கு வலிமையான இடத்திலிருந்துதான் செயல்படவேண்டும்.)

496

கடல் ஓடா கால் வல் நெடும் தேர். கடல் ஓடும்
நாவாயும் ஓடா நிலத்து

வலிமையான சக்கரங்களை உடைய தேர் நிலத்தில் ஓடும், ஆனால், நீரில் ஓடாது.

மரக்கலம் நீரில் ஓடும், ஆனால், நிலத்தில் ஓடாது. (நாம் எப்போதும் நமக்கு வலிமையான இடத்திலிருந்துதான் செயல்படவேண்டும்.)

497

அஞ்சாமை அல்லால் துணை வேண்டா, எஞ்சாமை
எண்ணி இடத்தால் செயின்

ஒவ்வொரு செயலையும் நன்றாக ஆராய்ந்து, சரியான இடத்திலிருந்து செயல்படுகிறவருக்கு யாருடைய துணையும் தேவையில்லை, அவர் தன்னுடைய மன உறுதியைமட்டும் நம்பி வெற்றி பெறுவார்.

498

சிறு படையான் செல் இடம் சேரின் உறு படையான்
ஊக்கம் அழிந்துவிடும்

நம்முடைய படை சிறியதாக இருந்தால் என்ன? போரிடுகிற இடம் நமக்கு ஏற்றதாக அமைந்துவிட்டால் போதும். பெரிய படைகள்கூட நம்மைப் பார்த்து நடுங்கும்.

499

சிறை நலனும் சீரும் இலர் எனினும் மாந்தர்
உறை நிலத்தோடு ஒட்டல் அரிது

அந்த ஊரில் வலுவான கோட்டை இல்லை, அங்குள்ள போர் வீரர்கள் சிறப்பான ஆற்றலுடன் இல்லை. ஆனால், அந்த இடம் அவர்களுக்குப் பொருத்தமானது. அதனால், இன்னோர் அரசன் அங்கு வந்து அவர்களைத் தாக்கி, வெல்வது கடினம்தான். (நம் இடம் நமக்கு வலிமை.)

500

கால் ஆழ் களரின் நரி அடும், கண் அஞ்சா,
வேல் ஆழ் முகத்த களிறு

பல போர்க்களங்களைக் கண்ட அந்தப் போர் யானையின் முகத்தில் வேல்கள் குத்திய தழும்புகள் தெரிகின்றன. அது யாரைக் கண்டும் அஞ்சுவதில்லை, எவரையும் துணிவுடன் தாக்கி வெல்கிறது.

ஆனால், அப்படிப்பட்ட யானையின் கால் சேற்று நிலத்தில் மாட்டிக்கொண்டால், சிறு நரிகூட அந்த யானையை வென்றுவிடும். (நாம் எப்போதும் நமக்கு வலிமையான இடத்திலிருந்துதான் செயல்படவேண்டும்.)

அதிகாரம் 51: தெரிந்து தெளிதல்
(ஆராய்ந்து தெளிவாகத் தேர்ந்தெடுத்தல்)

501

அறம், பொருள், இன்பம், உயிர் அச்சம் நான்கின்
திறம் தெரிந்து தேறப்படும்

ஒருவரைப் பெரிய பொறுப்புக்குத் தேர்ந்தெடுப்பதற்குமுன்னால் அவரைப்பற்றி நான்கு கேள்விகளைக் கேட்டு ஆராயவேண்டும்: அவர் அறத்துடன் செயல்படுகிறவரா? பண விஷயத்தில் நாணயமானவரா? இன்பத்தைத் தேடி மயங்காதவரா? உயிருக்கு அஞ்சாத வீரம் கொண்டவரா?

502

குடிப் பிறந்து, குற்றத்தின் நீங்கி, வடுப் பரியும்
நாண் உடையான் கட்டே தெளிவு

ஒருவரைப் பெரிய பொறுப்புக்குத் தேர்ந்தெடுப்பதற்குமுன்னால் அவரைப்பற்றி இவ்வாறு ஆராய்ந்து தெளிவு பெறவேண்டும்: அவர் நல்ல குடும்பத்தில் பிறந்தவரா? குற்றமற்றவரா? தவறு செய்தால் தனக்குப் பழி வரும் என்று எண்ணி நாணப்படுகிறவரா?

503

அரிய கற்று, ஆசு அற்றார் கண்ணும் தெரியுங்கால்
இன்மை அரிதே வெளிறு

சிலர் அரிய நூல்களைப் படித்துள்ளார்கள், குற்றமின்றி வாழ்கிறார்கள். ஆனால், ஆராய்ந்து பார்த்தால் அவர்களிடமும் அறியாமை இருக்கத்தான் செய்கிறது.

504

குணம் நாடி, குற்றமும் நாடி, அவற்றுள்
மிகை நாடி மிக்க கொளல்

ஒருவரைப் பெரிய பொறுப்புக்குத் தேர்ந்தெடுப்பதற்குமுன்னால், அவருடைய நல்ல குணங்களை ஆராயவேண்டும், அவருடைய குறைகளையும் ஆராயவேண்டும், அதன்பிறகு, இந்த இரண்டில் எது மிகுதியாக உள்ளது என்று பார்த்துத் தேர்ந்தெடுக்கவேண்டும்.

505

பெருமைக்கும் ஏனைச் சிறுமைக்கும் தத்தம்
கருமமே கட்டளைக் கல்

ஒருவர் பெரியவரா, அல்லது சிறியவரா என்பதை அவருடைய செயல்களே சொல்லிவிடும்.

506

அற்றாரைத் தேறுதல் ஓம்புக. மற்று அவர்
பற்று இலர், நாணார் பழி

ஒழுக்கமில்லாதவர்களை எந்தப் பொறுப்புக்கும் தேர்ந்தெடுக்க வேண்டாம். ஏனென்றால், அவர்கள் உலகத்தோடு தொடர்பற்றவர்களாக இருப்பார்கள், இதைச் செய்தால் பழி வருமோ என்றெல்லாம் நாணப்படாமல் பல தவறுகளைச் செய்வார்கள்.

507

காதன்மை கந்தா அறிவு அறியார்த் தேறுதல்
பேதைமை எல்லாம் தரும்

ஒவ்வொரு வேலைக்கும் தகுதியான நபர்களைத்தான் தேர்ந்தெடுக்கவேண்டும். எல்லா வேலைகளையும் நமக்குப் பிடித்த ஆட்களிடம் ஒப்படைத்துவிடக்கூடாது. அப்படிச் செய்தால் நாம் முட்டாளாகிவிடுவோம்.

508

தேரான் பிறனைத் தெளிந்தான் வழிமுறை
தீரா இடும்பை தரும்

ஒருவரை ஆராய்ந்து பார்க்காமல் அவரிடம் பெரிய பொறுப்புகளை ஒப்படைத்தால் பெரிய துன்பம் வரும், அது நம்முடைய அடுத்தடுத்த தலைமுறைகளையும் பாதிக்கும்.

509

தேறற்க யாரையும் தேராது. தேர்ந்தபின்,
தேறுக தேறும் பொருள்

ஒருவரை ஒரு பொறுப்புக்குத் தேர்ந்தெடுப்பதற்குமுன்னால், அவரை நன்றாக ஆராயுங்கள், அவர் எதிலெல்லாம் சிறந்து விளங்குகிறார் என்று தெளிவாகக் கண்டறியுங்கள். அப்படி ஆராய்ந்து பார்க்காமல் யாரையும் நம்பவேண்டாம்.

510

தேரான் தெளிவும் தெளிந்தான்கண் ஐயுறவும்
தீரா இடும்பை தரும்

யாரையும் ஆராய்ந்து பார்க்காமல் நம்பாதீர்கள். அப்படி ஆராய்ந்து பார்த்து நம்பியவர்கள்மீது ஐயப்படாதீர்கள். இந்த இரண்டு தவறுகளும் தீராத துன்பத்தைக் கொடுக்கும்.

அதிகாரம் 52: தெரிந்து வினையாடல்
(தேர்ந்தெடுக்கப்பட்டவர்களிடம் வேலை வாங்கும் திறமை)

511

நன்மையும் தீமையும் நாடி, நலம் புரிந்த
தன்மையான் ஆளப்படும்

நல்ல பணியாளர் ஒவ்வொரு வேலையையும் நன்கு ஆராய்வார், அதில் இருக்கும் நன்மைகள், தீமைகளைப் புரிந்துகொள்வார், பின்னர், எது நல்லதோ அதைச் செய்வார்.

512

வாரி பெருக்கி, வளம் படுத்து, உற்றவை
ஆராய்வான் செய்க வினை

ஒரு நல்ல பணியாளர் தன்னுடைய நிறுவனத்துக்குச் செல்வம் வரக்கூடிய வழிகளைப் பெருக்குவார், நிறுவனத்தின் வளத்தை வளர்ப்பார், நிறுவனத்துக்கு வரக்கூடிய துன்பங்களை ஆராய்ந்து நீக்குவார். நாம் அப்படிப்பட்டவர்களைத்தான் வேலைக்கு அமர்த்தவேண்டும்.

(குறிப்பு: இதுபோன்ற குறள்களின் பழைய உரைகளில் பெரும்பாலும் நாடு/அரசன் என்ற சொற்கள்தான் இடம்பெற்றுள்ளன. நானும் அந்தச் சொற்களை ஆங்காங்கு பயன்படுத்தியுள்ளேன், ஆனால், சில இடங்களில் அவற்றை நிறுவனம்/தலைவன் என்று மாற்றியுள்ளேன். இன்றைக்கு மன்னராட்சி இல்லை என்றாலும், நாம் இந்தக் குறள்களை இவ்வாறு மாற்றிப் புரிந்துகொள்ளலாம், பயன்படுத்திக்கொள்ளலாம்.)

513

அன்பு, அறிவு, தேற்றம், அவா இன்மை இந் நான்கும்
நன்கு உடையான் கட்டே தெளிவு

ஒருவரிடம் அன்பு, அறிவு, தெளிவு, மற்றவர்களுடைய பொருளின்மீது ஆசைப்படாத தன்மை ஆகிய நான்கு பண்புகளும் இருந்தால், நாம் அவரை நம்பலாம், அவரிடம் பெரிய பொறுப்புகளை ஒப்படைக்கலாம்.

514

எனை வகையான் தேறியக்கண்ணும் வினை வகையான்
வேறு ஆகும் மாந்தர் பலர்

நாம் ஒருவரைப் பலவிதங்களில் ஆராய்ந்து பார்த்துத் தேர்ந்தெடுக்கலாம். ஆனால், அப்படித் தேர்ந்தெடுத்தபிறகு, அந்த வேலையின் தன்மை அவரை மாற்றிவிடக்கூடும். பல மனிதர்கள் அப்படித்தான் மாறிவிடுகிறார்கள்.

515

அறிந்து, ஆற்றிச் செய்கிற்பாற்கு அல்லால் வினைதான்
சிறந்தான் என்று ஏவல் பாற்று அன்று

வெறும் புகழை வைத்து யாரையும் நம்பிவிடக்கூடாது. ஒரு வேலையை நன்றாக ஆராய்ந்து பார்த்துப் பொறுமையுடன் நன்கு செயல்படுகிறவர்களிடம்தான் அந்த வேலையை ஒப்படைக்கவேண்டும்.

516

செய்வானை நாடி, வினை நாடி, காலத்தோடு
எய்த உணர்ந்து செயல்

ஒரு வேலையை ஒருவரிடம் ஒப்படைப்பதற்குமுன், அவரையும் அந்த வேலையையும் நன்கு ஆராயவேண்டும், அதைச் செய்ய அவர் தகுதியானவர்தானா என்று உறுதிப்படுத்தவேண்டும், அந்த வேலையைச் செய்வதற்கு இது சரியான நேரம்தானா என்பதைச் சிந்திக்கவேண்டும், அதன்பிறகுதான் அந்த வேலையை அவரிடம் ஒப்படைக்கவேண்டும்.

517

இதனை இதனால் இவன் முடிக்கும் என்று ஆய்ந்து
அதனை அவன்கண் விடல்

ஒவ்வொரு வேலையையும் நன்கு செய்யக்கூடியவர் யார், அவர் அந்த வேலையை எவ்வாறு செய்வார் என்று நன்றாக ஆராயவேண்டும், அதன்பிறகு, அந்த வேலையை அவரிடம் ஒப்படைக்கவேண்டும்.

518

வினைக்கு உரிமை நாடிய பின்றை அவனை
அதற்கு உரியனாகச் செயல்

ஒரு செயலைச் செய்ய ஏற்றவர் யார் என்று நன்றாகச் சிந்தித்துச் சரியான நபரைத் தேர்ந்தெடுக்கவேண்டும், அதன்பிறகு, அவரிடம் அந்தப் பொறுப்பை முழுமையாக ஒப்படைத்துவிடவேண்டும்.

519

வினைக்கண் வினை உடையான் கேண்மை வேறாக
நினைப்பானை நீங்கும் திரு

ஒரு வேலையைச் செய்கிறவர் அந்த வேலையின்மீது மிகுந்த அன்பு கொண்டு உரிமையுடன் செயல்படுவது இயல்புதான். அதைக் கண்டு பலர் பலவிதமாகப் பேசலாம். ஆனால், அந்தப் பணியை அவரிடம் ஒப்படைத்த தலைவர் அவர்மீது ஐயம் கொள்ளக்கூடாது. அப்படி ஐயம் கொண்டால், அந்தத் தலைவரிடம் செல்வம் தங்காது. (சரியான நபரிடம் ஒரு வேலையை ஒப்படைத்தபிறகு, அவர்மீது ஐயம் கொள்ளக்கூடாது.)

520

நாள்தோறும் நாடுக மன்னன், வினை செய்வான்
கோடாமை கோடாது உலகு

ஒரு நல்ல தலைவன் தனக்குக் கீழே வேலை செய்கிறவர்களோடு நாள்தோறும் பேசுவான், அவர்களை மகிழ்ச்சியுடன் வைத்திருப்பான். ஏனெனில், பணியாளர்கள் மகிழ்ச்சியாக இருந்தால் வேலை நன்றாக நடக்கும், அந்த நிறுவனம் நன்கு வளரும்.

அதிகாரம் 53: சுற்றம் தழால் (சுற்றத்துடன் வாழ்தல்)

521

பற்று அற்றகண்ணும் பழைமை பாராட்டுதல்
சுற்றத்தார்கண்ணே உள

ஒருவரிடம் பணம் இருந்தால்தான் உலகம் அவரை மதிக்கும், இல்லாவிட்டால் ஒதுக்கித் தள்ளும்.

ஆனால், சுற்றத்தார் அப்படி இல்லை. நம்மிடம் பணம் இருந்தாலும் சரி, இல்லாவிட்டாலும் சரி, அவர்கள் நம்முடன் பழையபடி அன்பாகப் பழகுவார்கள்.

522

விருப்பு அறாச் சுற்றம் இயையின் அருப்பு அறா
ஆக்கம் பலவும் தரும்

ஒருவருக்கு அன்பான சுற்றம் அமைந்துவிட்டால் போதும், அவர் தொடர்ந்து வளர்வார், மேலும் மேலும் வெற்றி பெறுவார்.

523

அளவு அளாவு இல்லாதான் வாழ்க்கை குள வளாக்
கோடு இன்றி நீர் நிறைந்து அற்று

கரையில்லாத குளத்தில் நீர் நிறையாது. அதுபோல, சுற்றத்தாரோடு மனம் கலந்து பழகாத வாழ்க்கையில் இனிமை இருக்காது.

524

சுற்றத்தால் சுற்றப்பட ஒழுகல் செல்வம் தான்
பெற்றத்தால் பெற்ற பயன்

சுற்றத்தார் சூழ அன்பாக வாழ்வதுதான் செல்வத்தின் பயன்.

525

கொடுத்தலும் இன் சொலும் ஆற்றின், அடுக்கிய
சுற்றத்தால் சுற்றப்படும்

ஒருவன் எல்லாருக்கும் உதவுகிறான், அவர்களிடம் இனிமையாகப் பேசுகிறான் என்றால், அவனைச் சுற்றி அவனுடைய சுற்றத்தார் நிறைந்திருப்பார்கள்.

526

பெரும் கொடையான், பேணான் வெகுளி, அவனின்
மருங்கு உடையார் மா நிலத்து இல்

எல்லாருக்கும் கொடுத்து உதவுகிறவர்கள், யார்மீதும் சினம் கொள்ளாமல் இனிமையாகப் பழகுகிறவர்களைத்தான் இந்த உலகம் விரும்பும். அவர்களைச் சுற்றி ஏராளமான சுற்றத்தார் இருப்பார்கள்.

527

காக்கை கரவா கரைந்து உண்ணும். ஆக்கமும்
அன்ன நீரார்க்கே உள

எந்தக் காக்கையும் தனியாக உண்பதில்லை, உணவைப் பார்த்ததும் சத்தம் போட்டுக் கரைந்து மற்ற காக்கைகளை அழைக்கிறது, அவற்றுடன் சேர்ந்துதான் உண்கிறது.

சில மனிதர்களும் அப்படித்தான், காக்கையைப்போல் தங்களிடம் இருப்பதை எல்லாருடனும் பகிர்ந்துகொள்வார்கள். அப்படிப்பட்டவர்களிடம்தான் செல்வம் நிறையச் சேரும்.

528

பொது நோக்கான் வேந்தன் வரிசையா நோக்கின்,
அது நோக்கி வாழ்வார் பலர்

ஒரு தலைவன் எல்லாரையும் ஒரேமாதிரியாக நடத்தக்கூடாது, ஒவ்வொருவருடைய தகுதியைத் தெரிந்துகொண்டு அதன்படிதான் நடத்தவேண்டும். அப்படிப்பட்ட தலைவனைச் சுற்றி ஏராளமான சுற்றத்தார் இருப்பார்கள்.

529

தமர் ஆகித் தன் துறந்தார் சுற்றம் அமராமைக்
காரணம் இன்றி வரும்

சில நேரங்களில், நம் சுற்றத்தார் நம்மை விட்டு விலகிச் செல்லக்கூடும். இது காரணமே இல்லாமலும் நடக்கலாம்.

530

உழைப் பிரிந்து காரணத்தின் வந்தானை வேந்தன்
இழைத்து இருந்து எண்ணிக் கொளல்

ஓர் அரசனுடைய சுற்றத்தாரில் ஒருவன் திடீரென்று அந்த அரசனை விட்டு விலகிச் செல்கிறான், பின்னர் ஏதோ ஒரு காரணத்தால் திரும்பி வருகிறான். அப்போது, அந்த அரசன் அவனை உடனடியாக ஏற்றுக்கொண்டுவிடக்கூடாது, அவன் ஏன் பிரிந்தான், ஏன் திரும்பி வந்தான் என்பதையெல்லாம் ஆராய்ந்து சிந்திக்கவேண்டும், அதன்பிறகுதான் அவனை ஏற்றுக்கொள்வதைப்பற்றித் தீர்மானிக்கவேண்டும்.

அதிகாரம் 54: பொச்சாமை

(மிகுந்த மகிழ்ச்சியால் நம் கடமைகளை மறந்துவிடாமல் இருத்தல்)

531

இறந்த வெகுளியின் தீதே, சிறந்த
உவகை மகிழ்ச்சியின் சோர்வு

அளவுக்கு மீறிச் சினம் கொள்வது தவறுதான். ஆனால், அதைவிடப் பெரிய தவறு, அளவுக்கு மீறி மகிழ்வது, அதன்மூலம் நம் கடமையை மறந்து கிடப்பது.

532

பொச்சாப்பு கொல்லும் புகழை, அறிவினை
நிச்ச நிரப்பு கொன்ற ஆங்கு

தொடர்ந்து வறுமையில் சிக்கித் தவிப்பவன் அறிவை இழப்பான். அதுபோல, மிகுந்த மகிழ்ச்சியில் மயங்கித் தன்னுடைய கடமைகளை மறப்பவன் புகழை இழப்பான்.

533

பொச்சாப்பார்க்கு இல்லை புகழ்மை. அது, உலகத்து
எப்பால் நூலோர்க்கும் துணிவு

ஒருவன் மிகுந்த மகிழ்ச்சியில் மயங்கித் தன்னுடைய கடமைகளை மறந்துவிட்டான் என்றால், அவனுக்கு வெற்றியோ, புகழோ கிடைக்காது. உலகத்தில் எல்லாத் துறைகளில் உள்ளவர்களுக்கும் இது பொருந்தும்.

534

அச்சம் உடையார்க்கு அரண் இல்லை. ஆங்கு இல்லை
பொச்சாப்பு உடையார்க்கு நன்கு

உள்ளத்தில் அச்சம் கொண்ட ஒருவனை எப்பேர்ப்பட்ட கோட்டையில் உட்காரவைத்தாலும் சரி, அவன் தொடர்ந்து அஞ்சிக்கொண்டுதான் இருப்பான்.

அதுபோல, மிகுந்த மகிழ்ச்சியில் மயங்கித் தன்னுடைய கடமைகளை மறக்கிறவனுக்கு எந்த நன்மையும் கிடைக்காது.

535

முன் உறக் காவாது இழுக்கியான் தன் பிழை
பின் ஊறு இரங்கிவிடும்

துன்பம் வருவதற்குமுன்பாகவே அதை உணரவேண்டும், அதிலிருந்து நம்மைக் காத்துக்கொள்ளவேண்டும். இதைச் செய்ய மறந்தவன் பின்னர் துன்பம் வந்தபிறகு தன்னுடைய பிழையை உணர்ந்து வருந்துவான்.

536

இழுக்காமை யார் மாட்டும் என்றும் வழுக்காமை
வாயின், அது ஒப்பது இல்

நம் கடமையை எப்போதும் மறந்துவிடக்கூடாது. இந்த உலகில் மிகச் சிறந்த, எல்லாரிடமும் இருக்கவேண்டிய பண்பு அதுதான்!

537

அரிய என்று ஆகாத இல்லை, பொச்சாவாக்
கருவியான் போற்றிச் செயின்

ஒருவன் மிகுந்த மகிழ்ச்சியால் தன்னுடைய கடமைகளை மறப்பதில்லை, ஒவ்வொரு வேலையையும் சிந்தித்துச் செயல்படுகிறான் என்றால், அவன் எதையும் சாதித்துவிடுவான்!

538

புகழ்ந்தவை போற்றிச் செயல் வேண்டும். செய்யாது
இகழ்ந்தார்க்கு எழுமையும் இல்

நம்முடைய முன்னோர்கள் சொன்ன நன்னெறிகளைச் சிந்தித்துச் செயல்படவேண்டும், அப்படிச் செய்யாமல் அந்த நன்னெறிகளை இழிவாகப் பேசினால் இந்தப் பிறவியில்மட்டுமில்லை, எந்தப் பிறவியிலும் நன்மை கிடைக்காது.

539

இகழ்ச்சியின் கெட்டாரை உள்ளுக, தாம் தம்
மகிழ்ச்சியின் மைந்து உறும்போழ்து

நிறையச் சாதித்துவிட்டீர்களா? அதை எண்ணும்போது மகிழ்ச்சியால் செருக்கு வருகிறதா? 'என்னைப்போல் யாரும் இல்லை' என்று பெருமிதம் கொள்கிறீர்களா? அப்படிப்பட்ட நேரங்களில், இப்படிச் செருக்கு கொண்டு, அதனால் கெட்டுப்போனவர்களைச் சற்று எண்ணிப்பாருங்கள், செருக்கு நீங்கும், பணிவு வரும்.

540

உள்ளியது எய்தல் எளிதுமன், மற்றும், தான்
உள்ளியது உள்ளப் பெறின்

நீங்கள் விரும்புவது எதுவோ அதைப்பற்றியே தொடர்ந்து நினைத்துக்கொண்டிருங்கள். விரைவில் அது உங்களுக்குக் கிடைத்துவிடும். (எண்ணத்தைக் கூர்மையாக்கி உழைத்தால், நாம் நினைத்தது கிடைக்கும்.)

அதிகாரம் 55: செங்கோன்மை (சிறந்த ஆட்சி)

541

ஓர்ந்து, கண்ணோடாது, இறை புரிந்து யார் மாட்டும்
தேர்ந்து செய்வஃதே முறை

ஒரு நல்ல அரசன் தன்னுடைய நாட்டில் நடக்கும் குற்றங்களை முறையாக ஆராய்வான், அதில் ஈடுபட்டவர்கள் யாராக இருந்தாலும் அவர்கள்மீது இரக்கம் காண்பிக்கமாட்டான், நடுநிலையுடன் தெளிவாகச் செயல்படுவான்.

542

வான் நோக்கி வாழும் உலகு எல்லாம். மன்னவன்
கோல் நோக்கி வாழும் குடி

இந்த உலகம் மழையை நம்பி வாழ்கிறது. இங்குள்ள மக்கள் தங்களுடைய அரசன் முறையாக ஆட்சி செய்வான் என்று நம்பி வாழ்கிறார்கள்.

543

அந்தணர் நூற்கும் அறத்திற்கும் ஆதியாய்
நின்றது மன்னவன் கோல்

அரசன் நல்லாட்சி நடத்தினால்தான் அந்த நாட்டில் நன்னூல்களும் அறமும் நிலைத்திருக்கும்.

544

குடி தழீஇக் கோல் ஓச்சும் மா நில மன்னன்
அடி தழீஇ நிற்கும் உலகு

ஓர் அரசன் தன்னுடைய குடிமக்கள்மீது அன்பு செலுத்தி நல்லாட்சி நடத்துகிறான் என்றால், இந்த உலகம் அவன் காலைத் தொட்டு வணங்கும்.

545

இயல்புளிக் கோல் ஓச்சும் மன்னவன் நாட்ட
பெயலும் விளையுளும் தொக்கு

ஓர் அரசன் தன்னுடைய நாட்டை முறையாக ஆள்கிறான் என்றால், அந்த நாட்டில் நன்றாக மழை பெய்யும், விளைச்சல் பெருகும்.

546

வேல் அன்று வென்றி தருவது, மன்னவன்
கோல், அதூஉம் கோடாது எனின்

ஒரு மன்னனுக்கு வெற்றியைத் தருவது எது? அவனுடைய வேலா? வில்லா? வாளா?

இவையெல்லாம் இல்லை, அவனுடைய வளையாத செங்கோல்தான்.

547

இறை காக்கும் வையகம் எல்லாம். அவனை
முறை காக்கும், முட்டாச் செயின்

ஒரு நாட்டை அரசன் காக்கிறான். அந்த அரசனைக் காப்பது எது?

அவனுடைய முறையான செங்கோல் ஆட்சிதான். (முறையாக ஆட்சி செய்கிற மன்னனுக்கு அதுதான் பெரிய பாதுகாப்பு.)

548

எண் பதத்தான் ஓரா முறை செய்யா மன்னவன்
தண் பதத்தான் தானே கெடும்

ஒரு நாட்டின் அரசன், மக்கள் தன்னை எளிதில் அணுகும்படி வாழவேண்டும், அவர்கள் சொல்லும் குறைகளை ஆராய்ந்து உரிய நடவடிக்கைகளை எடுக்கவேண்டும். இவ்வாறு செயல்படாத அரசன் தானே தாழ்ந்துபோய் அழிவான்.

549

குடி புறம் காத்து ஓம்பிக் குற்றம் கடிதல்
வடு அன்று, வேந்தன் தொழில்

ஓர் அரசன் தன்னுடைய குடிமக்களை வெளி ஆட்கள் யாரும் துன்புறுத்தாதபடி பாதுகாப்பான், குற்றம் செய்கிறவர்களுக்கு உரிய தண்டனையைக் கொடுப்பான். இதனால் அந்த அரசனுக்குப் பழி எதுவும் வராது. ஏனெனில், இவைதான் அரசனின் கடமைகள்.

550

கொலையின் கொடியாரை வேந்து ஒறுத்தல், பைங்கூழ்
களை கட்டதனொடு நேர்

விவசாயிகள் பசுமையான பயிரைக் காப்பாற்றுவதற்காகக் களைகளை நீக்குகிறார்கள். ஓர் அரசன் கொடியவர்களைக் கொல்வதும் அப்படித்தான்.

அதிகாரம் 56: கொடுங்கோன்மை (கொடுமையான ஆட்சி)

551

கொலை மேற்கொண்டாரின் கொடிதே, அலை மேற்கொண்டு
அல்லவை செய்து ஒழுகும் வேந்து

மக்களை அலைக்கழித்துத் தீமை செய்கிற அரசன் கொலைகாரர்களைவிடக் கொடுமையானவன்.

552

வேலொடு நின்றான் இடு என்றதுபோலும்
கோலொடு நின்றான் இரவு

மக்களிடமிருந்து முறையற்ற வழியில் பணத்தைப் பிடுங்குகிற அரசன் அரசனே இல்லை, வழிப்பறிக் கொள்ளைக்காரன்!

553

நாள்தொறும் நாடி முறை செய்யா மன்னவன்
நாள்தொறும் நாடு கெடும்

ஒரு நாட்டின் அரசன் எப்போதும் அந்த நாட்டின் நன்மையைப்பற்றித்தான் சிந்திக்கவேண்டும், முறைப்படி ஆட்சி செய்யவேண்டும்.

அப்படிச் செய்யாத அரசனுடைய நாடு படிப்படியாக அழிந்துபோகும்.

554

கூழும் குடியும் ஒருங்கு இழக்கும் கோல் கோடிச்
சூழாது செய்யும் அரசு

முறையாகச் சிந்தித்து ஆட்சி செய்யாத கொடுங்கோல் அரசனுடைய செல்வம் அவனை விட்டு நீங்கிவிடும், மக்களும் அவனை விட்டுச் சென்றுவிடுவார்கள்.

555

அல்லல்பட்டு ஆற்றாது அழுத கண்ணீர் அன்றே,
செல்வத்தைத் தேய்க்கும் படை

ஒரு நாட்டில் வாழும் மக்கள் துன்பப்பட்டு, மனம் பொறுக்காமல் அழுகிறார்கள் என்றால், அந்தக் கண்ணீர் அந்தக் கொடுங்கோல் அரசனுடைய செல்வத்தை அழித்துவிடும்.

556

மன்னர்க்கு மன்னுதல் செங்கோன்மை. அஃது இன்றேல்,
மன்னாவாம் மன்னர்க்கு ஒளி

செங்கோல் ஆட்சி நடத்துகிற அரசர்களுடைய புகழ் நிலைத்து நிற்கும். கொடுங்கோல் ஆட்சி நடத்துகிற அரசர்களுடைய புகழ் அழிந்துபோகும்.

557

துளி இன்மை ஞாலத்திற்கு எற்று, அற்றே வேந்தன்
அளி இன்மை வாழும் உயிர்க்கு

மழை இல்லாவிட்டால் உலகம் வாடும். அதுபோல, அரசனுடைய அன்பு இல்லாவிட்டால் எல்லா உயிர்களும் வாடும்.

558

இன்மையின் இன்னாது உடைமை, முறை செய்யா
மன்னவன் கோல் கீழ்ப் படின்

முறையாக ஆட்சி செய்யாத மன்னனுடைய ஆட்சிக்குக் கீழே வாழ்கிறவர்களிடம் எவ்வளவு செல்வம் இருந்தால்தான் என்ன? அது வறுமையைவிடக் கொடுமையாகத்தான் இருக்கும்! (கொடுங்கோல் அரசனின் ஆட்சியில் யாரும் நிம்மதியாக வாழமுடியாது.)

559

முறை கோடி மன்னவன் செய்யின், உறை கோடி
ஒல்லாது வானம் பெயல்

ஒரு நாட்டின் அரசன் முறை தவறிச் செயல்பட்டால், அந்த நாட்டில் மழை பெய்யாது, வளம் பெருகாது.

560

ஆ பயன் குன்றும், அறுதொழிலோர் நூல் மறப்பர்,
காவலன் காவான் எனின்

ஒரு நாட்டின் அரசன் தன்னுடைய மக்களை முறைப்படி காப்பாற்றாவிட்டால், அந்த நாட்டில் பசுக்கள் தருகிற பால் வளம் குறைந்துவிடும், உழவு, வணிகம், நெசவு போன்ற முதன்மையான ஆறு வகைத் தொழில்களைச் செய்கிறவர்கள் தங்கள் திறமையையெல்லாம் மறந்துவிடுவார்கள்.

அதிகாரம் 57: வெருவந்த செய்யாமை (மக்கள் அஞ்சி நடுங்கும்படியான செயல்களைச் செய்யாமல் இருத்தல்)

561

தக்கு ஆங்கு நாடித் தலைச்செல்லா வண்ணத்தால்
ஒத்து ஆங்கு ஒறுப்பது வேந்து

நல்ல அரசர் ஒவ்வொரு குற்றத்தையும் முறைப்படி ஆராய்வார், அதற்கு ஏற்ற தண்டனையைக் கொடுப்பார், அதன்மூலம் அந்தக் குற்றம் மீண்டும் நடக்காதபடி தடுப்பார்.

562

கடிது ஓச்சி மெல்ல எறிக, நெடிது ஆக்கம்
நீங்காமை வேண்டுபவர்

உங்கள் ஆட்சி நெடுநாளைக்குத் தொடரவேண்டும் என்று விரும்புகிறீர்களா? அப்படியானால், குற்றம் செய்கிறவர்களைக் கடுமையாகக் கண்டியுங்கள், ஆனால், மென்மையாகத் தண்டியுங்கள். (இதன்மூலம், அவர்கள் அச்சப்பட்டுத் திருந்துவதற்கான வாய்ப்பு உண்டாகும்.)

563

வெருவந்த செய்து ஒழுகும் வெம் கோலன் ஆயின்
ஒருவந்தம் ஒல்லைக் கெடும்

மக்கள் அஞ்சி நடுங்கும்படியான செயல்களைச் செய்கிற கொடுங்கோல் அரசன் விரைவில் அழிவான். இது உறுதி.

564

இறை கடியன் என்று உரைக்கும் இன்னாச் சொல் வேந்தன்
உறை கடுகி ஒல்லைக் கெடும்

ஒரு நாட்டில் வாழ்கிற மக்கள் 'எங்கள் அரசன் கொடுமையானவன்' என்று மனம் வருந்திச் சொல்கிறார்கள் என்றால், அந்த அரசன் விரைவில் தன்னுடைய நாட்டை இழந்து அழிவான்.

565

அரும் செவ்வி, இன்னா முகத்தான் பெரும் செல்வம்
பேஎய் கண்டன்னது உடைத்து

ஓர் அரசனை மக்கள் எளிதில் சந்திக்கமுடியாது, அப்படியே சந்தித்தாலும் அவன் அவர்களிடம் சிடுசிடுத்த முகத்துடன்தான் பேசுவான். அப்படிப்பட்ட அரசனிடம் எவ்வளவு செல்வம் இருந்தால் என்ன? அவனைப் பார்த்தாலே மக்கள் பேயைக் கண்டதுபோல் அஞ்சுவார்கள்.

566

கடும் சொல்லன், கண் இலன் ஆயின் நெடும் செல்வம்
நீடு இன்றி ஆங்கே கெடும்

ஓர் அரசன் மக்களிடம் கடுமையான சொற்களைப் பேசுகிறான், அவர்கள்மீது இரக்கம் காட்டாமல் நடந்துகொள்கிறான் என்றால், அவனுடைய செல்வமெல்லாம் உடனடியாக அழிந்துவிடும்.

567

கடு மொழியும் கை இகந்த தண்டமும் வேந்தன்
அடு முரண் தேய்க்கும் அரம்

ஓர் அரசன் மக்களிடம் கடுமையாகப் பேசக்கூடாது, குற்றம் செய்தவர்களுக்கு மிகுதியான தண்டனைகளை வழங்கக்கூடாது. ஏனெனில், இந்த இரண்டும் பகைவர்களை வெல்லுகின்ற வலிமையைத் தேய்த்து அழிக்கக்கூடிய அரங்கள்.

568

இனத்து ஆற்றி எண்ணாத வேந்தன் சினத்து ஆற்றிச்
சீறின் சிறுகும் திரு

ஓர் அரசன் எப்போதும் தன்னிச்சையாகத் தீர்மானங்களை எடுக்கக்கூடாது, எதையும் தன்னுடைய அமைச்சர்கள், மற்ற வல்லுனர்களுடன் கலந்து பேசி ஆராயவேண்டும், அதன் அடிப்படையில்தான் செயல்படவேண்டும்.

ஆனால், சில அரசர்கள் அப்படிச் செய்வதில்லை, எதற்கெடுத்தாலும் சினம் கொண்டு சீறுகிறார்கள். அப்படிப்பட்ட அரசர்களிடம் செல்வம் நிலைக்காது.

569

செரு வந்த போழ்தில், சிறை செய்யா வேந்தன்
வெருவந்து வெய்து கெடும்

ஓர் அரசன் தன்னையும் தன்னுடைய நாட்டையும் பாதுகாப்பதற்கு வேண்டிய அரண்களை முறைப்படி அமைக்கவேண்டும். அப்படி அமைக்காத அரசன் போர் வரும்போது அஞ்சி நடுங்குவான், விரைவில் அழிந்துபோவான்.

570

கல்லார்ப் பிணிக்கும் கடும் கோல். அது அல்லது
இல்லை நிலக்குப் பொறை

கடுமையாக ஆட்சி செய்கிற அரசனைச் சுற்றி அறிவில்லாத முட்டாள்கள்தான் நிறைந்திருப்பார்கள். இவர்கள் எல்லாரும் பூமிக்கு வெறும் சுமைகள்.

அதிகாரம் 58: கண்ணோட்டம் (இரக்கம்)

571

கண்ணோட்டம் என்னும் கழி பெரும் காரிகை
உண்மையான் உண்டு இவ் உலகு

இரக்கம் என்கின்ற மிகப் பெரிய, அழகான பண்பால்தான் இந்த உலகம் தொடர்ந்து இயங்கிக்கொண்டிருக்கிறது.

572

கண்ணோட்டத்து உள்ளது உலகு இயல். அஃது இலார்
உண்மை நிலக்குப் பொறை

இந்த உலகம் இரக்கத்தால்தான் இயங்கிக்கொண்டிருக்கிறது. இரக்கம் இல்லாதவர்கள் பூமிக்கு வெறும் சுமை.

573

பண் என் ஆம் பாடற்கு இயைபு இன்றேல். கண் என் ஆம்
கண்ணோட்டம் இல்லாத கண்

பாடலோடு பொருந்தாத இசையால் என்ன பயன்? (ஏதுமில்லை.) அதுபோல, பிறர்மீது இரக்கத்தைப் பொழியாத கண்களால் என்ன பயன்? (ஏதுமில்லை.)

574

உளபோல் முகத்து எவன் செய்யும், அளவினால்
கண்ணோட்டம் இல்லாத கண்

நம் முகத்தில் உள்ள கண்கள் பிறருடைய துன்பத்தைப் பார்த்து, அதற்கு ஏற்றபடி இரக்கத்தைப் பொழியவேண்டும். இல்லாவிட்டால், அவற்றால் என்ன பயன்? (ஏதுமில்லை.)

575

கண்ணிற்கு அணி கலம் கண்ணோட்டம். அஃது இன்றேல்
புண் என்று உணரப்படும்

கண்ணுக்கு அழகு, அதில் தோன்றும் இரக்கம்தான். அவ்வாறு இரக்கத்தைப் பொழியாத கண்கள் வெறும் புண்கள்.

576

மண்ணோடு இயைந்த மரத்து அனையர், கண்ணோடு
இயைந்து கண்ணோடாதவர்

கண்ணில் இரக்கத்தைப் பொழியாத மனிதர்கள் மனிதர்களே இல்லை, மண்ணில் விளையும் மரங்கள்.

577

கண்ணோட்டம் இல்லவர் கண் இலர். கண் உடையார்
கண்ணோட்டம் இன்மையும் இல்

கண் என்றால், பிறருடைய துன்பத்தைப் பார்த்து வருந்தவேண்டும், இரக்கத்தைப் பொழியவேண்டும். அப்படி இரக்கத்தைப் பொழியாத கண்ணை உடையவர்கள் உன்மையில் கண் இல்லாதவர்கள்தான்.

578

கருமம் சிதையாமல் கண்ணோட வல்லார்க்கு
உரிமை உடைத்து இவ் உலகு

தங்களுடைய கடமைகளை முறையாகச் செய்தபடி பிறர்மீது இரக்கம் காட்டுகிறவர்களுக்குதான் இந்த உலகம் சொந்தம்.

579

ஒறுத்து ஆற்றும் பண்பினார்கண்ணும் கண்ணோடிப்
பொறுத்து ஆற்றும் பண்பே தலை

நம்மைத் துன்பப்படுத்தியவர்கள்மீதும் இரக்கம் காட்டவேண்டும், பொறுமையாகச் செயல்பட்டு அவர்களைத் திருத்தவேண்டும். அதுதான் உயர்ந்த பண்பு.

580

பெயக் கண்டும் நஞ்சு உண்டு அமைவர், நயத்தக்க
நாகரிகம் வேண்டுபவர்

உயர்ந்த பண்புகளை விரும்புகிறவர்கள் தங்களுக்குப் பெரிய துன்பம் வந்தாலும் பதறமாட்டார்கள், அந்தத் துன்பத்தைப் பொறுத்துக்கொண்டு நிலைமையைச் சீராக்க முனைவார்கள்.

அதிகாரம் 59: ஒற்றாடல் (ஒற்று நடவடிக்கைகள்)

581

ஒற்றும் உரை சான்ற நூலும் இவை இரண்டும்
தெற்று என்க மன்னவன் கண்

ஒற்றர்களும் புகழ் நிறைந்த நல்ல நூல்களும் ஒரு நாட்டை ஆளும் மன்னனுடைய இரண்டு கண்களைப் போன்றவை. இதைத் தெளிவாகத் தெரிந்துகொள்ளுங்கள்.

582

எல்லார்க்கும் எல்லாம் நிகழ்பவை எஞ்ஞான்றும்
வல் அறிதல் வேந்தன் தொழில்

ஒரு நாட்டை ஆளும் அரசன் அந்த நாட்டில் யார் யாருக்கு என்னென்ன நடக்கிறது என்று விரைவாகத் தெரிந்துகொள்ளவேண்டும். இது அவனுடைய கடமை.

583

ஒற்றினால் ஒற்றிப் பொருள் தெரியா மன்னவன்
கொற்றம் கொளக் கிடந்தது இல்

ஒரு நாட்டை ஆளும் அரசன் அங்கு நடக்கின்ற எல்லாவற்றையும் ஒற்றர்களைக் கொண்டு தெளிவாகத் தெரிந்துகொள்ளவேண்டும். இல்லாவிட்டால், அவனால் எதையும் வெல்லமுடியாது.

584

வினை செய்வார், தம் சுற்றம், வேண்டாதார் என்று ஆங்கு
அனைவரையும் ஆராய்வது ஒற்று

ஒற்றர்கள் யாரையும் முழுமையாக நம்பிவிடக்கூடாது, தங்களுடன் வேலை செய்கிறவர்கள், தங்களுடைய உறவினர்கள், எதிரிகள் என்று எல்லாரையும் அலசி ஆராயவேண்டும்.

585

கடாஅ உருவொடு, கண் அஞ்சாது, யாண்டும்
உகாஅமை வல்லதே ஒற்று

ஒரு நல்ல ஒற்றர் இயல்பான தோற்றத்துடன் நடமாடுவார். அவரைப் பார்த்தால் யாருக்கும் எந்த ஐயமும் வராது. ஒருவேளை, யாராவது அவர்மீது ஐயம் கொண்டு உற்றுப் பார்த்தாலும் அவர் அஞ்சமாட்டார், எப்போதும் தன்னைப்பற்றிய உண்மைகளை வெளிப்படுத்தமாட்டார்.

586

துறந்தார் படிவத்தர் ஆகி, இறந்து ஆராய்ந்து,
என் செயினும் சோர்வு இலது ஒற்று

ஒரு நல்ல ஒற்றர் முற்றும் துறந்த துறவியைப்போல் வேடம் பூண்டு பல இடங்களுக்குச் சென்று ஆராயக்கூடும். அப்போது, எதிரிகள் அவர்மீது ஐயம் கொண்டு அவரைப் பிடித்துத் துன்புறுத்தி விசாரிக்கக்கூடும். ஆனால் அப்போதும், அவர் மனம் சோர்ந்துவிடமாட்டார், தன்னைப்பற்றிய உண்மைகளை வெளிப்படுத்தமாட்டார்.

587

மறைந்தவை கேட்க வற்று ஆகி, அறிந்தவை
ஐயப்பாடு இல்லதே ஒற்று

ஒரு நல்ல ஒற்றர் தனக்குத் தெரியாமல் நடந்த எல்லாவற்றையும் விசாரித்துத் தெரிந்துகொண்டுவிடுவார். இவ்வாறு தான் அறிந்துகொண்ட அனைத்தையும் சிறிதும் ஐயமின்றித் தெளிவுபடுத்திக்கொள்வார் அவர்.

588

ஒற்று ஒற்றித் தந்த பொருளையும் மற்றும் ஓர்
ஒற்றினால் ஒற்றிக் கொளல்

ஒரு நல்ல அரசர் தன்னுடைய ஒற்றர் சொல்வதை அப்படியே நம்பிவிடமாட்டார், இன்னோர் ஒற்றரைக் கொண்டு விசாரித்து அதை உறுதிப்படுத்திக்கொள்வார்.

589

ஒற்று ஒற்று உணராமை ஆள்க. உடன் மூவர்
சொல் தொக்க தேறப்படும்

ஒரு நல்ல அரசர் ஒரு விஷயத்தை ஆராய்வதற்கு ஒரே ஓர் ஒற்றரை அனுப்பமாட்டார், தனித்தனியாக மூன்று ஒற்றர்களை அனுப்புவார், அவர்கள் ஒவ்வொருவருக்கும் மற்ற இருவரைப்பற்றியும் தெரியாதபடி பார்த்துக்கொள்வார்.

அதன்பிறகு, அந்த அரசர் அந்த மூன்று ஒற்றர்களும் சொல்கிற செய்திகளைத் தொகுத்துப் பார்ப்பார், அதன்மூலம் உண்மையைத் தெளிவாகப் புரிந்துகொள்வார்.

590

சிறப்பு அறிய ஒற்றின்கண் செய்யற்க. செய்யின்,
புறப்படுத்தான் ஆகும் மறை

நன்றாகச் செயல்பட்ட ஒற்றரைப் பாராட்டிச் சிறப்பிக்க விரும்புகிறீர்களா? அதைத் தனியாக, இரகசியமாகச் செய்யுங்கள், பொதுவாக, எல்லாருக்கும் தெரியும்படி செய்யவேண்டாம்.

ஏனெனில், ஒற்றரைப் பொதுவில் பாராட்டினால் அவர் ஒற்றர் என்பது எல்லாருக்கும் தெரிந்துவிடும்.

அதிகாரம் 60: ஊக்கம் உடைமை

591

உடையர் எனப்படுவது ஊக்கம். அஃது இல்லார்
உடையது உடையரோ மற்று

ஊக்கம்தான் ஒருவருடைய மிகப் பெரிய செல்வம்.

ஊக்கம் இல்லாதவர்களிடம் வேறு எந்தச் செல்வம் இருந்தால்தான் என்ன? அது போதாது!

592

உள்ளம் உடைமை உடைமை. பொருள் உடைமை
நில்லாது நீங்கிவிடும்

பணம் இன்றைக்கு வரும், நாளைக்குப் போகும். ஊக்கம்தான் ஒருவருக்கு நிலையான செல்வம்.

593

ஆக்கம் இழந்தேம் என்று அல்லாவார், ஊக்கம்
ஒருவந்தம் கைத்து உடையார்

உறுதியான ஊக்கத்தைக் கொண்டவர்கள் எதை இழந்தாலும் வருந்தமாட்டார்கள். (ஊக்கம் இருந்தால் எதையும் திரும்பப் பெற்றுவிடலாம்.)

594

ஆக்கம் அதர் வினாய்ச் செல்லும், அசைவு இலா
ஊக்கம் உடையான் உழை

ஒருவனிடம் தளராத ஊக்கம் இருந்தால் போதும், செல்வங்கள் எல்லாம் அவனைத் தேடி வந்து வீட்டுக் கதவைத் தட்டும்.

595

வெள்ளத்து அனைய மலர் நீட்டம். மாந்தர் தம்
உள்ளத்து அனையது உயர்வு

வெள்ளம் பெருகினால், நீர் மட்டம் உயரும், நீர்ப்பூவின் உயரமும் கூடும். வெள்ளம் குறைந்தால், நீர் மட்டம் குறையும், நீர்ப்பூவின் உயரமும் குறையும். ஆக, வெள்ளத்தின் அளவுதான் நீர்ப்பூவின் உயரத்தைத் தீர்மானிக்கிறது.

அதுபோல, நம் உள்ளத்தின் அளவுதான் நம் உயர்வைத் தீர்மானிக்கிறது. (உயர்வாகச் சிந்திக்கிறவர்கள் உயர்ந்தவர்கள், மற்றவர்கள் தாழ்ந்தவர்கள்.)

596

உள்ளுவது எல்லாம் உயர்வு உள்ளல். மற்று அது
தள்ளினும் தள்ளாமை நீர்த்து

எப்போதும் மிகப் பெரியதாக, மிக உயர்வாகச் சிந்தியுங்கள். நீங்கள் சிந்திப்பது உண்மையில் நடந்தாலும் சரி, நடக்காவிட்டாலும் சரி, அந்த உயர்ந்த சிந்தனை உங்களை உயர்த்தும்.

597

சிதைவு இடத்து ஒல்கார் உரவோர். புதை அம்பின்
பட்டுப் பாடு ஊன்றும் களிறு

போர்க் களத்தில் ஒரு யானையின்மீது எத்தனை அம்புகள் பாய்ந்தாலும் சரி, அதனால் அந்த யானைக்கு எத்தனைப் பெரிய புண் உண்டானாலும் சரி, அது சோர்ந்து பின்வாங்காது, தொடர்ந்து மோதித் தன்னுடைய வீரத்தை, பெருமையை நிலைநிறுத்தும்.

ஊக்கம் கொண்டவர்களும் அப்படித்தான். அவர்கள் தடைகளைக் கண்டு சோர்ந்துவிடமாட்டார்கள், தொடர்ந்து முன்னேறி வெல்வார்கள்.

598

உள்ளம் இலாதவர் எய்தார் உலகத்து
வள்ளியம் என்னும் செருக்கு

இந்த உலகத்தில் ஊக்கம் உள்ளவர்கள்தான் வள்ளல்களாகிறார்கள். மற்றவர்களுக்கு அந்தப் பெருமை இல்லை. (ஊக்கம் கொண்டவர்கள்தான் உழைத்துச் செல்வம் சேர்க்கிறார்கள், அதைப் பிறருக்குக் கொடுத்து மகிழ்கிறார்கள்.)

599

பரியது, கூர்க் கோட்டது ஆயினும் யானை
வெரூஉம் புலி தாக்குறின்

யானை பெரிய விலங்குதான், அதற்குக் கூரான தந்தங்கள் உண்டுதான். ஆனால், ஒரு புலி தன்னைத் தாக்க வந்தால் அந்த யானை அஞ்சும். (நம்மிடம் மன உறுதி இருந்தால் எப்பேர்ப்பட்ட பகைவரையும் நடுங்கவைக்கலாம்.)

600

உரம் ஒருவற்கு உள்ள வெறுக்கை. அஃது இல்லார்
மரம். மக்கள் ஆதலே வேறு

ஒருவருடைய உண்மையான வலிமை, அவரிடம் நிறைந்திருக்கிற ஊக்கம்தான்.

மன உறுதி இல்லாதவர்கள் பார்ப்பதற்கு மனிதர்களைப்போல் இருந்தாலும், அவர்கள் உண்மையில் வெறும் மரங்கள்தான்.

அதிகாரம் 61: மடி இன்மை (சோம்பலின்றிச் செயல்படுதல்)

601

குடி என்னும் குன்றா விளக்கம் மடி என்னும்
மாசு ஊர மாய்ந்து கெடும்

குடும்பம் என்கிற அணையாத விளக்கில் சோம்பல் என்கிற கறை சேர்ந்துவிடக்கூடாது. அப்படிச் சேர்ந்தால், அந்த விளக்கு படிப்படியாக மங்கி அணைந்துவிடும்.

602

மடியை மடியா ஒழுகல், குடியைக்
குடியாக வேண்டுபவர்

உங்கள் குடும்பம் நன்றாக இருக்கவேண்டுமா? சோம்பலைத் தவிர்த்துச் சுறுசுறுப்பாகச் செயல்படுங்கள்.

603

மடி மடிக்கொண்டு ஒழுகும் பேதை பிறந்த
குடி மடியும் தன்னினும் முந்து

சோம்பேறியான முட்டாள் தன்னுடைய குடும்பத்தை அழித்து விடுவான்.

604

குடி மடிந்து குற்றம் பெருகும், மடி மடிந்து
மாண்ட உஞற்று இலவர்க்கு

சோம்பலில் சிக்கிக்கொண்டு, சிறப்பான முயற்சிகளில் ஈடுபடாமல் கிடக்கிறவர்களுடைய குடும்பம் அழியும், அவர்கள் வாழ்வில் குற்றம் பெருகும்.

605

நெடுநீர், மறவி, மடி, துயில் நான்கும்
கெடு நீரார் காமக் கலன்

கெட்டுப்போகிறவர்கள் விரும்பி அணிகிற நகைகள் நான்கு: செய்யவேண்டிய வேலைகளைத் தள்ளிப்போடுவது, என்ன செய்யவேண்டும் என்பதையே மறந்துவிடுவது, சோம்பலால் எதையும் செய்யாமலிருப்பது, வேலை செய்யவேண்டிய நேரத்தில் தூங்கிக்கொண்டிருப்பது.

606

படி உடையார் பற்று அமைந்தக்கண்ணும் மடி உடையார்
மாண் பயன் எய்தல் அரிது

ஒரு சோம்பேறிக்கு எப்பேர்ப்பட்ட பெரிய மனிதர்களுடைய நட்பு இருந்தால்தான் என்ன? அவன் உருப்படியாக எதையும் செய்யமாட்டான்.

607

இடி புரிந்து எள்ளும் சொல் கேட்பர், மடி புரிந்து,
மாண்ட உஞற்று இலவர்

சிறந்த பணிகளில் ஈடுபடாத சோம்பேறியை எல்லாரும் கண்டிப்பார்கள், இகழ்ந்து பேசுவார்கள். அவன் அதையெல்லாம் கேட்டுக்கொண்டு வாழவேண்டியதுதான்.

608

மடிமை குடிமைக்கண் தங்கின் தன் ஒன்னார்க்கு
அடிமை புகுத்திவிடும்

நல்ல குடும்பத்தில் பிறந்த ஒருவனுக்குச் சோம்பல் வந்துவிட்டால், அவன் தன்னுடைய பகைவர்களிடம் தோற்றுப்போவான், அவர்களுக்கு அடிமையாகிவிடுவான்.

609

குடி ஆண்மையுள் வந்த குற்றம் ஒருவன்
மடி ஆண்மை மாற்றக் கெடும்

ஒருவன் தன்னுடைய சோம்பேறித்தனத்தை விரட்டினால் போதும், அவனுடைய குடும்பத்துக்கு வந்த குறைகளெல்லாம் தீர்ந்துவிடும்.

610

மடி இலா மன்னவன் எய்தும் அடி அளந்தான்
தாஅயது எல்லாம் ஒருங்கு

திருமால் வாமனராக அவதரித்தபோது, மூன்றே அடிகளால் இந்த உலகம்முழுவதையும் அளந்தார் என்று சொல்வார்கள்.

சோம்பல் இல்லாத அரசன் பெரிய அளவில் வெற்றி பெறுவான். அன்றைக்கு வாமனர் தாவி அளந்த மொத்த உலகத்தையும் அவன் வென்றுவிடுவான்.

அதிகாரம் 62: ஆள்வினை உடைமை
(முயற்சியுடன் தொடர்ந்து உழைத்தல்)

611

அருமை உடைத்து என்று அசாவாமை வேண்டும்.
பெருமை முயற்சி தரும்

ஒரு வேலையைச் செய்வது மிகவும் கடினம் என்று எண்ணி மனம் தளரவேண்டாம். தொடர்ந்து ஊக்கத்துடன் உழைத்தால் வெற்றி வரும், பெருமையும் வரும்.

612

வினைக்கண் வினை கெடல் ஓம்பல். வினைக் குறை
தீர்ந்தாரின் தீர்ந்தன்று உலகு

வேலையைப் பாதியில் விட்டுவிட்டு ஓடியவர்களை உலகம் மறந்துவிடும். அதனால், எந்த வேலையையும் அரைகுறையாகச் செய்யாமல் முழுமையாகச் செய்து முடியுங்கள்.

613

தாளாண்மை என்னும் தகைமைக்கண் தங்கிற்றே,
வேளாண்மை என்னும் செருக்கு

உழைப்பவன்தான் உயர்வான், பிறருக்கு உதவுவான்.

614

தாளாண்மை இல்லாதான் வேளாண்மை, பேடி கை
வாளாண்மை போலக் கெடும்

வீரமில்லாதவன் கையில் வாள் இருந்தால் என்ன பயன்? அதுபோல, உழைக்காதவன் பிறருக்கு உதவ நினைத்தால் என்ன பயன்? (உழைக்காதவனிடம் செல்வம் சேராது. அவனால் யாருக்கும் உதவமுடியாது.)

615

இன்பம் விழையான், வினை விழைவான் தன் கேளிர்
துன்பம் துடைத்து, ஊன்றும் தூண்

ஒருவன் மகிழ்ச்சியாக ஓய்வெடுப்பதை விரும்பாமல் தன்னுடைய பணியை முறையாகச் செய்வதை விரும்புகிறான் என்றால், அவன் தன்னுடைய நண்பர்களையும் உறவினர்களையும் ஒரு தூணைப்போல் தாங்குவான், அவர்களுடைய துன்பங்களைத் துடைப்பான்.

616

முயற்சி திருவினை ஆக்கும். முயற்று இன்மை
இன்மை புகுத்திவிடும்

உழைத்தால் செல்வம் வரும். உழைக்காவிட்டால் வறுமை வரும்.

617

மடி உளாள் மா முகடி என்ப, மடி இலான்
தாள் உளாள் தாமரையினாள்

சோம்பேறித்தனம் உள்ள இடத்தில் கருத்த மூதேவி வாழ்வதாகப் பெரியவர்கள் சொல்வார்கள்.

அதேபோல், சோம்பலில்லாமல் உழைக்கிறவனுடைய முயற்சியில் தாமரையில் வீற்றிருக்கும் திருமகள் வாழ்வதாகப் பெரியவர்கள் சொல்வார்கள். (சோம்பலால் வறுமை வரும். உழைப்பால் செல்வம் வரும்.)

618

பொறி இன்மை யார்க்கும் பழி அன்று. அறிவு அறிந்து
ஆள்வினை இன்மை பழி

சிலருக்குக் கண் பார்வை இல்லை. சிலருக்குக் காது கேட்பதில்லை. சிலருக்குக் கை, கால் இல்லை. இதனாலெல்லாம் அவர்கள் குறைந்துபோய்விடுவதில்லை.

ஆனால், சிலருக்கு முயற்சி இல்லை, உழைப்பு இல்லை, அறியவேண்டிய விஷயங்களைக் கற்றுக்கொள்ளும் ஆர்வம் இல்லை. உண்மையில் அவர்கள்தான் ஊனமுற்றவர்கள்.

619

தெய்வத்தான் ஆகாது எனினும் முயற்சி தன்
மெய் வருத்தக் கூலி தரும்

தெய்வத்தின் உதவி கிடைக்காவிட்டாலும், முயற்சியின் உதவியைக் கொண்டு நாம் வெற்றி பெறலாம். எப்போதும் நம் உழைப்புக்கேற்ற பலன் நமக்குக் கிடைக்கும்.

620

ஊழையும் உப்பக்கம் காண்பர், உலைவு இன்றித்
தாழாது உஞற்றுபவர்

தடைகள், தோல்விகளைக் கண்டு மனம் தளராமல் தொடர்ந்து உழைப்பவர்கள் விதியைக்கூட வென்றுவிடுவார்கள்.

அதிகாரம் 63: இடுக்கண் அழியாமை
(துன்பத்தைக் கண்டு கலங்காமல் இருத்தல்)

621

இடுக்கண் வருங்கால் நகுக. அதனை
அடுத்து ஊர்வது அஃது ஒப்பது இல்

துன்பம் வரும்போது கலங்கவேண்டாம், சிரித்தபடி அதை எதிர்கொள்ளுங்கள். அந்தத் துன்பத்தைத் தீர்க்க மிகச் சிறந்த வழி அதுதான்.

622

வெள்ளத்து அனைய இடும்பை அறிவு உடையான்
உள்ளத்தின் உள்ளக் கெடும்

துன்பம் வெள்ளத்தைப்போல் பெருகி வந்தால்தான் என்ன? அறிவுடையவன் சிந்தித்துச் செயல்பட்டால் எப்பேர்ப்பட்ட துன்பமும் தீர்ந்துவிடும்.

623

இடும்பைக்கு இடும்பை படுப்பர், இடும்பைக்கு
இடும்பை படாஅதவர்

துன்பம் வரும்போது அதை எண்ணித் துன்பப்படாதவர்கள் அந்தத் துன்பத்தையே துன்பப்படுத்தி வென்றுவிடுவார்கள்.

624

மடுத்த வாய் எல்லாம் பகடு அன்னான் உற்ற
இடுக்கண் இடர்ப்பாடு உடைத்து

வண்டி மாடு தடைகளைக் கண்டு அஞ்சாது, கடினமான வழிகளிலும் தன்னுடைய வண்டியை நன்றாக இழுத்துச் செல்லும்.

அந்த வண்டி மாட்டைப்போல் செயல்படுகிற மனிதர்களுக்கு வரும் துன்பம் நிலைக்காது. அது தானே துன்பப்பட்டு ஓடிவிடும். (தடைகளைக் கண்டு மனம் தளராமல் உழைப்பவர்கள் எந்தத் துன்பத்தையும் வென்றுவிடுவார்கள்.)

625

அடுக்கி வரினும் அழிவு இலான் உற்ற
இடுக்கண் இடுக்கண் படும்

ஒருவன் அடுத்தடுத்துத் துன்பங்கள் வந்தாலும் மனம் தளராமல் உழைக்கிறான் என்றால், அவனுக்கு வருகிற துன்பங்களெல்லாம் துன்பப்பட்டு ஓடிவிடும்.

626

அற்றேம் என்று அல்லல் படுபவோ, பெற்றேம் என்று
ஓம்புதல் தேற்றாதவர்

செல்வம் வரும்போது அதை எண்ணி மகிழாதவர்கள், பின்னர் அந்தச் செல்வத்தை இழக்கும்போது பதறித் துடிப்பார்களா? (மாட்டார்கள்.)

(நல்லது நடக்கும்போது மகிழ்வது, கெட்டது நடக்கும்போது வருந்துவது என்று இல்லாமல் சமநிலையோடு செயல்படவேண்டும்.)

627

இலக்கம் உடம்பு இடும்பைக்கு என்று கலக்கத்தைக்
கையாறாக் கொள்ளாதாம் மேல்

மனித வாழ்க்கையில் அவ்வப்போது துன்பங்கள் வரத்தான் செய்யும் என்பதை உயர்ந்தோர்கள் அறிவார்கள். அதனால், அவர்கள் துன்பம் வரும்போது செயலற்று நிற்கமாட்டார்கள், அடுத்து என்ன செய்யவேண்டும் என்று சிந்தித்து உழைப்பார்கள்.

628

இன்பம் விழையான், இடும்பை இயல்பு என்பான்
துன்பம் உறுதல் இலன்

ஒருவன் எப்போதும் இன்பத்தைமட்டும் விரும்பாமல், துன்பமும் வாழ்க்கையில் ஓர் இயல்புதான் என்பதை அறிந்திருந்தால், எந்தத் துன்பமும் அவனை எதுவும் செய்யாது.

629

இன்பத்துள் இன்பம் விழையாதான் துன்பத்துள்
துன்பம் உறுதல் இலன்

இன்பம் வரும்போது துள்ளாதவன் துன்பம் வரும்போது கலங்கமாட்டான். (இன்பத்தையும் துன்பத்தையும் சமநிலையோடு பார்க்கவேண்டும்.)

630

இன்னாமை இன்பம் எனக் கொளின் ஆகும் தன்
ஒன்னார் விழையும் சிறப்பு

துன்பத்தைக் கண்டு அஞ்சாமல், 'இதுவும் ஒரு வகை இன்பம்தான்' என்று அதைத் துணிவோடு எதிர்கொள்கிறவன் சிறந்து விளங்குவான். அவனுடைய பகைவர்களும் அவனை மதிப்பார்கள்.

இயல் - 6
அங்க இயல்

அதிகாரம் 64: அமைச்சு (அமைச்சரின் உயர்வு)

631

கருவியும் காலமும் செய்கையும் செய்யும்
அரு வினையும் மாண்டது அமைச்சு

நல்ல அமைச்சர் அரிய செயல்களை ஆராய்ந்து செய்வார், அந்தச் செயல்களைச் செய்வதற்குத் தேவைப்படும் கருவிகள், அவற்றைச் செய்வதற்குச் சரியான நேரம், அவற்றைச் செய்வதற்கான வழிமுறைகள் ஆகியவற்றை உணர்ந்து சிறப்பாகச் செயல்படுவார்.

632

வன்கண், குடி காத்தல், கற்று, அறிதல், ஆள்வினையோடு
ஐந்துடன் மாண்டது அமைச்சு

நல்ல அமைச்சரிடம் ஐந்து சிறந்த பண்புகள் இருக்கும்: செயலில் உறுதி, மக்களைக் காப்பாற்றும் அன்பு, கல்வி, அறிவு, முயற்சி.

633

பிரித்தலும் பேணிக் கொளலும் பிரிந்தார்ப்
பொருத்தலும் வல்லது அமைச்சு

நல்ல அமைச்சர் தன்னுடைய பகைவர்களை ஒன்று சேரவிடாமல் பிரிப்பார், நண்பர்களை அக்கறையாகக் கவனித்துத் தன்னுடன் வைத்துக்கொள்வார், தன்னை விட்டுப் பிரிந்து சென்றவர்களில் தகுதியானவர்களைத் திரும்ப அழைத்துத் தன்னுடன் சேர்த்துக்கொள்வார்.

634

தெரிதலும் தேர்ந்து செயலும் ஒருதலையாச்
சொல்லலும் வல்லது அமைச்சு

நல்ல அமைச்சர் எதையும் ஆராய்ந்து அறிவார், எது சரி என்று சிந்தித்துத் தேர்ந்தெடுத்துச் செயல்படுவார், தன்னுடைய கருத்துகளைக் குழப்பமில்லாமல் தெளிவாகச் சொல்வார்.

635

அறன் அறிந்து, ஆன்று, அமைந்த சொல்லான், எஞ்ஞான்றும்
திறன் அறிந்தான் தேர்ச்சித் துணை

ஓர் அரசர் தன்னுடைய குழப்பங்களை யாருடன் கலந்து பேசித் தீர்மானமெடுப்பார்? இதுபோன்ற சிந்தனைகளில் அவருக்கு உதவக்கூடிய நல்ல துணை யார்?

அறத்தை அறிந்த, அறிவு நிரம்பிய, பொறுமையான சொற்களைப் பேசுகிற, எப்போதும் திறமையுடன் செயல்படுகிற ஓர் அமைச்சர்தான்.

636

மதி, நுட்பம் நூலோடு உடையார்க்கு அதி நுட்பம்
யா உள முன் நிற்பவை

இயற்கையான அறிவு, நுண்ணறிவு, புத்தக அறிவு ஆகியவற்றை ஒன்றாகப் பெற்ற ஒருவரால் தீர்க்கமுடியாத சிக்கல்கள் ஏது? (ஏதுமில்லை.)

637

செயற்கை அறிந்தக்கடைத்தும், உலகத்து
இயற்கை அறிந்து செயல்

புத்தக அறிவு சிறந்ததுதான். ஆனால், உலக அறிவோடு செயல்படுவது இன்னும் சிறப்பு. (அமைச்சர்கள் வெறும் ஏட்டுச் சுரைக்காய்களாக இருக்கக்கூடாது, உலக அறிவுடன் செயல்படவேண்டும்.)

638

அறி கொன்று, அறியான் எனினும் உறுதி
உழை இருந்தான் கூறல் கடன்

ஓர் அரசன் அறிவற்றவனாக இருக்கலாம், மற்றவர்கள் சொல்லும் நல்ல அறிவுரைகளையும் பொருட்படுத்தாதவனாக இருக்கலாம். ஆனாலும், அந்த அரசனுக்கு அருகில் இருக்கும் அமைச்சர் அவனுக்கு நல்ல அறிவுரைகளைத் தொடர்ந்து சொல்லவேண்டும். அது அவருடைய கடமை.

639

பழுது எண்ணும் மந்திரியின் பக்கத்துள் தெவ் ஓர்
எழுபது கோடி உறும்

ஒரு கெட்ட அமைச்சன் எழுபது கோடிப் பகைவர்களுக்குச் சமம். (அரசர்கள் தங்களுக்குக் கெடுதல் நினைக்கும் அமைச்சர்களைக் கண்டுபிடித்து விலக்கவேண்டும்.)

640

முறைப்படச் சூழ்ந்தும் முடிவு இலவே செய்வர்,
திறப்பாடு இலாஅதவர்

திறமை இல்லாதவன் ஒவ்வொரு வேலையையும் ஆயிரம்விதமாக ஆராய்வான், ஆனால், எதையும் ஒழுங்காகச் செய்துமுடிக்கமாட்டான்.

அதிகாரம் 65: சொல்வன்மை (சொல்லாற்றல்)

641

நா நலம் என்னும் நலன் உடைமை, அந்நலம்
யா நலத்து உள்ளதூஉம் அன்று

சொல்லாற்றலை வளர்த்துக்கொள்ளுங்கள். அதற்கு இணையான ஆற்றல் வேறெதுவும் இல்லை.

642

ஆக்கமும் கேடும் அதனால் வருதலால்
காத்து ஓம்பல் சொல்லின்கண் சோர்வு

நல்ல சொல் வளர்ச்சியைக் கொண்டுவரும், கெட்ட சொல் கெடுதலைக் கொண்டுவரும். அதனால், சொற்களைச் சிந்திக்காமல் பயன்படுத்தவேண்டாம், நன்கு சிந்தித்துச் சரியான சொற்களைத் தேர்ந்தெடுத்துப் பேசுங்கள்.

643

கேட்டார்ப் பிணிக்கும் தகையவாய், கேளாரும்
வேட்ப மொழிவதாம் சொல்

ஒரு நல்ல பேச்சு எப்படி இருக்கவேண்டும்?

அதைக் கேட்டவர்கள் மயங்கிக் கட்டுப்பட்டு நிற்கவேண்டும், கேட்காதவர்கள், 'அடடா, நாம் இவருடைய பேச்சைக் கேட்கவில்லையே' என்று விரும்பி ஏங்கவேண்டும். அதுதான் நல்ல பேச்சு.

644

திறன் அறிந்து சொல்லுக சொல்லை. அறனும்
பொருளும் அதனின் ஊங்கு இல்

சொற்களைச் சும்மா மனம் போன போக்கில் பேசக்கூடாது. ஒவ்வொரு சொல்லின் ஆற்றலையும் அறிந்து, சரியான சொற்களைத் தேர்ந்தெடுத்துப் பேசவேண்டும். அப்படிப் பேசுவதைவிடச் சிறந்த அறமும் பொருளும் இவ்வுலகில் இல்லை.

645

சொல்லுக சொல்லைப் பிறிது ஓர் சொல் அச்சொல்லை
வெல்லும் சொல் இன்மை அறிந்து

ஒவ்வொரு சொல்லையும் சொல்வதற்குமுன்னால், இதே கருத்தைத் தெரிவிப்பதற்கு இதைவிடச் சிறந்த இன்னொரு சொல் இருக்கிறதா என்று பாருங்கள். அப்படி எந்தச் சொல்லும் இல்லை என்பதை உறுதிப்படுத்திக்கொண்டபிறகு அந்தச் சொல்லைச் சொல்லுங்கள். (எப்போதும் மிகச் சிறந்த சொற்களைமட்டும் பேசுங்கள்.)

646

வேட்பத் தாம் சொல்லிப் பிறர் சொல் பயன் கோடல்
மாட்சியின் மாசு அற்றார் கோள்

சிறந்த, குற்றமில்லாத மாண்பை உடையவர்கள் எல்லாரும் விரும்பும்படி சிறப்பாகப் பேசுவார்கள், மற்றவர்களுடைய பேச்சில் இருக்கும் சிறந்த கருத்துகளை ஏற்றுக்கொண்டு பயன்படுத்துவார்கள்.

647

சொலல் வல்லன், சோர்வு இலன், அஞ்சான் அவனை
இகல் வெல்லல் யார்க்கும் அரிது

ஒருவன் பேச்சில் சிறந்து விளங்குகிறான், தளர்ச்சியின்றி, அச்சமின்றிப் பேசுகிறான் என்றால், யாராலும் அவனைப் போட்டியிட்டு வெல்லமுடியாது.

648

விரைந்து தொழில் கேட்கும் ஞாலம் நிரந்து இனிது
சொல்லுதல் வல்லார்ப் பெறின்

ஒருவர் எதையும் ஒழுங்காக, இனிமையாகச் சொல்கிறார் என்றால், உலகம் அவருடைய பேச்சைக் கேட்டு நடக்கும்.

649

பல சொல்லக் காமுறுவர், மன்ற, மாசு அற்ற
சில சொல்லல் தேற்றாதவர்

சுருக்கமாகவும் தெளிவாகவும் பிழையில்லாமலும் பேசத் தெரியாதவர்கள்தான் வளவளவென்று நீளமாகப் பேசிக்கொண்டிருப்பார்கள்.

650

இணர் ஊழ்த்தும் நாறா மலர் அனையர், கற்றது
உணர விரித்து உரையாதார்

தான் கற்றுக்கொண்டவற்றைப் பிறருக்குப் புரியும்படி விளக்கிச் சொல்ல இயலாதவன் மலர்ந்தும் மணம் வீசாத மலரைப் போன்றவன்.

அதிகாரம் 66: வினைத் தூய்மை (நல்லவற்றைச் செய்தல்)

651

துணை நலம் ஆக்கம் தரூஉம். வினை நலம்
வேண்டிய எல்லாம் தரும்

நமக்கு நல்ல துணைவர்கள் அமைந்தால் உயர்வு வரும். நாம் நல்ல செயல்களைச் செய்தால் விரும்புகின்ற அனைத்தும் கிடைக்கும்.

652

என்றும் ஒருவுதல் வேண்டும், புகழொடு
நன்றி பயவா வினை

புகழையும் நன்மையையும் கொடுக்காத செயல்களை ஒருபோதும் செய்யவேண்டாம்.

653

ஓஒதல் வேண்டும் ஒளி மாழ்கும் செய் வினை,
ஆஅதும் என்னும் அவர்

சிறப்பாக வளர விரும்புகிறவர்கள் தங்களுடைய பெருமையைக் கெடுக்கக்கூடிய செயல்களைச் செய்யக்கூடாது.

654

இடுக்கண் படினும் இளிவந்த செய்யார்,
நடுக்கு அற்ற காட்சியவர்

கலக்கமில்லாத, தெளிவான அறிவை உடையவர்கள் எப்பேர்ப்பட்ட துன்பத்தில் சிக்கிக்கொண்டாலும் இழிவான செயல்களைச் செய்யமாட்டார்கள்.

655

எற்று என்று இரங்குவ செய்யற்க. செய்வானேல்,
மற்று அன்ன செய்யாமை நன்று

நாம் ஏன் இப்படிச் செய்தோம் என்று நம்மையே வருந்தவைக்கிற தீய செயல்களைச் செய்யாதீர்கள்.

ஒருவேளை, நம்மையும் அறியாமல் அப்படி ஒரு செயலைச் செய்துவிட்டால்?

பரவாயில்லை. மீண்டும் அதைச் செய்யாமல் பார்த்துக்கொள்ளுங்கள்!

656

ஈன்றாள் பசி காண்பான் ஆயினும் செய்யற்க
சான்றோர் பழிக்கும் வினை

நம்மைப் பெற்ற தாய் பசியோடு இருப்பதைப் பார்ப்பது மிகவும் கொடுமைதான். ஆனால், அதுபோன்ற கொடிய வறுமைச் சூழ்நிலையிலும்கூட, சிறந்த பெரியோர்கள் பழித்துப் பேசுகின்ற தீய செயல்களை நாம் செய்யக்கூடாது.

657

பழி மலைந்து எய்திய ஆக்கத்தின், சான்றோர்
கழி நல்குரவே தலை

ஒரு தீய செயலைச் செய்வதால் நிறையச் செல்வம் கிடைக்கும் என்றாலும், சிறந்த பெரியோர்கள் அதற்கு மயங்கமாட்டார்கள், அப்படிப்பட்ட பழியான ஒரு செயலைச் செய்து செல்வம் சேர்ப்பதைவிட வறுமையில் கிடப்பதே மேல் என்றுதான் எண்ணுவார்கள்.

658

கடிந்த கடிந்து ஒரார் செய்தார்க்கு அவை தாம்
முடிந்தாலும் பீழை தரும்

இதைச் செய்யக்கூடாது என்று பெரியோர்கள் விலக்கிவைத்த தீய செயல்களையெல்லாம் நாமும் விலக்கிவிடவேண்டும், அவற்றை எப்போதும் செய்யக்கூடாது.

ஒருவேளை, நாம் அந்தத் தீய செயல்களைச் செய்தால், அவை அப்போதைக்குப் பலன் தருவதுபோல் தெரியும். ஆனால், பின்னர் அவற்றால் நமக்குத் துன்பம்தான் வரும்.

659

அழக் கொண்ட எல்லாம் அழப் போம். இழப்பினும்
பின் பயக்கும் நற்பாலவை

மற்றவர்களைத் துன்புறுத்திப் பிடுங்கிய செல்வம் நம்மிடம் தங்காது. அது நமக்குத் துன்பத்தைத்தான் தரும்.

நல்ல வழியில் செல்லும்போது நமக்குச் சில இழப்புகள் நேரிடலாம். ஆனால், பின்னர் அது நமக்கு நன்மையைத் தரும்.

660

சலத்தால் பொருள் செய்து ஏமார்த்தல், பசு மண்
கலத்துள் நீர் பெய்து இரீஇ அற்று

சுடாத பசு மண் பானையில் நீரை ஊற்றிவைப்பது முட்டாள்தனம். ஏனெனில், அந்தப் பானை விரைவில் உடைந்துவிடும், நாம் சேர்த்துவைத்த நீரெல்லாம் வீணாகிவிடும்.

தீமை செய்து செல்வம் சேர்ப்பதும் அப்படித்தான்! (தீய வழியில் சேர்த்த செல்வம் நம்மிடம் தங்காது.)

அதிகாரம் 67: வினைத் திட்பம்
(செயலைச் செய்வதற்கு வேண்டிய மன உறுதி)

661

வினைத் திட்பம் என்பது, ஒருவன் மனத் திட்பம்.
மற்றைய எல்லாம் பிற

ஒரு செயலை உறுதியாகச் செய்வதற்கு மன உறுதி வேண்டும், மற்ற எதுவும் கட்டாயமில்லை.

662

ஊறு ஒரால், உற்றபின் ஒல்காமை இவ் இரண்டின்
ஆறு என்பர் ஆய்ந்தவர் கோள்

அனைத்தையும் ஆராய்ந்து அறிந்த பெரியவர்களைக் கேட்டால், வெற்றிக்கு இரண்டு வழிகளைச் சொல்வார்கள்: ஒரு செயலைச் செய்வதற்குமுன்னால் அதற்கு என்னென்ன தடைகள் வரக்கூடும் என்று ஆராய்ந்து அந்தத் தடைகளை நீக்குங்கள். அதன்பிறகும் ஏதாவது தடைகள் வந்தால், மனம் தளராமல் அவற்றைத் தாண்டி முன்னேறுங்கள்.

663

கடைக் கொட்கச் செய்தக்கது ஆண்மை. இடைக் கொட்கின்
எற்றா விழுமம் தரும்

எந்தச் செயலையும் முழுமையாகச் செய்துமுடிக்கவேண்டும், பாதியில் விட்டுவிட்டு வெளியேறினால் தீராத துன்பம் வரும்.

664

சொல்லுதல் யார்க்கும் எளிய. அரியவாம்
சொல்லியவண்ணம் செயல்

இதைச் செய்வேன், அதைச் செய்வேன் என்று யார் வேண்டுமானாலும் பேசலாம். சொன்னதைச் சொன்னபடி செய்து முடிப்பதுதான் மிகக் கடினம். (பேச்சைக் குறையுங்கள், வேலையைப் பாருங்கள்.)

665

வீறு எய்தி மாண்டார் வினைத் திட்பம் வேந்தன்கண்
ஊறு எய்தி உள்ளப்படும்

சிறந்தவர்கள், உயர்ந்தவர்கள், செயல் உறுதி கொண்டவர்களுடைய பெருமை அரசனுடைய காதுக்கு எட்டும், அவர்களை எல்லாரும் மதித்துப் பாராட்டுவார்கள்.

666

எண்ணிய எண்ணியாங்கு எய்துப, எண்ணியார்
திண்ணியர் ஆகப் பெறின்

மன உறுதி கொண்டவர்கள் நினைத்ததை நினைத்தபடி சாதிப்பார்கள்.

667

உருவு கண்டு எள்ளாமை வேண்டும். உருள் பெரும் தேர்க்கு
அச்சு ஆணி அன்னார் உடைத்து

அச்சாணி சிறியதுதான். ஆனால், அது இல்லாவிட்டால் மிகப் பெரிய தேரால்கூட உருண்டு ஓடமுடியாது.

அதுபோல, சிலர் பார்ப்பதற்கு எளிமையாக இருப்பார்கள். ஆனால், அரிய செயல்களைச் சிறப்பாகச் செய்துவிடுவார்கள்.

அதனால், யாரையும் வெளித் தோற்றத்தைப் பார்த்து எடை போடாதீர்கள், இழிவாகப் பேசாதீர்கள்.

668

கலங்காது கண்ட வினைக்கண் துளங்காது,
தூக்கம் கடிந்து செயல்

நன்கு சிந்தித்தபிறகுதான் ஒரு வேலையைத் தொடங்கவேண்டும். அப்படித் தொடங்கியபிறகு, சோர்வின்றிச் சுறுசுறுப்புடன் செயல்படவேண்டும், பின்னர் பார்த்துக்கொள்ளலாம் என்று தள்ளிப்போடாமல் உழைக்கவேண்டும்.

669

துன்பம் உற வரினும், செய்க துணிவு ஆற்றி
இன்பம் பயக்கும் வினை

ஒரு செயலைச் செய்வதால் நமக்கு இன்பம் கிடைக்கும் என்றால், அந்தச் செயலைத் துணிந்து செய்யவேண்டும். அதைச் செய்யும்போது பல துன்பங்கள் வந்தாலும் மனம் தளரக்கூடாது, ஊக்கத்துடன் தொடர்ந்து செயல்படவேண்டும்.

670

எனைத் திட்பம் எய்தியக்கண்ணும் வினைத் திட்பம்
வேண்டாரை வேண்டாது உலகு

ஒருவரிடம் எத்தனைத் திறமைகள் இருந்தாலும், தன்னுடைய செயல்களைச் சிறப்பாகச் செய்கிற உறுதி இல்லாவிட்டால், அவரை இந்த உலகம் மதிக்காது.

அதிகாரம் 68: வினை செயல்வகை
(பணிகளைச் செய்யும் திறமை)

671

சூழ்ச்சி முடிவு துணிவு எய்தல். அத் துணிவு
தாழ்ச்சியுள் தங்குதல் தீது

ஒரு செயலைச் செய்வதற்குமுன்னால் அதை நன்றாக ஆராய்ந்து தெளிவு பெறவேண்டும். அதன்பிறகு, சிறிதும் காலந்தாழ்த்தக்கூடாது, உடனடியாகச் செயல்படவேண்டும்.

672

தூங்குக தூங்கிச் செயற்பால. தூங்கற்க
தூங்காது செய்யும் வினை

உடனடியாகச் செய்யவேண்டிய பணிகளைத் தள்ளிப்போடக்கூடாது, உடனடியாகச் செய்துவிடவேண்டும்.

அதேபோல், தள்ளிப்போடவேண்டிய பணிகளை உடனடியாகச் செய்யக்கூடாது, தள்ளிப்போட்டுப் பொறுமையாகச் செய்யவேண்டும். (எதை எப்போது செய்யவேண்டும் என்று அறிந்து செயல்படுங்கள்.)

673

ஒல்லும் வாய் எல்லாம் வினை நன்றே. ஒல்லாக்கால்
செல்லும் வாய் நோக்கிச் செயல்

உங்களால் செய்ய இயலுகின்ற வேலைகளையெல்லாம் உடனடியாகச் செய்துவிடுங்கள்.

உங்களால் செய்ய இயலாத வேலைகளைப்பற்றித் தொடர்ந்து சிந்தியுங்கள், பின்னர் சரியான நேரம் அமையும்போது அந்த வேலைகளைச் செய்துவிடுங்கள்.

674

வினை, பகை என்று இரண்டின் எச்சம், நினையுங்கால்,
தீ எச்சம் போலத் தெறும்

பற்றி எரிகிற தீயைப் பாதி அணைத்துப் பயன் இல்லை. முழுக்க அணைத்தால்தான் பாதுகாப்பு.

அதுபோல, வேலை, பகை இரண்டையும் மீதி வைக்கக்கூடாது. மொத்தமாக முடித்துவிடவேண்டும்.

675

பொருள், கருவி, காலம், வினை, இடனோடு ஐந்தும்
இருள் தீர எண்ணிச் செயல்

ஒரு வேலையைச் செய்வதற்குமுன்னால் இந்த ஐந்தையும் தெளிவாகச் சிந்தித்துச் செயல்படவேண்டும்:

1. *அந்த வேலையைச் செய்யத் தேவையான செல்வம்*
2. *அதைச் செய்வதற்குத் தேவைப்படும் கருவிகள்*
3. அதைச் செய்யவேண்டிய நேரம்
4. *அந்த வேலையின் தன்மை*
5. *அதைச் செய்வதற்கு ஏற்ற இடம்.*

676

முடிவும் இடையூறும் முற்றியாங்கு எய்தும்
படு பயனும் பார்த்துச் செயல்

ஒரு வேலையைச் செய்வதற்குமுன் இவற்றை நன்றாகச் சிந்தித்துச் செயல்படுங்கள்:

1. *அந்த வேலையை எப்படி முடிப்பது?*
2. *அதைச் செய்யும்போது ஏதேனும் தடைகள் வரக்கூடுமா? அவற்றை எப்படி விரட்டுவது?*
3. *அதைச் செய்வதால் நமக்குக் கிடைக்கப்போகிற பெரிய பயன் என்ன?*

677

செய் வினை செய்வான் செயல் முறை, அவ் வினை
உள் அறிவான் உள்ளம் கொளல்

ஒரு வேலையைச் செய்வதற்குமுன்னால், அந்த வேலையைப்பற்றி நன்கு அறிந்தவர்களுடன் அதைப்பற்றிப் பேசிப் புரிந்துகொள்ளுங்கள்.

678

வினையான் வினை ஆக்கிக் கோடல், நனை கவுள்
யானையால் யானை யாத்தற்று

மதம் ஒழுகும் கன்னத்தை உடைய யானையை வைத்து இன்னொரு யானையைப் பிடிப்பார்கள். அதுபோல, நீங்கள் ஒரு வேலையைச் செய்யும்போதே அதைக் கொண்டு இன்னொரு வேலையைச் செய்துமுடித்துவிடுங்கள்.

679

நட்டார்க்கு நல்ல செயலின் விரைந்ததே
ஒட்டாரை ஒட்டிக் கொளல்

நம்முடைய நண்பர்களுக்காக இனிய செயல்களைச் செய்வது மகிழ்ச்சிதான். ஆனால், அதற்குமுன்னால், நம்மிடமிருந்து விலகி இருப்பவர்களை அரவணைத்து நண்பர்களாக்கிக்கொள்ளவேண்டும்.

680

உறை சிறியார் உள் நடுங்கல் அஞ்சி, குறை பெறின்
கொள்வர் பெரியார்ப் பணிந்து

ஒரு சிறிய நாட்டின்மீது ஒரு பெரிய நாடு படையெடுத்தால் என்ன ஆகும்?

அந்தச் சிறிய நாட்டினுள் இருக்கும் மக்கள் இந்தப் போரை எண்ணி அஞ்சுவார்கள். அதனால், அந்தச் சிறிய நாட்டின் அரசன் அந்தப் பெரிய நாட்டின் அரசனுடன் இணங்கிப்போய் தன்னுடைய நாட்டைக் காப்பாற்ற முயல்வான், தன்னைவிட வலிமையான அந்த அரசனைப் பணிந்து ஏற்றுக்கொள்வான்.

அதிகாரம் 69: தூது

681

அன்பு உடைமை, ஆன்ற குடிப் பிறத்தல், வேந்து அவாம்
பண்பு உடைமை தூது உரைப்பான் பண்பு

தூதுவர்களிடம் இருக்கவேண்டிய மூன்று தகுதிகள்: அரசர்மீது அன்புடன் இருக்கவேண்டும், சிறந்த குடும்பத்தில் பிறந்திருக்கவேண்டும், அரசர் விரும்புகின்ற பண்புகளுடன் இருக்கவேண்டும்.

682

அன்பு, அறிவு, ஆராய்ந்த சொல்வன்மை தூது உரைப்பார்க்கு
இன்றி அமையாத மூன்று

தூதுவர்களிடம் கண்டிப்பாக இருக்கவேண்டிய மூன்று பண்புகள்: அன்பு, அறிவு, நல்ல சொற்களை ஆராய்ந்து பேசும் திறமை.

683

நூலாருள் நூல் வல்லன் ஆகுதல், வேலாருள்
வென்றி வினை உரைப்பான் பண்பு

வேலை ஏந்திய பகை அரசர்களிடம் தூது சென்று தன்னுடைய நாட்டுக்கு வெற்றி தேடித் தரக்கூடியவன் யார்?

கற்றவர்களால் மதிக்கப்படுகிற கற்றவன்தான். (நன்கு படித்தவன்தான் நல்ல தூதுவனாக இருப்பான்.)

684

அறிவு, உரு, ஆராய்ந்த கல்வி இம் மூன்றன்
செறிவு உடையான் செல்க வினைக்கு

நல்ல அறிவு, இனிமையான தோற்றம், ஆராய்ந்த கல்வி ஆகிய மூன்றையும் நன்றாகப் பெற்றவர்கள் தூது செல்லும் பணியில் ஈடுபடலாம்.

685

தொகச் சொல்லி, தூவாத நீக்கி, நகச் சொல்லி
நன்றி பயப்பதாம் தூது

நல்ல தூதுவர் செய்திகளைச் சுருக்கமாகத் தொகுத்துச் சொல்வார், தேவையில்லாதவற்றைப் பேசமாட்டார், கேட்போர் மனம் மகிழும்படி இனிமையாகப் பேசுவார், அதன்மூலம் தன் நாட்டுக்கு நன்மையைக் கொண்டுவருவார்.

686

கற்று, கண் அஞ்சான், செலச் சொல்லி, காலத்தால்
தக்கது அறிவதாம் தூது

நல்ல தூதுவர் சிறந்த நூல்களைக் கற்றவராக இருப்பார், பகைவர்கள் தன்னைச் சினத்துடன் பார்த்தாலும் அஞ்சமாட்டார், எல்லாச் செய்திகளையும் பிறருக்குப் புரியும்படி விளக்குவார், காலத்துக்குப் பொருந்துகின்ற, தகுதியான உண்மைகளை அறிந்து செயல்படுவார்.

687

கடன் அறிந்து, காலம் கருதி, இடன் அறிந்து,
எண்ணி உரைப்பான் தலை

நல்ல தூதுவர் தன்னுடைய கடமையை நன்கு அறிந்திருப்பார், ஒரு செய்தியைச் சொல்வதற்கு ஏற்ற நேரம் எது, ஏற்ற இடம் எது என்று உணர்ந்து செயல்படுவார், நன்கு சிந்தித்துப் பேசுவார்.

688

தூய்மை, துணைமை, துணிவு உடைமை இம் மூன்றின்
வாய்மை வழி உரைப்பான் பண்பு

ஓர் அரசருடைய கருத்தை இன்னோர் அரசரிடம் சென்று தெரிவிக்கிற தூதுவரிடம் மூன்று பண்புகள் இருக்கவேண்டும்: தூய்மை, தன்னுடைய நாட்டுக்குத் துணை நிற்கவேண்டும் என்கிற உணர்வு, துணிச்சல்.

689

விடு மாற்றம் வேந்தர்க்கு உரைப்பான் வடு மாற்றம்
வாய் சோரா வன்கண் அவன்

ஓர் அரசருடைய கருத்தை இன்னோர் அரசரிடம் சென்று தெரிவிக்கிற தூதுவர் எப்போதும் உறுதியாகப் பேசுவார், வாய் தவறித் தவறான சொற்களைப் பேசமாட்டார்.

690

இறுதி பயப்பினும் எஞ்சாது இறைவற்கு
உறுதி பயப்பதாம் தூது

நல்ல தூதுவர் எதைக் கண்டும் அஞ்சமாட்டார். பகைவர்கள் தன்னை அழித்துவிடுவதாக மிரட்டினாலும், அவர் தன்னுடைய அரசருக்கு உண்மையாகத்தான் நடந்துகொள்வார், அதன்மூலம் தன்னுடைய நாட்டுக்கு நன்மையைக் கொண்டுவருவார்.

அதிகாரம் 70: மன்னரைச் சேர்ந்து ஒழுகுதல்
(மன்னருடன் பழகுதல்)

691

அகலாது, அணுகாது தீக்காய்வார் போல்க,
இகல் வேந்தர்ச் சேர்ந்து ஒழுகுவார்

நெருப்பில் குளிர் காய்கிறவர்கள் மிகவும் கவனமாக இருக்கவேண்டும். ஏனெனில், நெருப்பை மிகவும் நெருங்கினால் சுட்டுவிடும், அதிலிருந்து மிகவும் விலகினால் கதகதப்பு கிடைக்காது. அதனால், இந்த இரண்டுக்கும் நடுவில் இருந்து குளிர் காயவேண்டும்.

எளிதில் மனம் மாறக்கூடிய அரசர்களும் நெருப்பைப் போன்றவர்கள்தான். நாம் அவர்களை மிகவும் நெருங்கிவிடக்கூடாது, அவர்களிடமிருந்து மிகவும் விலகிவிடக்கூடாது, இந்த இரண்டுக்கும் நடுவில் இருந்து பழகவேண்டும்.

692

மன்னர் விழைப விழையாமை மன்னரால்
மன்னிய ஆக்கம் தரும்

அரசருக்குப் பிடித்த விஷயங்களின்மீது நாம் ஆசைப்படக்கூடாது. அப்போதுதான் அரசருக்கு நம்மைப் பிடிக்கும், நாம் விரும்பும் செல்வங்களை வாரி வழங்குவார்.

693

போற்றின் அரியவை போற்றல். கடுத்தபின்
தேற்றுதல் யார்க்கும் அரிது

ஓர் அரசர் நம்மீது ஐயப்பட்டுவிட்டார் என்றால், அந்த ஐயத்தை மாற்றி அவருடைய நம்பிக்கையைத் திரும்பப் பெறுவது மிகவும் கடினம்.

அதனால், அரசர்களோடு பழகுகிறவர்கள் எந்தப் பெரிய குற்றத்தையும் செய்யாமல் கவனமாக இருக்கவேண்டும்.

694

செவிச் சொல்லும் சேர்ந்த நகையும் அவித்து ஒழுகல்,
ஆன்ற பெரியார் அகத்து

சிறந்த பெரியவர்களுக்கு நடுவில் இருக்கும்போது, பக்கத்தில் இருப்பவருடைய காதில் இரகசியம் சொல்லவேண்டாம், ஒருவரை ஒருவர் பார்த்துச் சிரித்துக்கொள்ளவேண்டாம். (இவை பண்பற்ற செயல்கள்.)

695

எப்பொருளும் ஓரார், தொடரார், மற்று அப்பொருளை
விட்டக்கால் கேட்க, மறை

அரசரிடம் ஆயிரம் இரகசியங்கள் இருக்கும். அதையெல்லாம் நாம் கேட்கக்கூடாது, விசாரிக்கக்கூடாது, பின்னர் அவராகச் சொன்னால் கேட்டுக்கொள்ளலாம்.

696

குறிப்பு அறிந்து, காலம் கருதி, வெறுப்பு இல,
வேண்டுப வேட்பச் சொலல்

அரசரிடம் எதையும் எந்த நேரத்திலும் பேசிவிடக்கூடாது. வெறுப்பில்லாத சொற்களை, அவர் விரும்புகின்ற சொற்களைத்தான் பேசவேண்டும், அதுவும் அவருடைய குறிப்பை அறிந்து பேசவேண்டும், இதைச் சொல்வதற்கு இதுதான் சரியான நேரமா என்று சிந்தித்துப் பேசவேண்டும், அவர் விரும்பும்படி பேசவேண்டும்.

697

வேட்பன சொல்லி, வினை இல எஞ்ஞான்றும்
கேட்பினும் சொல்லா விடல்

எப்போதும் அரசர் விரும்புகின்ற, பயனுள்ள விஷயங்களைத்தான் அவரிடம் பேசவேண்டும், பயனில்லாத விஷயங்களை அரசரே கேட்டாலும் பேசக்கூடாது.

698

இளையர், இன முறையர் என்று இகழார் நின்ற
ஒளியோடு ஒழுகப்படும்

ஒருவர் அரசரைவிட வயதில் பெரியவராக இருக்கலாம், அரசருடைய உறவினராக இருக்கலாம், அந்த அரசர் இவரால் தூக்கி வளர்க்கப்பட்ட பிள்ளையாகக்கூட இருக்கலாம். ஆனால், அவர் அரசரைப் பார்த்து, ‘இவர் என்னைவிட இளையவர், நான் இவருக்கு இதையெல்லாம் செய்திருக்கிறேன்’ என்று தாழ்த்திப் பேசக்கூடாது, அரசர் வகிக்கும் பொறுப்புக்கு உரிய மதிப்பைக் கொடுக்கவேண்டும், அரசரிடம் பணிவோடு பழகவேண்டும்.

699

கொளப்பட்டேம் என்று எண்ணிக் கொள்ளாத செய்யார்,
துளக்கு அற்ற காட்சியவர்

குழப்பமில்லாத, தெளிவான மனத்தைக் கொண்டவர்கள், ‘நான் அரசரிடம் நல்ல பெயர் வாங்கிவிட்டேன்’ என்று எப்போதும் நினைக்கமாட்டார்கள், அதனால் செருக்கு கொண்டு அரசர் விரும்பாத செயல்களைச் செய்யமாட்டார்கள்.

700

பழையம் எனக் கருதிப் பண்பு அல்ல செய்யும்
கெழுதகைமை கேடு தரும்

ஒருவர் அரசருடைய பழைய நண்பராக இருக்கலாம். ஆனால், அதை மனத்தில் வைத்துக்கொண்டு அவர் பண்பில்லாத செயல்களில் ஈடுபட்டால், கெட்டு அழிந்துவிடுவார்.

அதிகாரம் 71 : குறிப்பு அறிதல்

701

கூறாமை நோக்கிக் குறிப்பு அறிவான் எஞ்ஞான்றும்
மாறா நீர் வையக்கு அணி

மற்றவர்கள் வாய் விட்டுச் சொல்லாத கருத்துகளைக்கூடப் பார்வையின்மூலமாகவே புரிந்துகொள்கிற ஒருவன், வற்றாத கடல் நீரால் சூழப்பட்ட இந்த உலகுக்கு அணிகலனைப் போன்றவன்.

702

ஐயப்படாஅது அகத்தது உணர்வானைத்
தெய்வத்தோடு ஒப்பக் கொளல்

மற்றவர்களுடைய மனத்தில் இருக்கும் கருத்துகளை ஐயமின்றித் துல்லியமாகப் புரிந்துகொள்ளக்கூடியவன் கடவுளுக்குச் சமம்.

703

குறிப்பின் குறிப்பு உணர்வாரை உறுப்பினுள்
யாது கொடுத்தும் கொளல்

மற்றவர்களுடைய முகத்தைப் பார்த்து, அவர்களுடைய மனத்தில் உள்ள கருத்தைப் புரிந்துகொள்ளக்கூடியவரை எப்படியாவது நம் நண்பராக ஆக்கிக்கொள்ளவேண்டும்.

704

குறித்தது கூறாமைக் கொள்வாரோடு ஏனை,

உறுப்பு ஓர் அனையர் ஆல், வேறு

மற்றவர்கள் வாய் விட்டுச் சொல்லாத கருத்துகளைக்கூடக் குறிப்பால் அறிந்துகொள்ளக்கூடியவர்கள் இருக்கிறார்கள். அவர்கள் வெளிப் பார்வைக்கு மற்ற மனிதர்களைப்போல் தோன்றலாம். ஆனால், உண்மையில் அவர்கள் மிகவும் வேறுபட்டவர்கள், உயர்ந்தவர்கள்.

705

குறிப்பின் குறிப்பு உணரா ஆயின் உறுப்பினுள்

என்ன பயத்தவோ கண்

மற்றவர்களுடைய முகக் குறிப்பைப் பார்த்து, அவர்களுடைய மனத்தில் உள்ள கருத்துகளைப் புரிந்துகொள்ளவேண்டும். அப்படிச் செய்யாத கண்களால் என்ன பயன்? (ஏதுமில்லை.)

706

அடுத்தது காட்டும் பளிங்குபோல் நெஞ்சம்

கடுத்தது காட்டும் முகம்

பளிங்குக் கல் தனக்கு அருகில் உள்ள காட்சிகளை அப்படியே பிரதிபலித்துக் காண்பிக்கும்.

அதுபோல, ஒருவருடைய முகம் அவருடைய மனத்தில் எழும் உணர்ச்சிகளை அப்படியே காண்பிக்கும்.

707

முகத்தின் முதுக்குறைந்தது உண்டோ, உவப்பினும்
காயினும் தான் முந்துறும்

ஒருவன் மகிழ்ச்சியாக இருக்கிறான் என்றால், அது அவனுடைய முகத்தில் தெரிகிறது.

பின்னர் அவன் சினம் கொள்கிறான் என்றால், அதுவும் அவனுடைய முகத்தில் தெரிகிறது.

இப்படி மனிதர்களுடைய எல்லா உணர்ச்சிகளையும் முதலில் வெளிப்படுத்துகிற இந்த முகம்தான் எத்தனை அறிவுள்ள உறுப்பு!

708

முகம் நோக்கி நிற்க அமையும், அகம் நோக்கி
உற்றது உணர்வார்ப் பெறின்

மற்றவர்களுடைய முகத்தைப் பார்த்தே அவர்களுடைய மனத்தில் என்ன இருக்கிறது என்பதைப் புரிந்துகொள்ளக்கூடியவர்கள் உள்ளார்கள். அப்படிப்பட்டவர்களிடம் நாம் வாயைத் திறந்து எதுவும் பேசவேண்டியதில்லை, அவர்களைப் பார்த்தபடி நின்றாலே போதும்!

709

பகைமையும் கேண்மையும் கண் உரைக்கும், கண்ணின்
வகைமை உணர்வார்ப் பெறின்

மற்றவர்களுடைய கண்ணைப் பார்த்து அவர்களுடைய மனத்தில் உள்ளதை அறிவது ஒரு கலை. அந்தக் கலையை நாம் கற்றுக்கொண்டுவிட்டால், யார் பகைவர், யார் நண்பர் என்று சட்டென்று அடையாளம் கண்டுவிடலாம்.

710

நுண்ணியம் என்பார் அளக்கும் கோல் காணுங்கால்
கண் அல்லது இல்லை பிற

நுட்பமான அறிவைக் கொண்டவர்கள் கண் பார்வையாலேயே மற்றவர்களைச் சரியாக எடை போட்டுவிடுவார்கள்.

அதிகாரம் 72: அவை அறிதல்
(கூட்டத்தின் தன்மை அறிந்து பேசுதல்)

711

அவை அறிந்து ஆராய்ந்து சொல்லுக, சொல்லின்
தொகை அறிந்த தூய்மையவர்

நன்கு பேசத் தெரிந்த தூய்மையானவர்கள் எல்லா இடத்திலும் ஒரேமாதிரி பேசமாட்டார்கள், தாங்கள் எங்கு இருக்கிறோம், யாரிடம் பேசிக்கொண்டிருக்கிறோம் என்பதைச் சிந்தித்து, ஆராய்ந்து, அதற்கேற்பப் பேசுவார்கள்.

712

இடை தெரிந்து நன்கு உணர்ந்து சொல்லுக, சொல்லின்
நடை தெரிந்த நன்மையவர்

ஒழுங்காகப் பேசும் முறையை அறிந்த நல்லவர்கள் எல்லா இடங்களிலும் ஒரேமாதிரி பேசமாட்டார்கள், தாங்கள் இருக்கின்ற கூட்டத்தின் தன்மையை, நிலையை நன்றாக உணர்ந்து அதற்கேற்பப் பேசுவார்கள்.

713

அவை அறியார் சொல்லல் மேற்கொள்பவர் சொல்லின்
வகை அறியார், வல்லதூஉம் இல்

தாங்கள் யாரிடம் பேசிக்கொண்டிருக்கிறோம் என்பதைப்பற்றிச் சிந்திக்காமல் பேசத் தொடங்குகிறவர்களுக்குப் பேசும் முறை தெரியாது, அவர்களால் எதையும் ஒழுங்காகப் பேசவும் முடியாது.

714

ஒளியார் முன் ஒள்ளியர் ஆதல், வெளியார் முன்
வான் சுதை வண்ணம் கொளல்

அறிவாளிகளுக்கு நடுவில் இருக்கும்போது அறிவுடன் பேசுங்கள். முட்டாள்களுக்கு நடுவில் இருக்கும்போது எதுவும் தெரியாததுபோல் இருந்துவிடுங்கள்.

715

நன்று என்றவற்றுள்ளும் நன்றே, முதுவருள்
முந்து கிளவாச் செறிவு

நாம் அறிஞர்களுக்கு நடுவில் இருக்கும்போது, அவர்களை முந்திக்கொண்டு எதையும் பேசக்கூடாது, பணிவோடு வாய் மூடி இருக்கவேண்டும், அவர்களிடமிருந்து கற்றுக்கொள்ளவேண்டும். நல்ல பண்புகள் அனைத்திலும் மிக நல்ல பண்பு இதுதான்.

716

ஆற்றின் நிலை தளர்ந்தற்றே, வியன் புலம்
ஏற்று உணர்வார் முன்னர் இழுக்கு

பரந்து விரிந்த அறிவைக் கொண்ட அறிஞர்களுக்கு முன்னால் பேசும்போது, மிகவும் கவனமாக இருக்கவேண்டும், எதையாவது தவறாகப் பேசிவிடக்கூடாது. அப்படிப் பேசினால், ஒருவன் நடு வழியில் வழுக்கி விழுந்ததுபோல் ஆகிவிடும்.

717

கற்று அறிந்தார் கல்வி விளங்கும், கசடு அறச்
சொல் தெரிதல் வல்லார் அகத்து

குற்றமில்லாத சொற்களை நன்கு ஆராய்ந்து பேசுகிறவர்களுக்கு நடுவில் இருக்கும்போது, அறிஞர்களுடைய கல்வி நன்றாகச் சிறந்து விளங்கும்.

718

உணர்வது உடையார் முன் சொல்லல் வளர்வதன்
பாத்தியுள் நீர் சொரிந்தற்று

பாத்தியில் வளர்கிற பயிருக்கு நீர் ஊற்றினால் அது இன்னும் நன்றாக வளரும். அதுபோல, நல்லவற்றை உணரக்கூடிய அறிஞர்களுக்கு முன்னால் சென்று பேசினால் நம் அறிவு இன்னும் நன்றாக வளரும்.

719

புல் அவையுள் பொச்சாந்தும் சொல்லற்க, நல் அவையுள்
நன்கு செலச் சொல்லுவார்

நீங்கள் நல்ல அறிஞர்களுக்கு நடுவில் சிறப்பாகப் பேசக்கூடியவரா? உங்களுடைய கருத்துகளை எல்லாருக்கும் நன்கு புரியவைக்கிற திறமை கொண்டவரா? அப்படியானால், மோசமானவர்களுக்கு நடுவில் மறந்தும் வாயைத் திறந்துவிடாதீர்கள். (அவை அறிந்து பேசுங்கள்.)

720

அங்கணத்துள் உக்க அமிழ்தற்றால், தம் கணத்தர்
அல்லார் முன் கோட்டி கொளல்

யாராவது அமுதத்தை முற்றத்தில் கொட்டி வீணாக்குவார்களா? (மாட்டார்கள்.)

முட்டாள்களுக்கு முன்னால் சென்று பேசுவதும் அப்படித்தான்.

அதிகாரம் 73: அவை அஞ்சாமை
(கூட்டத்தைக் கண்டு அஞ்சாமல் பேசுதல்)

721

வகை அறிந்து வல் அவை வாய் சோரார், சொல்லின்
தொகை அறிந்த தூய்மையவர்

நன்கு பேசத் தெரிந்த தூய்மையானவர்கள் தாங்கள் பேசப்போகும் கூட்டத்தின் தன்மையை அறிந்துகொண்டு பேசுவார்கள், அறிஞர்கள் நிறைந்த நல்ல அவையில் அச்சமின்றிச் சிறப்பாகப் பேசுவார்கள்.

722

கற்றாருள் கற்றார் எனப்படுவர், கற்றார் முன்
கற்ற செலச் சொல்லுவார்

அறிஞர்களிலெல்லாம் சிறந்த அறிஞர் யார் தெரியுமா?

பல அறிஞர்களுக்கு நடுவில் சென்று, தான் கற்றுக்கொண்டவற்றை அவர்களுக்குப் புரியும்படி நன்றாக விளக்கிச் சொல்கிறவர்தான்.

723

பகை அகத்துச் சாவார் எளியர். அரியர்
அவை அகத்து அஞ்சாதவர்

பகைவர்கள் உள்ள போர்க்களத்துக்குச் சென்று துணிவோடு சண்டையிடுகிறவர்கள், நாட்டுக்காக உயிரையும் கொடுக்கக் கூடியவர்கள் பலர் உண்டு.

ஆனால், அறிஞர்கள் உள்ள அவைக்குச் சென்று அச்சமின்றிப் பேசுகிறவர்கள் மிகச் சிலர்தான்.

724

கற்றார் முன் கற்ற செலச் சொல்லித் தாம் கற்ற
மிக்காருள் மிக்க கொளல்

அறிஞர்களுக்கு முன்னால் பேசும்போது, நாம் கற்றுக்கொண்டவற்றை அவர்களுக்குப் புரியும்படி நன்றாக விளக்கிப் பேசவேண்டும்.

அந்த அறிஞர்களில் நம்மைவிடக் கூடுதலாகக் கற்றவர்களும் இருப்பார்கள். நமக்குத் தெரியாதவற்றை அவர்களிடம் கேட்டுத் தெரிந்துகொள்ளவேண்டும்.

725

ஆற்றின் அளவு அறிந்து கற்க, அவை அஞ்சா
மாற்றம் கொடுத்தற்பொருட்டு

நாம் மேடையேறிப் பேசும்போது யாராவது கேள்வி கேட்டால் அச்சமின்றிப் பொருத்தமான பதிலைச் சொல்லவேண்டும், அதற்கு, இலக்கணத்தையும் ஏரணத்தையும் (தருக்கம்) முறையாகக் கற்றுக்கொள்ளவேண்டும்.

726

வாளொடு என் வன்கண்ணர் அல்லார்க்கு, நூலொடு என்
நுண் அவை அஞ்சுபவர்க்கு

வீரம் இல்லாதவர்களுக்கு வாள் பயன்படுமா? (பயன்படாது.)

அதுபோல, நுட்பமான அறிவு கொண்ட அறிஞர்கள் நிறைந்திருக்கும் அவையை எண்ணி அஞ்சுபவர்களுக்கு நூல் (புத்தகப் படிப்பு) பயன்படுமா? (பயன்படாது.)

727

பகை அகத்துப் பேடி கை ஒள்வாள், அவை அகத்து
அஞ்சும் அவன் கற்ற நூல்

ஒரு கோழையைப் போர்க்களத்தில் தள்ளிவிட்டு, அவன் கையில் ஒளி வீசுகிற ஒரு வாளைக் கொடுத்தால் அவனுக்கு வீரம் வந்துவிடுமா? (வராது.)

அதுபோல, ஒருவன் எவ்வளவுதான் படித்திருந்தாலும், அறிஞர்களுக்கு நடுவில் மேடையேறிப் பேச அஞ்சுகிறான் என்றால், அந்தப் படிப்பு அவனுக்குப் பயன்படாது.

728

பல்லவை கற்றும் பயம் இலரே, நல் அவையுள்
நன்கு செலச் சொல்லாதார்

நல்லவர்களுக்கு முன்னால் சென்று, நாம் படித்தவற்றைத் தெளிவாக விளக்கிச்சொல்லிப் புரியவைக்கவேண்டும். அந்தத் திறமை இல்லாவிட்டால், நாம் எவ்வளவு படித்தாலும் பயன் இருக்காது.

729

கல்லாதவரின் கடை என்ப, கற்று அறிந்தும்
நல்லார் அவை அஞ்சுவார்

ஒருவன் நிறையப் படித்திருக்கிறான், ஆனால், நல்லவர்களுக்கு முன்னால் மேடையேறிப் பேச அஞ்சுகிறான்.

அப்படியானால், அவன் படிக்காதவர்களைவிட மோசமானவன் என்று உலகம் அவனைக் கேலி செய்யும்.

730

உளர் எனினும் இல்லாரோடு ஒப்பர், களன் அஞ்சிக்
கற்ற செலச் சொல்லாதார்

ஒருவன் நிறையப் படித்திருக்கிறான், ஆனால், மேடை ஏறிப் பேச அஞ்சுகிறான், தான் கற்றுக்கொண்டவற்றைப் பிறருக்கு விளக்கிப் புரியவைக்க இயலாமல் தடுமாறுகிறான்.

அப்படியானால், அவன் படித்து என்ன பயன்? அவனும் கல்வியறிவில்லாத ஒருவனும் ஒன்றுதான்!

அதிகாரம் 74: நாடு

731

தள்ளா விளையுளும் தக்காரும் தாழ்வு இலாச்
செல்வரும் சேர்வது நாடு

குறையாத விளைச்சலையும், தகுதியுள்ள நல்லவர்களையும், கெடாத செல்வம் நிறைந்தவர்களையும் கொண்டதுதான் நல்ல நாடு.

732

பெரும் பொருளால் பெட்டக்கது ஆகி அரும் கேட்டால்
ஆற்ற விளைவது நாடு

செல்வம் நிறைந்தது, எல்லாராலும் விரும்பப்படுவது, கெடுதல் இல்லாதது, விளைச்சல் நிறைந்ததுதான் நல்ல நாடு.

733

பொறை ஒருங்கு மேல் வருங்கால் தாங்கி இறைவற்கு
இறை ஒருங்கு நேர்வது நாடு

ஒரு நல்ல நாட்டின் குடிமக்கள் தங்களுடைய நாட்டுக்காக எப்பேர்ப்பட்ட சுமையையும் தாங்கிக்கொள்வார்கள், அரசருக்குக் கொடுக்கவேண்டிய வரியை முறையாகச் செலுத்தி விடுவார்கள். (நல்லாட்சி செய்யும் அரசருக்குக் குடிமக்கள் கடமைப்பட்டிருப்பார்கள்.)

734

உறு பசியும் ஓவாப் பிணியும் செறு பகையும்
சேராது இயல்வது நாடு

ஒரு நல்ல நாட்டில் மிகுதியான பசி இருக்காது, தீராத நோய்கள் இருக்காது, மக்களை அழிக்கக்கூடிய பகை இருக்காது.

735

பல் குழுவும் பாழ் செய்யும் உள் பகையும் வேந்து அலைக்கும்
கொல் குறும்பும் இல்லது நாடு

ஒரு நல்ல நாட்டில் மக்கள் பல குழுக்களாகப் பிரிந்து ஒருவரோடு ஒருவர் மோதிக்கொள்ளமாட்டார்கள், தங்களுக்குள் இருக்கும் பகையால் நாட்டைக் கெடுக்கமாட்டார்கள், அரசனுக்குத் தொல்லை தரும் கொலைகாரர்கள், சதிகாரர்கள் இருக்கமாட்டார்கள்.

736

கேடு அறியா, கெட்ட இடத்தும் வளம் குன்றா
நாடு என்ப நாட்டின் தலை

பகைவர்களால் அழிக்கமுடியாத நாடு, கெடுதலான சூழ்நிலையிலும் வளம் குன்றாத நாடுதான் நாடுகளிலெல்லாம் மிகச் சிறந்த நாடு என்று பெரியோர்கள் சொல்வார்கள்.

737

இரு புனலும் வாய்த்த மலையும் வரு புனலும்
வல் அரணும் நாட்டிற்கு உறுப்பு

ஒரு நல்ல நாட்டின் உறுப்புகள் இவை:

1. *மேலிருந்து வருகிற மழை, கீழிருந்து வருகிற ஊற்று ஆகிய இரு வகை நீர் வளம்*
2. *சிறப்பாக அமைந்த மலை வளம்*
3. *அந்த மலையிலிருந்து ஓடி வரும் நீராகிய ஆற்று வளம்*
4. *வலிமையான பாதுகாப்புக் கோட்டை*

738

பிணி இன்மை, செல்வம், விளைவு, இன்பம், ஏமம்
அணி என்ப நாட்டிற்கு இவ் ஐந்து

நோயில்லாத வாழ்க்கை, நிறைந்த செல்வம், நல்ல விளைச்சல், இன்பம், பாதுகாப்பு: இந்த ஐந்தும்தான் ஒரு நல்ல நாட்டுக்கு அழகு என்று பெரியோர்கள் சொல்வார்கள்.

739

நாடு என்ப நாடா வளத்தன. நாடு அல்ல
நாட வளம் தரும் நாடு

மற்ற நாடுகளிடம் உதவி கேட்காமல் தனக்கு வேண்டியதைத் தானே உருவாக்கிக்கொள்வதுதான் நல்ல நாடு என்று பெரியோர்கள் சொல்வார்கள். மற்ற நாடுகளுடைய உதவியுடன் வாழ்வது நல்ல நாடு இல்லை.

740

ஆங்கு அமைவு எய்தியக்கண்ணும் பயம் இன்றே
வேந்து அமைவு இல்லாத நாடு

ஒரு நாட்டில் எத்தனைச் சிறப்புகள் இருந்தால் என்ன? அதை ஆள்கிறவர் நல்லவராக இல்லாவிட்டால் அந்த நாடு முன்னேறாது.

அதிகாரம் 75: அரண் (பாதுகாப்புக் கோட்டை)

741

ஆற்றுபவர்க்கும் அரண் பொருள், அஞ்சித் தன்
போற்றுபவர்க்கும் பொருள்

சில அரசர்கள் பகைவர்கள்மீது போர் தொடுத்துச் செல்வார்கள். அப்போது, அவர்களுடைய மக்களையும் உடைமைகளையும் பாதுகாப்பதற்குக் கோட்டை பயன்படும்.

வேறு சில அரசர்கள் போருக்கு அஞ்சிக் கோட்டைக்குள் ஒளிந்துகொள்வார்கள். அவர்களுடைய உயிரைப் பாதுகாப்பதற்கும் கோட்டை பயன்படும்.

742

மணி நீரும் மண்ணும் மலையும் அணி நிழல்
காடும் உடையது அரண்

கடல் நீரும், நிலப் பரப்புகளும், மலையும், அழகான, நிழலை உடைய காட்டுப் பகுதிகளும் ஒரு நாட்டுக்கு நல்ல பாதுகாப்பாக அமையும்.

743

உயர்வு, அகலம், திண்மை, அருமை இந் நான்கின்
அமைவு அரண் என்று உரைக்கும் நூல்

ஒரு நாட்டைச் சுற்றியுள்ள மதில் சுவர் உயரமாகவும், அகலமாகவும், வலிமையாகவும், எளிதில் ஊடுருவ இயலாதவகையிலும் இருக்கவேண்டும் என்று நூல்கள் சொல்கின்றன.

744

சிறு காப்பின் பேர் இடத்தது ஆகி உறு பகை
ஊக்கம் அழிப்பது அரண்

ஒரு கோட்டை மிகப் பெரியதாக இருக்கிறது. ஆனால், அங்குள்ள காவலர்கள் அந்தக் கோட்டை முழுவதையும் பாதுகாக்கவேண்டியதில்லை, அதில் ஒரு சிறு பகுதியைமட்டும் பாதுகாத்தால் போதும். அப்படிப்பட்ட அமைப்பைக் கொண்ட கோட்டையை யாராலும் வெல்லமுடியாது. அந்தக் கோட்டையை எதிர்த்துப் போரிடும் பகைவர்கள் ஊக்கம் இழந்து சோர்ந்துவிடுவார்கள்.

745

கொளற்கு அரிதாய், கொண்ட கூழ்த்து ஆகி, அகத்தார்
நிலைக்கு எளிதாம் நீரது அரண்

ஒரு நல்ல கோட்டையை எதிரிகளால் வெல்லமுடியாது. அந்தக் கோட்டைக்குள் பலவிதமான உணவுப்பொருட்கள் நிறைந்திருக்கும். அங்குள்ள மக்கள் தங்களுடைய வழக்கமான வேலைகளைச் செய்வதற்கு வேண்டிய எல்லாப் பொருட்களும் அங்கு கிடைக்கும். (அப்படிப்பட்ட கோட்டையை எதிரிகள் முற்றுகையிட்டாலும் மக்களுடைய இயல்பு வாழ்க்கை பாதிக்கப்படாது.)

746

எல்லாப் பொருளும் உடைத்தாய், இடத்து உதவும்
நல் ஆள் உடையது அரண்

ஒரு நல்ல கோட்டையில் எல்லாவிதமான பொருட்களும் இருக்கும், தேவையான நேரத்தில் தேவையான உதவிகளைச் செய்யக்கூடிய நல்ல ஆட்களும் இருப்பார்கள்.

747

முற்றியும் முற்றாது எறிந்தும் அறைப்படுத்தும்
பற்றற்கு அரியது அரண்

ஒரு நல்ல கோட்டையை எதிரிகளால் முற்றுகையிட்டு வெல்லமுடியாது, முற்றுகையிடாமல் தாக்கியும் வெல்லமுடியாது, சூழ்ச்சி செய்தும் வெல்லமுடியாது.

748

முற்று ஆற்றி முற்றியவரையும் பற்று ஆற்றிப்
பற்றியார் வெல்வது அரண்

ஒரு நல்ல கோட்டையை எதிரிகள் முற்றுகையிடலாம். ஆனால், அந்த முற்றுகை வெற்றி பெறாது. அந்தக் கோட்டைக்குள் இருக்கிறவர்கள் தாங்கள் இருக்கும் இடத்தை விட்டு நகராமல் அந்த எதிரிகளை வென்றுவிடுவார்கள்.

749

முனைமுகத்து மாற்றலர் சாய வினைமுகத்து
வீறு எய்தி மாண்டது அரண்

ஒரு நல்ல கோட்டை தனக்குள் இருக்கிறவர்களுக்குச் சிறந்த பாதுகாப்பைக் கொடுக்கும், தன்னை நெருங்கும் எதிரிகளை விரட்டி அழித்துவிடும்.

750

எனை மாட்சித்து ஆகியக்கண்ணும் வினை மாட்சி
இல்லார்கண் இல்லது அரண்

ஒரு கோட்டையில் எத்தனைச் சிறப்புகள் இருந்தால் என்ன? அதற்குள் இருக்கிறவர்களுக்கு ஒழுங்காகப் போர் செய்யத் தெரியாவிட்டால் அந்தக் கோட்டை வீண்தான்.

அதிகாரம் 76: பொருள் செயல்வகை

(பொருள் சேர்க்கும் வகை)

751

பொருள் அல்லவரைப் பொருளாகச் செய்யும்
பொருள் அல்லது இல்லை பொருள்

யாரும் கண்டுகொள்ளாத நபர்களைக்கூட எல்லாரும் மதிக்கிற ஆட்களாக மாற்றுவது, அவர்களிடம் உள்ள செல்வம்தான். அதைவிடச் சிறந்த பொருள் ஏதுமில்லை!

752

இல்லாரை எல்லாரும் எள்ளுவர். செல்வரை
எல்லாரும் செய்வர் சிறப்பு

ஏழைகளை எல்லாரும் இகழ்வார்கள். பணக்காரர்களை எல்லாரும் புகழ்வார்கள்.

753

பொருள் என்னும் பொய்யா விளக்கம் இருள் அறுக்கும்
எண்ணிய தேயத்துச் சென்று

செல்வம் என்கின்ற அணையாத விளக்கை வைத்திருக்கிறவர்கள் (பணம் படைத்தவர்கள்) எங்கும் செல்லலாம், எந்தப் பகையையும் வெல்லலாம்.

754

அறன் ஈனும், இன்பமும் ஈனும், திறன் அறிந்து
தீது இன்றி வந்த பொருள்

பணத்தைச் சேர்க்கும் வழிமுறைகளைத் தெரிந்துகொள்ளுங்கள், பிறருக்குத் தீங்கு செய்யாமல் நல்ல வழியில் பணம் சேருங்கள். அந்தப் பணம் உங்களுக்கு அறத்தையும் கொடுக்கும், இன்பத்தையும் கொடுக்கும்.

755

அருளொடும் அன்பொடும் வாராப் பொருள் ஆக்கம்
புல்லார் புரளவிடல்

அன்போடும் அருளோடும் நல்ல வழியில் சம்பாதிக்கிற செல்வம் நமக்குப் போதும். தீய வழியில் கிடைக்கக்கூடிய பணத்தை நாம் ஒருபோதும் விரும்பக்கூடாது.

756

உறு பொருளும் உல்கு பொருளும் தன் ஒன்னார்த்
தெறு பொருளும் வேந்தன் பொருள்

ஓர் அரசனுக்கு மூன்று வழிகளில் வருவாய் வருகிறது: அவனுடைய நாட்டில் உள்ள மக்கள் செலுத்தும் வரிப் பணம், சுங்கக் கட்டணம், அவனால் வெல்லப்பட்ட பகைவர்கள் செலுத்தும் திறை.

757

அருள் என்னும் அன்பு ஈன் குழவி பொருள் என்னும்
செல்வச் செவிலியால் உண்டு

நம் உள்ளத்தில் அன்பு பெருகும்போது, அருள் என்ற குழந்தை பிறக்கிறது, பிறருக்கு உதவவேண்டும் என்கிற நல்லெண்ணம் உண்டாகிறது.

அதன்பிறகு, அந்த அருள் என்கிற குழந்தையைப் பொருள் என்கிற செவிலித்தாய் வளர்க்கிறார். (நம்மிடம் செல்வம் இருந்தால், அதை வைத்துப் பல நல்ல செயல்களைச் செய்யலாம்.)

758

குன்று ஏறி யானைப் போர் கண்டற்றால், தன் கைத்து ஒன்று
உண்டு ஆகச் செய்வான் வினை

பிறரை நம்பாமல் நம்முடைய சொந்தப் பணத்தைக் கொண்டு ஒரு தொழிலில் ஈடுபடுவது பெரிய பாதுகாப்பு. அது, மலைமீது நின்றுகொண்டு யானைப் போரைப் பார்ப்பதைப்போன்றது. (பணம் படைத்தவனுக்கு ஆபத்துகள் குறைவு. அவன் எதையும் அச்சமின்றித் துணிந்து செய்வான்.)

759

செய்க பொருளை. செறுநர் செருக்கு அறுக்கும்
எஃகு அதனின் கூரியது இல்

நன்றாகப் பணம் சேருங்கள். எதிரிகளை வெல்வதற்கு அதைவிடக் கூர்மையான ஆயுதம் வேறு இல்லை.

760

ஒண் பொருள் காழ்ப்ப இயற்றியார்க்கு எண் பொருள்
ஏனை இரண்டும் ஒருங்கு

பெரியோர்கள் அறம், பொருள், இன்பம் ஆகிய மூன்றையும் சிறப்பித்துச் சொல்வார்கள். நாம் இந்த மூன்றையும் எப்படிப் பெறுவது?

ஒருவர் நல்ல வழியில் நிறையப் பொருளைச் சேர்த்துவிட்டார் என்றால், மீதமுள்ள அறமும் இன்பமும் அவருக்கு எளிதாகக் கிடைத்துவிடும். (நிறையச் செல்வம் உள்ளவர் பிறருக்கு உதவலாம், தானும் மகிழ்ச்சியாக வாழலாம்.)

அதிகாரம் 77: படைமாட்சி (படையின் பெருமை)

761

உறுப்பு அமைந்து ஊறு அஞ்சா வெல் படை, வேந்தன்
வெறுக்கையுள் எல்லாம் தலை

ஓர் அரசனிடம் இருக்கவேண்டிய மிகச் சிறந்த செல்வம், எல்லா வகையிலும் முழுமையான, துன்பத்துக்கு அஞ்சாத, எந்தப் போரையும் வெல்லக்கூடிய சிறந்த படைதான்.

762

உலைவு இடத்து ஊறு அஞ்சா வன்கண் தொலைவு இடத்துத்
தொல் படைக்கு அல்லால் அரிது

ஒரு பழைமையான, சிறந்த படை எப்பேர்ப்பட்ட அழிவையும் எதிர்த்து நிற்கும், பகைவர்களால் தாக்கப்பட்டு வலுவிழந்தாலும் துணிச்சலுடன் எதிர்த்து மோதும், துன்பத்துக்கு அஞ்சாது. அப்படிப்பட்ட மன உறுதியை நாம் வேறு யாரிடமும் பார்க்கமுடியாது.

763

ஒலித்தக்கால் என்னாம் உவரி எலிப் பகை,
நாகம் உயிர்ப்பக் கெடும்

எலிகள் கடல்போலத் திரண்டு வந்து ஒலி எழுப்பினால் என்ன? எதிரில் உள்ள நாகம் மெல்லச் சீறியதும் அவையெல்லாம் சிதறி ஓடிவிடும். (நல்ல படை எப்பேர்ப்பட்ட எதிரிக் கூட்டத்தையும் வென்றுவிடும்.)

764

அழிவு இன்றி, அறை போகாது ஆகி, வழி வந்த
வன்கணதுவே படை

ஒரு நல்ல படை எப்போதும் சோர்ந்துபோகாது, எதிரிகளுடைய சூழ்ச்சிக்குப் பலியாகாது, தொன்றுதொட்டு வந்த மரபுகளைப் பின்பற்றி, மன உறுதியுடன் செயல்பட்டு வெற்றி பெறும்.

765

கூற்று உடன்று மேல் வரினும் கூடி எதிர்நிற்கும்
ஆற்றலதுவே படை

ஒரு நல்ல படை யாருக்கும் அஞ்சாது, எமனே சினத்துடன் எதிர்த்து வந்தாலும், ஒன்றாகச் சேர்ந்து அவனை ஆற்றலுடன் எதிர்த்து நிற்கும்.

766

மறம், மானம், மாண்ட வழிச்செலவு, தேற்றம்
என நான்கே ஏமம் படைக்கு

ஒரு நல்ல படைக்குப் பாதுகாப்பாக அமையும் விஷயங்கள் நான்கு:

1. வீரம்

2. தன்மான உணர்வு

3. நல்லோர் வழியில் நடப்பது

4. படைத் தலைவருடைய நம்பிக்கையைப் பெறும்வகையில் சிறப்பாகச் செயல்படுவது

767

தார் தாங்கிச் செல்வது தானை, தலை வந்த
போர் தாங்கும் தன்மை அறிந்து

ஒரு நல்ல படை தன்னைத் தாக்குகின்ற எதிரியை எப்படிச் சமாளிப்பது என்று நன்றாகச் சிந்திக்கும், அதன்பிறகு, அந்த எதிரியின் முன்னணிப் படையை எதிர்த்துப் போரிட்டு வெற்றி பெறும்.

768

அடல் தகையும் ஆற்றலும் இல் எனினும் தானை
படைத் தகையால் பாடு பெறும்

போர் செய்யும் வீரமும் ஆற்றலும் ஒருபுறம் இருக்க, ஒரு நல்ல படை முதலில் ஒழுங்குடன், கட்டுப்பாட்டுடன் செயல்படவேண்டும். அதுவே அவர்களுக்குப் பெருமையைத் தேடித் தரும்.

769

சிறுமையும் செல்லாத் துனியும் வறுமையும்
இல் ஆயின் வெல்லும் படை

ஒரு படையில் உள்ள வீரர்களிடம் இழிவான பண்புகள், நீங்காத வெறுப்பு, வறுமை ஆகியவை இல்லாவிட்டால், அந்தப் படை கண்டிப்பாக வெற்றி பெறும். (வீரர்கள் ஒழுக்கமாகவும் மகிழ்ச்சியாகவும் இருந்தால்தான் படை சிறக்கும்.)

770

நிலை மக்கள் சால உடைத்து எனினும் தானை
தலை மக்கள் இல் வழி இல்

ஒரு படையில், நின்று போராடக்கூடிய பல வீரர்கள் இருந்து என்ன பயன்? அந்த வீரர்களை ஒழுங்காக வழிநடத்துகிற தலைவர்கள் இல்லாவிட்டால் அந்தப் படை அழிந்துபோகும்.

அதிகாரம் 78: படைச்செருக்கு (படையின் வீரம் மிகுந்த தன்மை)

771

என் ஐ முன் நில்லன்மின், தெவ்விர், பலர் என் ஐ
முன் நின்று கல் நின்றவர்

பகைவர்களே,

எங்கள் தலைவரை எதிர்த்து நின்ற பலர் இப்போது அழிந்துவிட்டார்கள். முன்பு மனிதர்களாக இருந்த அவர்கள் இப்போது வெறும் நடுகற்களாக நிற்கிறார்கள்.

அதனால், எங்கள் தலைவரை எதிர்க்காதீர்கள். திரும்பி ஓடிவிடுங்கள்.

772

கான முயல் எய்த அம்பினில் யானை
பிழைத்த வேல் ஏந்தல் இனிது

காட்டில் திரிகிற சிறிய முயல்களின்மீது அம்பைச் செலுத்தி நம் நேரத்தை வீணடிக்கவேண்டாம், பெரிய யானைகளின்மீது வேலைப் பாய்ச்சுவோம். அந்த முயற்சியில் நாம் தோற்றுப்போனாலும் அது சிறப்புதான்! (எப்போதும் பெரிய, உயர்ந்த இலக்குகளைக் குறிவைப்போம்!)

773

பேராண்மை என்ப தறுகண், ஒன்று உற்றக்கால்

ஊராண்மை மற்று அதன் எஃகு

வீரத்தோடு பகைவர்களுடன் மோதுவதுதான் ஓர் அரசனுக்குச் சிறப்பு என்பார்கள்.

ஆனால், அதே பகைவர்கள் துன்பத்தில் இருக்கும்போது அந்த அரசன் அவர்களுக்கு வலியச் சென்று உதவவேண்டும். அது இன்னும் சிறப்பு!

774

கை வேல் களிற்றொடு போக்கி வருபவன்

மெய் வேல் பறியா நகும்

ஒரு வீரன் தன் கையில் இருந்த வேலை எதிரியின் யானைமீது செலுத்தி அந்த யானையைக் கொன்றான், தொடர்ந்து போர் செய்வதற்கு இன்னொரு வேலைத் தேடினான்.

அப்போது, அவன்மீது ஒரு வேல் பாய்ந்தது. அதைக் கண்டு அவன் கலங்கவில்லை, 'நான் தொடர்ந்து போர் செய்வதற்கு இன்னொரு வேல் கிடைத்துவிட்டது' என்று அந்த வேலைப் பிடுங்கி எடுத்தபடி சிரித்தான்.

775

விழித்த கண் வேல் கொண்டு எறிய அழித்து இமைப்பின்,

ஓட்டு அன்றோ வன்கணவர்க்கு

ஒரு நல்ல வீரன் தன்மீது வீசப்படுகிற வேலைக் கூர்ந்து பார்ப்பான், அப்போதும் அச்சப்பட்டுக் கண்ணிமைக்கமாட்டான்.

ஏனெனில், அவனைப் பொறுத்தவரை எதிரியின் வேலைப் பார்த்துக் கண்ணிமைப்பதும் புறமுதுகு காட்டி ஓடுவதும் ஒன்றுதான்!

776

விழுப்புண் படாத நாள் எல்லாம் வழுக்கினுள்
வைக்கும் தன் நாளை எடுத்து

ஒரு வீரன் தன்னுடைய வாழ்நாளைத் திருப்பிப் பார்க்கும்போது, போர் செய்து காயம் படாத நாட்களையெல்லாம் வீணான நாட்கள் என்று ஒதுக்கிவிடுவான்.

777

சுழலும் இசை வேண்டி வேண்டா உயிரார்
கழல் யாப்புக் காரிகை நீர்த்து

நல்ல வீரர்கள் தங்களுடைய உயிரை ஒரு பொருட்டாக மதிப்பதில்லை, 'இவன் சிறந்த வீரன்' என்கிற நல்ல பெயரைத்தான் விரும்புகிறார்கள். அப்படிப்பட்ட வீரர்களுடைய காலில் கட்டப்பட்டிருக்கும் வீரக் கழல்தான் எத்துணை அழகு!

778

உறின் உயிர் அஞ்சா மறவர், இறைவன்
செறினும் சீர் குன்றல் இலர்

நல்ல வீரர்கள் தங்கள் நாட்டுக்காக உயிரையும் கொடுக்கத் துணிவார்கள்.

சில நேரங்களில், அந்த நாட்டின் அரசன் தன்னுடைய வீரர்கள்மீது சினம் கொள்ளக்கூடும். அப்போதும் அந்த வீரர்கள் கடமை தவறமாட்டார்கள், அதே வீரத்துடன் சிறப்பாகப் போரில் ஈடுபடுவார்கள்.

779

இழைத்தது இகவாமைச் சாவாரை யாரே
பிழைத்தது ஒருக்கிற்பவர்

ஒரு நல்ல வீரன் தான் எடுத்துக்கொண்ட உறுதிமொழியைக் கண்டிப்பாகக் காப்பாற்றுவான், அதற்காக உயிரைக் கொடுக்கவும் தயங்கமாட்டான்.

அப்படிப்பட்ட வீரர்கள்மீது குற்றம் சொல்லி இழிவாகப் பேசக்கூடியவர்கள் யார்? (யாருமில்லை.)

780

புரந்தார் கண் நீர் மல்கச் சாகிற்பின் சாக்காடு
இரந்து கோள் தக்கது உடைத்து

ஒரு வீரன் போரில் இறந்துவிடுகிறான். அதைக் கண்ட அவனுடைய அரசன் கண்ணீர் விட்டு அழுகிறான். அப்படியானால், அது எப்பேர்ப்பட்ட இறப்பு!

சிறந்த வீரர்கள் அப்படிப்பட்ட வீரம் மிக்க இறப்பைத்தான் விரும்புவார்கள், அதற்காக எதையும் செய்யத் துணிவார்கள்!

அதிகாரம் 79: நட்பு

781

செயற்கு அரிய யா உள நட்பின், அதுபோல்
வினைக்கு அரிய யா உள காப்பு

நட்பைவிடச் சிறந்த செயல் எது! (எதுவுமில்லை!)

நம்முடைய பணிகளுக்கு நட்பைவிடச் சிறந்த பாதுகாப்பு எது! (எதுவுமில்லை!)

782

நிறை நீர நீரவர் கேண்மை பிறை, மதிப்
பின் நீர பேதையார் நட்பு

நல்லவர்களுடைய நட்பு வளர்பிறையைப் போன்றது, நாளுக்கு நாள் வளரும்.

முட்டாள்களுடைய நட்பு தேய்பிறையைப் போன்றது, நாளுக்கு நாள் தேயும்.

783

நவில்தொறும் நூல் நயம் போலும், பயில்தொறும்,
பண்பு உடையாளர் தொடர்பு

நல்ல நூலைப் படிக்கப் படிக்க இன்பம். அதுபோல, நல்லவர்களுடன் பழகப் பழக இன்பம்.

784

நகுதல் பொருட்டு அன்று நட்டல், மிகுதிக்கண்
மேல் சென்று இடித்தல் பொருட்டு

இரண்டு பேர் ஒன்றாகச் சேர்ந்து சிரித்து மகிழ்வதுதான் நட்பா?

இல்லை. அவர்களில் ஒருவர் தவறு செய்தால் இன்னொருவர் அவரைக் கண்டிக்கவேண்டும், அறிவுரை சொல்லித் திருத்தவேண்டும். அதுதான் நல்ல நட்பு.

785

புணர்ச்சி பழகுதல் வேண்டா, உணர்ச்சிதான்
நட்பாம் கிழமை தரும்

வெறுமனே சிரித்துப் பழகுவது நட்பு இல்லை, மனம் ஒத்துப்போனால்தான் நட்பு என்கின்ற உரிமை வரும்.

786

முகம் நக நட்பது நட்பு அன்று. நெஞ்சத்து
அகம் நக நட்பது நட்பு

வெறுமனே சிரித்துப் பழகுவது நட்பு இல்லை, நெஞ்சம் மலரும்படி அன்பாகச் சேர்ந்து பழகுவதுதான் நட்பு.

787

அழிவின் அவை நீக்கி, ஆறு உய்த்து, அழிவின்கண்
அல்லல் உழப்பதாம் நட்பு

ஒருவன் தீய வழியில் சென்றால், அவனுடைய நண்பர்கள் அதைச் சுட்டிக்காட்டித் திருத்துவார்கள், அவனை நல்ல வழியில் அழைத்துச்செல்வார்கள். ஒருவேளை, அந்த நல்ல வழியில் அவனுக்கு ஏதேனும் துன்பம் வந்தால், அவர்களும் அவனோடு சேர்ந்து அந்தத் துன்பத்தைப் பகிர்ந்துகொள்வார்கள். இவைதான் நல்ல நட்பின் அடையாளங்கள்.

788

உடுக்கை இழந்தவன் கை போல ஆங்கே
இடுக்கண் களைவதாம் நட்பு

ஒருவனுடைய உடை விலகினால், சட்டென்று அவனுடைய கை அதைச் சரி செய்யும், அவனுடைய மானத்தைக் காப்பாற்றும்.

அதுபோல, நமக்குத் துன்பம் வந்தால், நல்ல நண்பர்கள் ஓடி வந்து உதவுவார்கள்.

789

நட்பிற்கு வீற்று இருக்கை யாது எனின், கொட்பு இன்றி
ஒல்லும் வாய் ஊன்றும் நிலை

நல்ல நண்பர்கள் எப்போதும் மாறமாட்டார்கள், முடிந்தபோதெல்லாம் ஓடி வந்து உதவுவார்கள்.

790

இனையர் இவர் எமக்கு, இன்னம் யாம் என்று
புனையினும் புல் என்னும் நட்பு

நல்ல நண்பர்கள் தங்களுடைய நட்பைப்பற்றிப் பெருமையாகப் பேசிக்கொண்டிருப்பதில்லை. உண்மையான நட்பு இதுபோன்ற பேச்சுகளுக்கு அப்பாற்பட்டது.

அதிகாரம் 80: நட்பு ஆராய்தல்
(ஆராய்ந்து நட்பு கொள்ளுதல்)

791

நாடாது நட்டலின் கேடு இல்லை, நட்டபின்
வீடு இல்லை நட்பு ஆள்பவர்க்கு

நட்பு உண்டானபிறகு அதை உடைப்பது கடினம். அதனால், ஒருவரை நன்கு ஆராய்ந்தபிறகுதான் நண்பராக ஏற்றுக்கொள்ளவேண்டும். அப்படி ஆராயாமல் உண்டாகும் நட்பு கெடுதலைத் தரும்.

792

ஆய்ந்து ஆய்ந்து கொள்ளாதான் கேண்மை கடைமுறை
தான் சாம் துயரம் தரும்

ஒருவரைப் பலவிதமாக ஆராய்ந்தபிறகுதான் நண்பராக ஏற்றுக்கொள்ளவேண்டும். அப்படி ஆராயாமல் உண்டாக்கிக் கொள்ளும் நட்பு நம்மையே அழித்துவிடும்.

793

குணனும் குடிமையும் குற்றமும் குன்றா
இனனும் அறிந்து யாக்க நட்பு

ஒருவருடைய குணம், குடும்பம், குறைகள், உறவினர்கள், நண்பர்களையெல்லாம் ஆராய்ந்து தெரிந்துகொண்டு, அதன்பிறகு அவரோடு நண்பராகுங்கள்.

794

குடிப் பிறந்து தன்கண் பழி நாணுவானைக்
கொடுத்தும் கொளல் வேண்டும் நட்பு

ஒருவர் நல்ல குடும்பத்தில் பிறந்தவர், மற்றவர்கள் தன்மீது பழி சொல்லிவிடுவார்களோ என்கிற நாணத்துடன் எதையும் சரியாகச் செய்கிறவர் என்றால், அவரை எப்படியாவது உங்களுடைய நண்பராக்கிக்கொண்டுவிடுங்கள்.

795

அழச் சொல்லி அல்லது, இடித்து, வழக்கு அறிய
வல்லார் நட்பு ஆய்ந்து கொளல்

நாம் வருத்தப்பட்டாலும் பரவாயில்லை என்று நம்முடைய தவறுகளை எடுத்துச்சொல்லிக் கண்டிக்கிறவர்கள், உலக வழக்கங்களை நன்கு அறிந்தவர்களை ஆராய்ந்து நம்முடைய நண்பர்களாக்கிக்கொள்ளவேண்டும்.

796

கேட்டினும் உண்டு ஓர் உறுதி கிளைஞரை
நீட்டி அளப்பது ஓர் கோல்

நமக்கு ஏதாவது துன்பம் வந்தால், அந்தத் தீமையிலும் ஒரு நன்மை உண்டு. நம்மைச் சுற்றியிருக்கிறவர்களில் யாரெல்லாம் நமக்கு நண்பர்கள், யாரெல்லாம் எதிரிகள் என்பதை அந்தத் துன்பம் நமக்குக் காட்டிக்கொடுத்துவிடும். (துன்பம் வரும்போது உதவுகிறவர்கள்தான் உண்மையான நண்பர்கள்.)

797

ஊதியம் என்பது ஒருவற்குப் பேதையார்
கேண்மை ஒரீஇ விடல்

அறிவற்றவர்களுடைய நட்பை உடனே முறித்துவிடவேண்டும். அது நமக்குப் பெரிய நன்மையைத் தரும்.

798

உள்ளற்க உள்ளம் சிறுகுவ. கொள்ளற்க
அல்லல்கண் ஆற்று அறுப்பார் நட்பு

எப்போதும் உயர்வாகச் சிந்தியுங்கள்; குறுகிய சிந்தனைகள் வேண்டாம்.

அதேபோல், துன்பம் வரும்போது நம்மை விட்டுவிட்டு ஓடுகிறவர்களுடைய நட்பை முறித்துவிடுங்கள்.

799

கெடுங்காலைக் கைவிடுவார் கேண்மை அடுங்காலை
உள்ளினும் உள்ளம் சுடும்

துன்பம் வரும்போது நம்மைக் கைவிடுகிறவர்கள் நண்பர்களே இல்லை. அப்படிப்பட்டவர்களை எப்போது நினைத்தாலும் நம் மனம் வருந்தும்.

800

மருவுக மாசு அற்றார் கேண்மை. ஒன்று ஈத்தும்
ஒருவுக ஒப்பு இல்லார் நட்பு

குற்றமில்லாத நல்லவர்களை நண்பர்களாக்கிக்கொள்ளுங்கள்; தீயவர்களுடைய நட்பை எப்படியாவது முறித்துவிடுங்கள்.

அதிகாரம் 81: பழைமை (நெடுநாள் பழகிய நட்பு)

801

பழைமை எனப்படுவது யாது எனின், யாதும்
கிழமையைக் கீழ்ந்திடா நட்பு

பழைய நண்பர்கள் நம்மிடம் உரிமையோடு நடந்துகொள்வார்கள். அந்த உரிமையினால் அவர்கள் செய்கிற செயல்களையெல்லாம் விலக்காமல் அப்படியே ஏற்றுக்கொள்வதுதான் உண்மையான நட்பு.

802

நட்பிற்கு உறுப்பு கெழுதகைமை. மற்று அதற்கு
உப்பு ஆதல் சான்றோர் கடன்

பழைய நண்பர்கள் நம்மிடம் உரிமையோடு நடந்துகொள்வார்கள். அந்த உரிமையினால் அவர்கள் செய்கிற செயல்களையெல்லாம் அப்படியே ஏற்றுக்கொண்டு இனிமையாகப் பழகுவதுதான் சான்றோர்களுடைய கடமை.

803

பழகிய நட்பு எவன் செய்யும், கெழுதகைமை
செய்தாங்கு அமையாக்கடை

பழைய நண்பர்கள் நம்மிடம் உரிமையோடு நடந்துகொள்வார்கள். அந்த உரிமையினால் அவர்கள் செய்கிற செயல்களையெல்லாம் நாமே செய்ததைப்போல் எண்ணி ஏற்றுக்கொள்ளவேண்டும். அதுதான் பழைய நட்புக்கு அழகு.

804

விழை தகையான் வேண்டி இருப்பர், கெழுதகையால்
கேளாது நட்டார் செயின்

பழைய நண்பர்கள் நம்மிடம் உரிமையோடு நடந்துகொள்வார்கள். அந்த உரிமையினால் அவர்கள் நம்மைக் கேட்காமலே சில செயல்களைச் செய்துவிடக்கூடும். அப்போது நாம் அந்தச் செயல்களை விரும்பி ஏற்றுக்கொள்ளவேண்டும். (அவை நமக்குப் பிடிக்காவிட்டாலும் முகம் சுளிக்கக்கூடாது.)

805

பேதைமை ஒன்றோ, பெரும் கிழமை என்று உணர்க,
நோதக்க நட்டார் செயின்

பழைய நண்பர்கள் நம்மிடம் உரிமையோடு நடந்துகொள்வார்கள். அந்த உரிமையினால் அவர்கள் நம் மனம் வருந்தும்படியான செயல்களைக்கூடச் செய்யலாம். அப்போது, நாம் அவர்கள்மீது சினம் கொள்ளக்கூடாது, 'அவர் தெரியாமல் செய்துவிட்டார்' என்றோ, 'என்மீது இருக்கிற உரிமையால் இப்படிச் செய்துவிட்டார்' என்றோ எண்ணிக்கொண்டு அமைதியாக இருக்கவேண்டும்.

806

எல்லைக்கண் நின்றார் துறவார் தொலைவு இடத்தும்
தொல்லைக்கண் நின்றார் தொடர்பு

நல்லவர்கள் எத்தனைத் துன்பம் வந்தாலும் தங்களுடைய பழைய நண்பர்களிடமிருந்து விலகமாட்டார்கள்.

807

அழிவந்த செய்யினும் அன்பு அறார், அன்பின்
வழி வந்த கேண்மையவர்

பழைய நண்பர்கள் நம்மிடம் உரிமையோடு நடந்துகொள்வார்கள். அந்த உரிமையினால் அவர்கள் செய்கிற செயல்கள் சில நேரங்களில் நமக்குத் துன்பத்தைத் தரலாம்.

ஆனால், அப்போதும் நாம் அவர்களிடம் சினம் கொள்ளக்கூடாது, பழையபடி அன்புடன் பழகவேண்டும்.

808

கேள் இழுக்கம் கேளாக் கெழுதகைமை வல்லார்க்கு
நாள் இழுக்கம் நட்டார் செயின்

ஆழமான நட்பு கொண்டவர்கள் தங்கள் நண்பர்களை மிகவும் நம்புவார்கள், 'உங்கள் நண்பர் தவறு செய்துவிட்டார்' என்று யாராவது வந்து சொன்னாலும் அதை நம்பமாட்டார்கள்.

ஒருவேளை, அந்த நண்பர் உண்மையிலேயே தவறு செய்திருந்தால்?

அப்போதும் அவர்கள் அதைப் பொருட்படுத்தமாட்டார்கள், தன் நண்பரை விட்டுத்தரமாட்டார்கள், 'ஏதோ, நேரம் சரியில்லை, அதனால்தான் அவர் அப்படிச் செய்துவிட்டார்' என்று அன்போடு பேசுவார்கள்.

809

கெடாஅ வழி வந்த கேண்மையார் கேண்மை
விடாஅர் விழையும் உலகு

நண்பர்களோடு நெடுநாட்களாகத் தொடர்ந்து பழகுகிறவர்களை இந்த உலகம் விரும்பும்.

810

விழையார் விழையப்படுப, பழையார்கண்
பண்பின் தலைப்பிரியாதார்

பழைய நண்பர்களுடன் எப்போதும் அன்பாகப் பழகுகிறவர்களை எதிரிகளும் மதிப்பார்கள்.

அதிகாரம் 82: தீ நட்பு (தீயவர்களுடனான நட்பு)

811

பருகுவார் போலினும் பண்பு இலார் கேண்மை
பெருகலின் குன்றல் இனிது

தீயவர்கள் நம்மிடம் அன்பாகப் பழகக்கூடும். ஆனால், அவர்களுடன் நட்பு கொள்ளாமலிருப்பதுதான் நமக்கு நல்லது.

812

உறின் நட்டு, அறின் ஒரூஉம் ஒப்பு இலார் கேண்மை
பெறினும் இழப்பினும் என்

சிலர் தங்களுக்குத் தேவை உள்ளபோது நம்மோடு பழகுவார்கள், அந்தத் தேவை தீர்ந்ததும் நம்மை விட்டு விலகிவிடுவார்கள். அப்படிப்பட்டவர்களை நண்பர்களாகக் கொள்வதால் நமக்கு என்ன நன்மை? (ஏதுமில்லை.) அவர்களை விட்டு விலகினால் நமக்கு என்ன இழப்பு? (ஏதுமில்லை.)

813

உறுவது சீர் தூக்கும் நட்பும் பெறுவது
கொள்வாரும் கள்வரும் நேர்

இந்த நட்பினால் நமக்கு என்ன பயன் என்று எடை போட்டுப் பார்த்துப் பழகுகிறவன் நண்பன் இல்லை, வஞ்சகன், திருடன்.

814

அமர் அகத்து ஆற்று அறுக்கும் கல்லா மா அன்னார்
தமரின் தனிமை தலை

ஒரு வீரன் பழக்கமில்லாத குதிரையின் மேல் ஏறிப் போருக்குச் சென்றான். ஆனால், போர்க்களத்துக்கு வந்ததும், அந்தக் குதிரை அவனைக் கீழே தள்ளிவிட்டு எங்கோ ஓடிவிட்டது.

தீய நண்பர்களும் அப்படித்தான். நமக்குத் துன்பம் வந்தால் நம்மை விட்டுவிட்டு ஓடிவிடுவார்கள். அப்படிப்பட்டவர்களுடன் நட்பு கொள்வதைவிடத் தனி ஆளாக இருந்துவிடலாம்.

815

செய்து ஏமம் சாராச் சிறியவர் புன் கேண்மை
எய்தலின் எய்தாமை நன்று

சிலர் நம்மிடமிருந்து பல உதவிகளைப் பெற்றுக்கொள்வார்கள், ஆனால், நமக்கு ஒரு துன்பம் வரும்போது பாதுகாப்பாக நின்று உதவமாட்டார்கள். அப்படிப்பட்ட சிறிய மனிதர்களுடன் நட்பு கொள்வதைவிடச் சும்மா இருப்பது நல்லது.

816

பேதை பெரும் கெழீஇ நட்பின் அறிவு உடையார்
ஏது இன்மை கோடி உறும்

அறிவில்லாதவனுடைய சிறந்த நண்பனாக இருப்பதைவிட, அறிவாளிக்குப் பகைவனாக இருந்துவிடலாம். அதைவிட இது கோடி மடங்கு நல்லது.

817

நகை வகையர் ஆகிய நட்பின் பகைவரால்
பத்து அடுத்த கோடி உறும்

பகைவனைக்கூட நம்பலாம், சிரிப்பதுபோல் நடித்து ஏமாற்றுகிற நண்பனைமட்டும் எப்போதும் நம்பக்கூடாது.

818

ஒல்லும் கருமம் உடற்றுபவர் கேண்மை
சொல்லாடார் சோர விடல்

சிலர் ஒழுங்காக நடக்கிற வேலையையும் குழப்பிக் கெடுத்துவிடுவார்கள். அப்படிப்பட்டவர்களுடன் நமக்கு எந்தப் பேச்சும் வேண்டாம், சத்தமில்லாமல் விலகி வந்துவிடுவோம்.

819

கனவினும் இன்னாது மன்னோ, வினை வேறு
சொல் வேறு பட்டார் தொடர்பு

சொல்வது ஒன்று, செய்வது இன்னொன்று என்று வாழ்கிறவர்களுடன் நட்பு கொள்ளவேண்டாம். அப்படிப்பட்ட நட்பு கனவிலும் துன்பத்தைத்தான் தரும்.

820

எனைத்தும் குறுகுதல் ஓம்பல் மனைக் கெழீஇ,
மன்றில் பழிப்பார் தொடர்பு

சிலர் நம்முடன் இருக்கும்போது அன்பாகப் பழகுவார்கள், ஆனால், வெளியில் சென்று நம்மைப்பற்றி இழிவாகப் பேசுவார்கள். அப்படிப்பட்டவர்களுடன் நமக்கு எந்தப் பழக்கமும் வேண்டாம்.

அதிகாரம் 83: கூடா நட்பு (சேரக்கூடாதவர்களுடனான நட்பு)

821

சீர் இடம் காணின் எறிதற்குப் பட்டடை,
நேரா நிரந்தவர் நட்பு

பட்டறையில் வேலை செய்கிறவர்கள் பழுக்கக் காய்ச்சிய உலோகத்தை உலைக்கல்லின்மீது வைப்பார்கள். அப்போது, அந்தக் கல் அந்த உலோகத்தைத் தாங்குவதுபோல் தெரியும். ஆனால், மறுகணம் அந்த உலோகத்தின்மீது அடி விழும், அது நன்றாக நசுக்கப்படும்.

மனம் பொருந்தாதவர்களுடைய நட்பும் அப்படித்தான். (பொருந்தாத நட்பு பார்ப்பதற்கு இனிமையாக இருக்கும். ஆனால் உண்மையில் நமக்குக் கெடுதலைக் கொண்டுவரும்.)

822

இனம் போன்று இனம் அல்லர் கேண்மை மகளிர்
மனம்போல வேறுபடும்

சிலருக்கு நம்மீது துளியும் அன்பு இருக்காது, ஆனால், வெளித்தோற்றத்துக்கு நம்முடைய நண்பர்களைப்போல் நடிப்பார்கள். அப்படிப்பட்டவர்களுடைய நட்பு, விலைமாதர்களின் மனத்தைப் போன்றது. (விலைமாதர்கள் பணத்துக்காக ஓர் ஆணை விட்டு இன்னோர் ஆணிடம் செல்வதுபோல் இவர்களும் தங்களுடைய நன்மைக்காக நம்மைக் கைவிட்டுவிடுவார்கள்.)

823

பல நல்ல கற்றக் கடைத்தும் மனம் நல்லர்
ஆகுதல் மாணார்க்கு அரிது

தீயவர்கள் எவ்வளவு படித்தால்தான் என்ன? அவர்களுடைய மனம் திருந்தவா போகிறது?

824

முகத்தின் இனிய நகாஅ, அகத்து இன்னா
வஞ்சரை அஞ்சப்படும்

சிலர் வெளியில் இனிமையாகப் பேசிச் சிரிப்பார்கள், ஆனால், உள்ளுக்குள் நமக்குத் தீமை செய்ய நினைப்பார்கள். அப்படிப்பட்ட வஞ்சகர்களைக் கண்டு அஞ்சி விலகிவிடவேண்டும்.

825

மனத்தின் அமையாதவரை எனைத்து ஒன்றும்
சொல்லினால் தேறல்பாற்று அன்று

ஒருவர் பேசும் சொற்களைமட்டும் வைத்து அவரை நண்பர் என்று நினைத்துவிடக்கூடாது. மனம் பொருந்தினால்தான் நட்பு உண்டாகும்.

826

நட்டார்போல் நல்லவை சொல்லினும் ஒட்டார் சொல்
ஒல்லை உணரப்படும்

சிலர் நம்மிடம் நண்பர்களைப்போல் பழகுவார்கள், நல்ல விஷயங்களைப் பேசுவார்கள். ஆனால், அவர்கள் நம்முடன் பொய்யாகத்தான் பழகுகிறார்கள் என்ற உண்மை விரைவில் வெளியாகிவிடும்.

827

சொல் வணக்கம் ஒன்னார்கண் கொள்ளற்க, வில் வணக்கம்
தீங்கு குறித்தமையான்

வில் வளைந்தால் அம்பு பாயும், ஆபத்து வரும்.

அதுபோல, பகைவர்கள் நம்மிடம் வளைந்து, வணங்கிப் பேசினால் ஏதோ ஆபத்து வரப்போகிறது என்று புரிந்துகொள்ளவேண்டும். அவர்களை நம்பக்கூடாது. (பகைவன் போடும் கும்பிடு போலியானது.)

828

தொழுத கை உள்ளும் படை ஒடுங்கும் ஒன்னார்
அழுத கண்ணீரும் அனைத்து

பகைவர்கள் நம்மைக் கும்பிடுவதுபோல் நடிப்பார்கள், ஆனால், கும்பிடுகிற கைக்குள் கத்தியை ஒளித்துவைத்திருப்பார்கள்.

சில நேரங்களில் அவர்கள் நம் முன்னால் வந்து அழுவதுபோல் நடிப்பார்கள். ஆனால், அந்த அழுகைக்குள்ளும் ஆபத்து இருக்கும். (எப்போதும் எதிரியை நம்பவேண்டாம்.)

829

மிகச் செய்து தம் எள்ளுவாரை நகச் செய்து
நட்பினுள் சாப் புல்லல்பாற்று

சிலர் வெளியில் நம்முடன் இனிமையாகப் பேசுவார்கள், ஆனால், உள்ளுக்குள் நம்மைப்பற்றி இழிவாக நினைப்பார்கள். அப்படிப்பட்டவர்களிடம் நாமும் சிரித்துப் பேசுவதுபோல் நடிக்கவேண்டும், ஆனால், சரியான நேரத்தில் அந்த நட்பை முறித்துவிடவேண்டும்.

830

பகை நட்பு ஆம் காலம் வருங்கால், முகம் நட்டு,
அகம் நட்பு ஒரீஇ விடல்

பகைவர்கள் நட்புக் கரம் நீட்டினால், வெளியில் சிரியுங்கள், ஆனால் உள்ளுக்குள் விழிப்புடன் இருங்கள், சரியான நேரத்தில் அந்தப் பொய் நட்பை முறித்துவிடுங்கள்.

அதிகாரம் 84: பேதைமை (அறியாமை)

831

பேதைமை என்பது ஒன்று யாது எனின், ஏதம் கொண்டு
ஊதியம் போகவிடல்

தீயவற்றைப் பிடித்துக்கொண்டு நல்லவற்றை விட்டுவிடுவதுதான் அறியாமை.

832

பேதைமையுள் எல்லாம் பேதைமை, காதன்மை
கையல்லதன்கண் செயல்

தேவையில்லாத பொருட்களின்மீது ஆசை வைப்பதுதான் முட்டாள்தனங்களிலெல்லாம் மிகப் பெரிய முட்டாள்தனம்.

833

நாணாமை, நாடாமை, நார் இன்மை, யாது ஒன்றும்
பேணாமை பேதை தொழில்

அறிவற்றவன் செய்யும் நான்கு செயல்கள் இவை:

1. தீய செயல்களைச் செய்வதற்கு வெட்கப்படமாட்டான்

2. நல்லவற்றைத் தேடிச் செல்லமாட்டான்

3. யார்மீதும் அன்பு காட்டமாட்டான்

4. எதையும் ஒழுங்காகப் பராமரிக்கமாட்டான்.

834

ஓதி உணர்ந்தும் பிறர்க்கு உரைத்தும் தான் அடங்காப்
பேதையின் பேதையார் இல்

சிலர் நிறையப் படிப்பார்கள், புரிந்துகொள்வார்கள், அவற்றைப் பிறருக்கு எடுத்துச்சொல்வார்கள், ஆனால், அவர்கள் அதைப் பின்பற்றமாட்டார்கள். இவர்களைவிடப் பெரிய முட்டாள்கள் யாருமில்லை. (படித்தால் போதாது, பின்பற்றவேண்டும்.)

835

ஒருமைச் செயல் ஆற்றும் பேதை எழுமையும்
தான் புக்கு அழுந்தும் அளறு

அறிவற்றவன் இந்த ஒரு பிறவியில் செய்கிற தவறுகளுக்கான துன்பத்தைப் பல பிறவிகளுக்கு அனுபவிப்பான்.

836

பொய்படும், ஒன்றோ, புனை பூணும், கை அறியாப்
பேதை வினை மேற்கொளின்

எதை எப்படிச் செய்யவேண்டும் என்று தெரியாத முட்டாள் எந்த வேலையையும் ஒழுங்காகச் செய்யமாட்டான், வேலை செய்கிறேன் பேர்வழி என்று ஏதாவது சிக்கலில் மாட்டிக்கொண்டு திகைத்து நிற்பான்.

837

ஏதிலார் ஆரத் தமர் பசிப்பர், பேதை
பெரும் செல்வம் உற்றக்கடை

அறிவற்ற ஒருவனுக்குப் பெரிய செல்வம் கிடைத்தால், அதனால் அவனுடைய நண்பர்களுக்கோ, உறவினர்களுக்கோ எந்தப் பயனும் இருக்காது. அவனுடைய செல்வத்தை மற்றவர்கள்தான் சாப்பிடுவார்கள்.

838

மையல் ஒருவன் களித்தற்றால், பேதை தன்
கை ஒன்று உடைமை பெறின்

அறிவற்ற ஒருவனுக்குச் செல்வம் கிடைத்துவிட்டால், பித்துப் பிடித்தவன் கள் குடித்த நிலைமைதான்.

839

பெரிது, இனிது பேதையார் கேண்மை, பிரிவின்கண்
பீழை தருவது ஒன்று இல்

அறிவற்றவர்களுடைய நட்பு மிகவும் நல்லது. ஏனெனில், அவர்களைப் பிரிந்து வரும்போது நமக்கு எந்தத் துன்பமும் உண்டாவதில்லை.

840

கழாஅக் கால் பள்ளியுள் வைத்தற்றால், சான்றோர்
குழாஅத்துப் பேதை புகல்

அழுக்குக் காலைப் படுக்கையின்மீது வைத்தால், தூய்மையான படுக்கை அழுக்காகிவிடும். அறிஞர்கள் கூட்டத்தில் முட்டாள் ஒருவன் புகுந்தாலும் அதுதான் நடக்கும்.

அதிகாரம் 85: புல்லறிவாண்மை

[அறிவற்ற ஒருவன் தன்னை அறிஞனாக எண்ணிக்கொள்ளுதல்]

841

அறிவு இன்மை இன்மையுள் இன்மை, பிறிது இன்மை
இன்மையா வையாது உலகு

இந்த உலகத்தின் மிகப் பெரிய வறுமை, அறிவில்லாமல் இருப்பதுதான். அதோடு ஒப்பிடும்போது மற்ற எதுவும் வறுமை இல்லை.

842

அறிவு இலான் நெஞ்சு உவந்து ஈதல், பிறிது யாதும்
இல்லை, பெறுவான் தவம்

அறிவற்றவர்கள் தாங்களாக விரும்பி யாருக்கும் எதையும் கொடுக்கமாட்டார்கள். ஒருவேளை, அவர்கள் அப்படி எதையாவது கொடுத்தால், அதற்கு ஒரே காரணம், அந்த உதவியைப் பெற்றுக்கொண்டவன் செய்த தவம்தான். வேறு எதுவும் இல்லை.

843

அறிவு இலார் தாம் தம்மைப் பீழிக்கும் பீழை
செறுவார்க்கும் செய்தல் அரிது

அறிவற்றவனுக்கு எதிரிகளே தேவையில்லை. அவன் தன்னைத் தானே இன்னும் நன்றாகத் துன்பப்படுத்திக்கொள்வான்.

844

வெண்மை எனப்படுவது யாது எனின், ஒண்மை
உடையம் யாம் என்னும் செருக்கு

எது முட்டாள்தனம்?

நான் பெரிய அறிவாளி என்று நாமே எண்ணிப் பெருமைப்பட்டுக்கொள்வதுதான்!

845

கல்லாத மேற்கொண்டு ஒழுகல் கசடு அற
வல்லதூஉம் ஐயம் தரும்

ஒருவன் படிக்காததையெல்லாம் படித்ததாகச் சொல்லிக்கொண்டு திரிந்தால், நாளைக்கு அவன் உண்மையாகப் படித்ததையும் உலகம் நம்பாது, இவன் வழக்கம்போல் பொய் சொல்கிறான் என்று ஐயப்படும்.

846

அற்றம் மறைத்தலோ புல் அறிவு, தம்வயின்
குற்றம் மறையா வழி

எல்லாரும் உடலை மறைக்க ஆடை அணிகிறார்கள், ஆனால், தங்களிடம் உள்ள குறைகளை உணர்ந்து திருத்திக்கொள்வதில்லை. இது எப்பேர்ப்பட்ட முட்டாள்தனம்!

847

அரு மறை சோரும் அறிவு இலான் செய்யும்
பெரும் மிறை தானே தனக்கு

அறிவற்றவன் சிலருக்குமட்டும் தெரியவேண்டிய இரகசியங்களை எல்லாருக்கும் சொல்லிவிடுவான், அதன்மூலம் தனக்குத் தானே பெரிய துன்பத்தை உண்டாக்கிக்கொள்வான்.

848

ஏவவும் செய்கலான், தான் தேறான், அவ் உயிர்
போஓம் அளவும் ஓர் நோய்

ஒருவனுக்குச் சொந்த அறிவும் கிடையாது, பிறர் சொல்வதைக் கேட்டு நடக்கிற அறிவும் கிடையாது. அப்படிப்பட்டவன் எப்படி முன்னேறுவான்? முட்டாள்தனம் என்கிற நோய் கடைசிவரை அவனை விடாது.

849

காணாதான் காட்டுவான் தான் காணான். காணாதான்
கண்டானாம் தான் கண்டவாறு

அறிவுள்ளவன் முட்டாளுக்குப் பாடம் நடத்தினால், தான் கற்றதையும் மறந்துவிடுவான்.

ஏனெனில், முட்டாளுக்கு நாம் எவ்வளவுதான் கற்றுக்கொடுத்தாலும் பலன் இருக்காது. அவன் திரும்பத் திரும்ப அதே பழைய முட்டாள்தனத்துடன்தான் சிந்திப்பான்.

850

உலகத்தார் உண்டு என்பது இல் என்பான் வையத்து
அலகையா வைக்கப்படும்

சிலர் வேண்டுமென்றே எல்லாவற்றையும் எதிர்த்துப் பேசுவார்கள், உலகம் அறிந்த உண்மைகளை மறுப்பார்கள்.

அப்படிப்பட்ட முட்டாள்கள் பேய்க்குச் சமம்.

அதிகாரம் 86: இகல் (ஒருவருடன் மனம் வேறுபடுதல்)

851

இகல் என்ப, எல்லா உயிர்க்கும் பகல் என்னும்
பண்பு இன்மை பாரிக்கும் நோய்

உயிர்கள் ஒன்றோடொன்று பகை கொண்டு பிரிந்து நிற்கக் காரணம், இகல் (மன வேறுபாடு) என்னும் நோய்தான் என்று பெரியோர்கள் சொல்வார்கள்.

852

பகல் கருதிப் பற்றா செயினும் இகல் கருதி
இன்னா செய்யாமை தலை

ஒருவன் நம்மிடமிருந்து பிரிந்து நின்றாலும் பரவாயில்லை, நமக்குப் பிடிக்காத செயல்களைச் செய்தாலும் பரவாயில்லை, நாம் இகல் (மன வேறுபாடு) கொண்டு அவனுக்குத் தீங்கு செய்யக்கூடாது.

853

இகல் என்னும் எவ்வ நோய் நீக்கின் தவல் இல்லாத்
தா இல் விளக்கம் தரும்

இகல் (மன வேறுபாடு) என்பது துன்பத்தைத் தருகின்ற ஒரு நோய். அதை நீக்கினால் நமக்கு அழிவில்லாத, நிலையான புகழ் கிடைக்கும்.

854

இன்பத்துள் இன்பம் பயக்கும், இகல் என்னும்
துன்பத்துள் துன்பம் கெடின்

இகல்(மன வேறுபாடு)தான் மிகப் பெரிய துன்பம். அதை நீக்கினால் மிகப் பெரிய இன்பம் கிடைக்கும்.

855

இகல் எதிர் சாய்ந்து ஒழுகவல்லாரை யாரே
மிகல் ஊக்கும் தன்மையவர்

இகலை (மன வேறுபாட்டை) எதிர்த்து நிற்காமல் வளைந்துகொடுத்துச் செல்கிறவர்களை யாராலும் வெல்லமுடியாது.

856

இகலின் மிகல் இனிது என்பவன் வாழ்க்கை
தவலும் கெடலும் நணித்து

அடிக்கடி இகல் (மன வேறுபாடு) கொள்கிறவன், அதை விரும்புகிறவனுடைய வாழ்க்கை விரைவில் கெட்டு அழியும்.

857

மிகல் மேவல் மெய்ப்பொருள் காணார், இகல் மேவல்
இன்னா அறிவினவர்

இகல் (மன வேறுபாடு) என்னும் தீய உணர்வை விரும்புகிறவன் வெற்றியைத் தரக்கூடிய நல்ல கருத்துகளைப் புரிந்துகொள்ளமாட்டான், பின்பற்றமாட்டான்.

858

இகலிற்கு எதிர் சாய்தல் ஆக்கம். அதனை
மிகல் ஊக்கின் ஊக்குமாம் கேடு

இகல் (மன வேறுபாடு) வரும்போது அதை எதிர்க்காமல் சாய்ந்து, வளைந்து, ஒதுங்கிக்கொள்வதுதான் நல்லது. அதை எதிர்த்து மோதினால் அது நம்மை அழித்துவிடும்.

859

இகல் காணான் ஆக்கம் வருங்கால், அதனை
மிகல் காணும் கேடு தரற்கு

இகலைப் (மன வேறுபாட்டைப்) பொருட்படுத்தாமல் நம் வேலையைச் செய்துகொண்டிருந்தால் நன்மை வரும். அதைப் பெரிதாக நினைத்து முட்டி மோதினால் அழிவு வரும்.

860

இகலான் ஆம் இன்னாத எல்லாம். நகலான் ஆம்
நல் நயம் என்னும் செருக்கு

பிறர்மீது இகல் (மன வேறுபாடு) கொண்டால் எல்லாத் தீமைகளும் வரும். பிறர்மீது நட்பு கொண்டால் நன்மையும் மகிழ்ச்சியும் பெருகும்.

அதிகாரம் 87: பகை மாட்சி
(பகைவர்களுடைய தகுதியை அறிந்து செயல்படுதல்)

861

வலியார்க்கு மாறு ஏற்றல் ஓம்புக. ஓம்பா
மெலியார்மேல் மேக பகை

நம்மைவிட வலிமையானவர்களைப் பகைத்துக்கொள்ளக்கூடாது. நம்மைவிட வலிமை குறைந்தவர்களைத்தான் பகைத்துக்கொள்ள வேண்டும்.

862

அன்பு இலன், ஆன்ற துணை இலன், தான் துவ்வான்
என் பரியும் ஏதிலான் துப்பு

வலிமையில்லாதவன், யார்மீதும் அன்பு செலுத்தாதவன், வலிமையான நண்பர்கள் இல்லாதவன் தன்னுடைய பகைவர்களை எப்படி வெல்வான்?

863

அஞ்சும், அறியான், அமைவு இலன், ஈகலான்
தஞ்சம் எளியன் பகைக்கு

எதற்கெடுத்தாலும் அஞ்சுகிறவன், அறிவற்றவன், பிறருடன் பொருந்திப் பழகத் தெரியாதவன், பிறருக்கு உதவும் பண்பு இல்லாதவனைப் பகைவர்கள் எளிதில் வென்றுவிடுவார்கள்.

864

நீங்கான் வெகுளி, நிறை இலன் எஞ்ஞான்றும்
யாங்கணும் யார்க்கும் எளிது

சினத்தைக் கட்டுப்படுத்தத் தெரியாதவன், நிறைந்த பண்புகள் இல்லாதவனை எந்த நேரத்திலும், எந்த இடத்திலும், யார் வேண்டுமானாலும் வென்றுவிடுவார்கள்.

865

வழி நோக்கான், வாய்ப்பன செய்யான், பழி நோக்கான்,
பண்பு இலன் பற்றார்க்கு இனிது

நல்ல வழியில் நடக்காதவன், பயனுள்ள, நல்ல செயல்களைச் செய்யாதவன், கெட்ட செயல்களைச் செய்தால் தனக்குப் பழி வருமோ என்று எண்ணி அஞ்சாதவன், பண்பில்லாதவனைப் பகைவர்கள் எளிதில் வென்றுவிடுவார்கள்.

866

காணாச் சினத்தான், கழி பெரும் காமத்தான்
பேணாமை பேணப்படும்

ஒருவன் எதற்கெடுத்தாலும் கண்மூடித்தனமாகச் சினம் கொள்கிறான், மிகவும் காம உணர்வைக் கொண்டவனாக இருக்கிறான் என்றால், சுற்றியிருக்கிற எல்லாரும் அவனைப் பகைவனாகத்தான் நினைப்பார்கள்.

867

கொடுத்தும் கொளல் வேண்டும், மன்ற, அடுத்து இருந்து
மாணாத செய்வான் பகை

கூட இருந்து குழி பறிக்கிறவன் நண்பன் இல்லை. அவனை எப்படியாவது பகைவனாக மாற்றிக்கொள்வது நமக்கு நல்லது.

868

குணன் இலனாய்க் குற்றம் பல ஆயின், மாற்றார்க்கு
இனன் இலன் ஆம் ஏமாப்பு உடைத்து

நற்குணங்கள் இல்லாதவன், பல்வேறு குற்றங்களைச் செய்கிறவனை யார்தான் நண்பனாக ஏற்றுக்கொள்வார்கள்? அவன் எப்போதும் தனியாகத்தான் நிற்பான். எதிரிகள் அவனை எளிதில் வென்றுவிடுவார்கள்.

869

செறுவார்க்குச் சேண் இகவா இன்பம், அறிவு இலா
அஞ்சும் பகைவர்ப் பெறின்

அறிவற்ற, எதற்கெடுத்தாலும் அஞ்சுகிற நபர்களைப் பகைவர்களாகப் பெற்றவர்களுக்கு எப்போதும் இன்பம்தான். (அப்படிப்பட்ட பகைவர்களை வெல்வது மிகவும் எளிது.)

870

கல்லான் வெகுளும் சிறு பொருள் எஞ்ஞான்றும்
ஒல்லானை ஒல்லாது ஒளி

கல்வி அறிவற்ற ஒருவனை எதிர்த்து வெல்வது மிகவும் எளிது.

ஆனால், அதைக்கூடச் செய்ய இயலாதவர்கள் இருக்கிறார்கள். அவர்கள் எப்போதும் புகழ் பெறமாட்டார்கள்.

அதிகாரம் 88: பகைத்திறம் தெரிதல்
(பகைவர்களை ஆராய்ந்து அறிதல்)

871

பகை என்னும் பண்பு இல் அதனை ஒருவன்
நகையேயும் வேண்டற்பாற்று அன்று

பகை என்பது ஒரு தீய பண்பு. விளையாட்டுக்காகவும் பிறர்மீது பகை கொள்ளவேண்டாம்.

872

வில் ஏர் உழவர் பகை கொளினும் கொள்ளற்க
சொல் ஏர் உழவர் பகை

வில் ஏந்திப் போர் செய்கிறவனைக்கூடப் பகைத்துக்கொள்ளலாம், அறிஞர்களை எப்போதும் பகைத்துக்கொள்ளக்கூடாது.

873

ஏமுற்றவரினும் ஏழை, தமியனாய்ப்
பல்லார் பகை கொள்பவன்

பலரைப் பகைத்துக்கொண்டு தனி ஆளாக நிற்கிறவன் பைத்தியக்காரனைவிட மோசமான முட்டாள்.

874

பகை நட்பாக் கொண்டு ஒழுகும் பண்புடையாளன்
தகைமைக்கண் தங்கிற்று உலகு

பகைவர்களை நண்பர்களாக மாற்றிக்கொள்ளும் திறமை கொண்டவனை உலகம் மதித்துப் பின்பற்றும்.

875

தன் துணை இன்றால், பகை இரண்டால், தான் ஒருவன்
இன் துணையாக் கொள்க அவற்றின் ஒன்று

ஒருவனுக்கு நண்பர்கள் யாரும் இல்லை, ஆனால், இரண்டு பகைவர்கள் இருக்கிறார்கள்.

அப்படியானால், அவன் அந்த இரண்டு பகைவர்களில் ஒருவரைத் தன்னுடைய நண்பராக ஆக்கிக்கொள்ள முயலவேண்டும்.

876

தேறினும் தேறாவிடினும் அழிவின்கண்
தேறான் பகாஅன் விடல்

ஒருவன் நல்லவனா, கெட்டவனா என்று நாம் முன்பே ஆராய்ந்திருக்கலாம், அவ்வாறு ஆராயாமலும் இருக்கலாம். ஆனால், நமக்குத் துன்பம் வரும் நேரத்தில் நாம் அவனைச் சேர்த்துக்கொள்ளவும் கூடாது, விலக்கிவைக்கவும் கூடாது, அவனைப்பற்றி எந்தத் தீர்மானமும் எடுக்காமல் நடுநிலையில் இருந்துவிடவேண்டும்.

877

நோவற்க நொந்தது அறியார்க்கு. மேவற்க
மென்மை பகைவர் அகத்து

நமக்கு வரக்கூடிய துன்பத்தைத் தானாக அறிந்துகொண்டு உதவுகிறவர்கள்தான் நம் நண்பர்கள். அப்படி இல்லாதவர்களிடம் நாமே நம் துன்பத்தைப்பற்றிச் சொல்லக்கூடாது.

அதேபோல், நம்முடைய குறைகள் எதிரிகளுக்குத் தெரியாதபடி பார்த்துக்கொள்ளவேண்டும்.

878

வகை அறிந்து, தன் செய்து, தன் காப்ப, மாயும்
பகைவர்கண் பட்ட செருக்கு

நம்முடைய வேலைகளை எப்படிச் செய்வது என்று தெரிந்துகொள்ளவேண்டும், நன்கு உழைத்து நம்மை வளர்த்துக்கொள்ளவேண்டும், ஆபத்துகளிலிருந்து பாதுகாத்துக்கொள்ளவேண்டும். இதை நாம் முறையாகச் செய்தால், எதிரிகள் நம்மிடம் வாலாட்டமாட்டார்கள்.

879

இளைதாக முள் மரம் கொல்க, களையுநர்
கை கொல்லும் காழ்த்த இடத்து

முள் மரம் சிறியதாக இருக்கும்போதே அதை வெட்டிவிடவேண்டும். நன்கு வளர்ந்தபிறகு அதை வெட்டினால், நம் கையைக் குத்திக் காயப்படுத்திவிடும். (பகைவர்களை வளரவிடக்கூடாது, முளையிலேயே கிள்ளிவிடவேண்டும்.)

880

உயிர்ப்ப, உளர் அல்லர் மன்ற, செயிர்ப்பவர்
செம்மல் சிதைக்கலாதார்

எதிரியை வெல்லமுடியாதவர்கள் உண்மையில் வாழ்வதில்லை, வெறுமனே மூச்சு விடுகிறார்கள், அவ்வளவுதான். (எந்நேரமும் எதிரியை எண்ணி அஞ்சிக்கொண்டிருப்பது ஒரு வாழ்க்கையா!)

அதிகாரம் 89: உட்பகை

(கூட இருந்து குழிபறிக்கும் பகைவர்கள்)

881

நிழல், நீரும் இன்னாத இன்னா. தமர் நீரும்
இன்னாவாம் இன்னா செயின்

பொதுவாக, நிழலில் ஓய்வெடுப்பதும், நீர் அருந்துவதும் நல்ல செயல்கள்தான். ஆனால், ஒருவேளை, அவை நம் உடலுக்குத் தீங்கு செய்யும் என்றால், அவற்றைத் தீயவையாகக் கருதி ஒதுக்கிவிடவேண்டும்.

அதுபோல, நம்முடன் இருப்பவர்களில் யாராவது நமக்குத் தீங்கு செய்யக்கூடும். அவர்களை நாம் அடையாளம் கண்டு ஒதுக்கிவிடவேண்டும்.

882

வாள்போல் பகைவரை அஞ்சற்க, அஞ்சுக
கேள்போல் பகைவர் தொடர்பு

வாளைப்போல் நம்மீது பாய்கின்ற பகைவனைக்கூடச் சமாளித்துவிடலாம், கூடவே இருந்து குழிபறிக்கிற உட்பகைவனைச் சமாளிப்பதுதான் கடினம். அதனால், பகைவர்களைவிட, உட்பகைவர்களை எண்ணி அச்சப்படுங்கள்!

883

உள் பகை அஞ்சித் தன் காக்க, உலைவு இடத்து
மண் பகையின் மாணத் தெறும்

நம்முடன் இருந்து நமக்குத் தீமை செய்கிறவர்களைக் கண்டு அஞ்சவேண்டும், அவர்களிடமிருந்து நம்மைக் காப்பாற்றிக்கொள்ளவேண்டும்.

ஏனெனில், நாம் துன்பப்பட்டுச் சோர்ந்து நிற்கும்போது இவர்கள் கண்டிப்பாக நமக்கு உதவமாட்டார்கள், புதைமண்ணைப்போல் நம்மை உள்ளே இழுத்து அழிக்கத்தான் பார்ப்பார்கள்.

884

மனம் மாணா உள் பகை தோன்றின் இனம் மாணா
ஏதம் பலவும் தரும்

நம்மைச் சுற்றிக் கெட்ட மனம் கொண்ட உட்பகைவர்கள் யாராவது இருந்தால், அவர்களைக் கண்டுபிடித்து வெளியேற்றவேண்டும். இல்லாவிட்டால், நாம் பல குற்றங்களுக்கு ஆளாவோம், நம் சுற்றத்தார்கூட நம்முடன் சேரமாட்டார்கள்.

885

உறல் முறையான் உள் பகை தோன்றின் இறல் முறையான்
ஏதம் பலவும் தரும்

நம்முடைய உறவினர்கள் யாராவது நமக்குத் தீமை செய்தால், அவர்களைக் கண்டுபிடித்து வெளியேற்றவேண்டும். இல்லாவிட்டால், நாம் பல குற்றங்களுக்கு ஆளாவோம், மிகப் பெரிய துன்பங்களைச் சந்திப்போம்.

886

ஒன்றாமை ஒன்றியார்கண் படின் எஞ்ஞான்றும்

பொன்றாமை ஒன்றல் அரிது

நமக்குத் தெரிந்தவர்களில் சிலர் நமக்கு உட்பகைவர்களாக மாறக்கூடும். அப்படிப்பட்டவர்களை அருகில் வைத்திருந்தால் அவர்கள் நம்மை அழித்துவிடுவார்கள்.

887

செப்பின் புணர்ச்சிபோல் கூடினும் கூடாதே,

உள் பகை உற்ற குடி

செப்பும் அதன் மூடியும் எப்போதும் சேர்ந்திருப்பதுபோல்தான் காணப்படுகின்றன. ஆனால், அவை உண்மையில் சேர்ந்திருப்பதில்லை. நாம் கையால் தொட்டு இழுத்தால் அவை தனித்தனியாகப் பிரிந்துவிடுகின்றன.

உள் பகை கொண்ட குடும்பத்தைச் சேர்ந்தவர்களும் அப்படித்தான். (உள் பகை வந்தவர்கள் வெளிப் பார்வைக்குச் சேர்ந்து இருந்தாலும் உள்ளுக்குள் பிரிந்துதான் இருப்பார்கள்.)

888

அரம் பொருத பொன் போலத் தேயும் உரம் பொருது

உள் பகை உற்ற குடி

இரும்பு வலிமையானதுதான். ஆனால், அதை அரத்தால் திரும்பத் திரும்பத் தேய்த்தால், அது கொஞ்சங்கொஞ்சமாகத் தேய்ந்து அழிந்துவிடும்.

உள் பகை கொண்ட குடும்பமும் அப்படித்தான். அதில் உள்ளவர்கள் ஒருவரோடு ஒருவர் சண்டையிட்டு அழிந்துவிடுவார்கள்.

889

எள் பகவு அன்ன சிறுமைத்தே ஆயினும்
உள் பகை உள்ளதாம் கேடு

உடைந்த எள்ளைப்போல் சிறிய அளவில் உள் பகை இருந்தாலும் கண்டிப்பாகக் கெடுதல் வரும்.

890

உடம்பாடு இலாதவர் வாழ்க்கை குடங்கருள்
பாம்போடு உடன் உறைந்தற்று

மனப் பொருத்தம் இல்லாதவர்களோடு வாழ்வதும், ஒரு குடிசைக்குள் பாம்போடு குடியிருப்பதும் ஒன்றுதான்.

அதிகாரம் 90: பெரியாரைப் பிழையாமை
(பெரியோரை மதித்து நடத்தல்)

891

ஆற்றுவார் ஆற்றல் இகழாமை, போற்றுவார்
போற்றலுள் எல்லாம் தலை

நம்மை நாமே காப்பாற்றிக்கொள்ள மிகச் சிறந்த வழி, ஒழுங்காக வேலை செய்கிற பெரியவர்களுடைய திறமையை இகழ்ந்து பேசாமல் இருப்பதுதான்.

892

பெரியாரைப் பேணாது ஒழுகின் பெரியாரால்
பேரா இடும்பை தரும்

நாம் பெரியவர்களை மதித்து நடக்கவேண்டும். இல்லாவிட்டால், அதே பெரியவர்களால் நமக்குப் பெரிய துன்பங்கள் வரும்.

893

கெடல் வேண்டின், கேளாது செய்க அடல் வேண்டின்
ஆற்றுபவர்கண் இழுக்கு

அழிந்துபோக விரும்புகிறீர்களா?

அப்படியானால், தங்கள் விருப்பம்போல் யாரையும் கொன்று அழிக்கக்கூடிய வலிமை மிக்க பெரியவர்களைப் போய்ச் சீண்டுங்கள்.

894

கூற்றத்தைக் கையால் விளித்தற்றால், ஆற்றுவார்க்கு
ஆற்றாதார் இன்னா செயல்

ஆற்றல் இல்லாத சிறியவர்கள் ஆற்றல் மிக்க பெரியவர்களைச் சீண்டக்கூடாது. அப்படிச் சீண்டினால், அவர்கள் எமனைக் கை காட்டி அழைக்கிறார்கள் என்று பொருள்.

895

யாண்டுச் சென்று யாண்டும் உளர் ஆகார், வெம் துப்பின்
வேந்து செறப்பட்டவர்

வலிமை மிக்க அரசனைச் சீண்டியவர்கள் அழிவது உறுதி. உலகில் எங்கு சென்று ஒளிந்தாலும் அவர்களால் உயிர் பிழைக்கமுடியாது.

896

எரியால் சுடப்படினும் உய்வு உண்டாம். உய்யார்
பெரியார்ப் பிழைத்து ஒழுகுவார்

தீ விபத்தில் சிக்கி உயிர் பிழைத்தவர்கள் உண்டு. ஆனால், பெரியவர்களைப் பகைத்துக்கொண்டு உயிர் பிழைத்தவர்கள் யாரும் இல்லை.

897

வகை மாண்ட வாழ்க்கையும் வான் பொருளும் என் ஆம்,
தகை மாண்ட தக்கார் செறின்

ஒருவன் பல வகைச் சிறப்புகளோடும், பெரிய செல்வத்தோடும் வாழ்ந்தால் என்ன? அவன் தகுதியும் பெருமையும் கொண்ட பெரியவர்களைப் பகைத்துக்கொண்டால், இவை அனைத்தும் அழிந்துபோகும்.

898

குன்று அன்னார் குன்ற மதிப்பின், குடியொடு
நின்றன்னார் மாய்வர் நிலத்து

குன்றைப்போல் உயர்ந்த பெரியவர்களைப் பகைத்துக் கொள்ளக்கூடாது. அவர்கள் சினத்தோடு பார்த்தால், எப்பேர்ப்பட்ட குடும்பமும் அழிந்துவிடும்.

899

ஏந்திய கொள்கையார் சீறின், இடை முரிந்து
வேந்தனும் வேந்து கெடும்

உயர்ந்த கொள்கைகளைக் கொண்ட பெரியவர்களைச் சீண்டுகிறவன் அழிந்துபோவான். அவன் அரசனாகவே இருந்தாலும், அவனுடைய ஆட்சி நொறுங்கிப்போகும்.

900

இறந்து அமைந்த சார்பு உடையர் ஆயினும் உய்யார்,
சிறந்து அமைந்த சீரார் செறின்

சிறந்த பெரியவர்களுடைய சினத்தைத் தூண்டுகிறவன் அழிந்துபோவான். அவனுக்குத் துணையாக எத்தனைப் பேர் வந்து நின்றாலும் அவனைக் காப்பாற்றமுடியாது.

அதிகாரம் 91: பெண்வழிச் சேறல்
(மிகுந்த காமத்தால் கடமைகளை மறத்தல்)

901

மனை விழைவார் மாண் பயன் எய்தார். வினை விழைவார்
வேண்டாப் பொருளும் அது

எப்போதும் காம எண்ணங்களில் மூழ்கியிருப்பவர்களால் எதையும் சாதிக்கமுடியாது. அதனால், செயல் ஆர்வம் கொண்டவர்கள் அதை விரும்பமாட்டார்கள்.

902

பேணாது பெண் விழைவான் ஆக்கம் பெரியது ஓர்
நாண் ஆக நாணுத் தரும்

தன்னுடைய கடமைகளை மறந்து காமத்தில் மூழ்கிக் கிடக்கிறவனிடம் எவ்வளவு செல்வம் இருந்தால்தான் என்ன? அவன் உலகின்முன் நாணித் தலைகுனிந்து நிற்பான்.

903

இல்லாள்கண் தாழ்ந்த இயல்பு இன்மை எஞ்ஞான்றும்
நல்லாருள் நாணுத் தரும்

காமத்தில் மயங்கி, அதற்கென்று மனைவியின்முன் பணிந்து கிடக்கிறவனை யாரும் மதிக்கமாட்டார்கள். அவன் நல்லவர்களுக்கு நடுவில் நாணப்பட்டு நிற்பான்.

904

மனையாளை அஞ்சும் மறுமை இலாளன்
வினை ஆண்மை வீறு எய்தல் இன்று

காமத்தில் மயங்கி, அது கிடைக்காதோ என்கிற நடுக்கத்தில் மனைவியைக் கண்டு அஞ்சுகிறவனை யாரும் மதிக்கமாட்டார்கள். அவனால் எந்த வேலையையும் சிறப்பாகச் செய்து புகழ் பெற இயலாது.

905

இல்லாளை அஞ்சுவான் அஞ்சும் மற்று எஞ்ஞான்றும்
நல்லார்க்கு நல்ல செயல்

காமத்தில் மயங்கி, அது கிடைக்காதோ என்கிற நடுக்கத்தில் மனைவியைக் கண்டு அஞ்சுகிறவன் பயனற்றவன். அவனால் எப்போதும் எந்த நல்ல செயலையும் செய்ய இயலாது.

906

இமையாரின் வாழினும் பாடு இலரே, இல்லாள்
அமை ஆர் தோள் அஞ்சுபவர்

காமத்தில் மயங்கி, அது கிடைக்காதோ என்கிற நடுக்கத்தில் மூங்கிலைப் போன்ற தோள்களை உடைய மனைவியைக் கண்டு அஞ்சுகிறவன் பயனற்றவன். அவன் தேவர்களைப்போல் வசதியாக வாழ்ந்தாலும் யாரும் அவனை மதிக்கமாட்டார்கள்.

907

பெண் ஏவல் செய்து ஒழுகும் ஆண்மையின் நாண் உடைப்
பெண்ணே பெருமை உடைத்து

காமத்தில் மயங்கி, மனைவி சொல்வதையெல்லாம் அப்படியே கேட்டு நடக்கிறவனுடைய ஆண்மையைவிட, நாணமுள்ள பெண்மை உயர்ந்தது.

908

நட்டார் குறை முடியார், நன்று ஆற்றார், நல் நுதலாள்
பெட்டாங்கு ஒழுகுபவர்

நல்ல நெற்றியை உடைய பெண்ணின் காமத்தில் மயங்கி, அவள் சொல்வதையெல்லாம் கேட்டு நடக்கிறவன் தன் நண்பர்களுக்கு உதவமாட்டான், எந்த நல்ல செயல்களையும் செய்யமாட்டான்.

909

அற வினையும், ஆன்ற பொருளும், பிற வினையும்
பெண் ஏவல் செய்வார்கண் இல்

ஒரு பெண்ணின் காமத்தில் மயங்கி, அவள் சொல்வதையெல்லாம் கேட்டு நடக்கிறவன் அறச் செயல்களில் ஈடுபடமாட்டான், சிறந்த செல்வத்தைச் சம்பாதிக்கமாட்டான், வேறு நல்ல செயல்களிலும் ஈடுபடமாட்டான்.

910

எண் சேர்ந்த நெஞ்சத்து இடன் உடையார்க்கு எஞ்ஞான்றும்
பெண் சேர்ந்து ஆம் பேதைமை இல்

ஆராய்ந்து செயல்படுகிற, விரிந்த மனத்தை உடையவர்கள் எப்போதும் காமத்தில் மயங்குவதில்லை, அதனால், அறியாமையில் சிக்குவதில்லை.

அதிகாரம் 92: வரைவின் மகளிர் (விலைமாதர்)

911

அன்பின் விழையார், பொருள் விழையும் ஆய்தொடியார்
இன் சொல் இழுக்கு தரும்

அழகிய வளையல்களை அணிந்த சில பெண்கள் (விலைமாதர்) யார்மீதும் அன்பு செலுத்துவதில்லை, பணத்தைமட்டும்தான் நேசிக்கிறார்கள். அப்படிப்பட்டவர்களுடைய இனிய சொற்களை நம்புகிறவர்கள் இழிவைச் சந்திப்பார்கள்.

912

பயன் தூக்கிப் பண்பு உரைக்கும் பண்பு இல் மகளிர்
நயன் தூக்கி நள்ளா விடல்

சில பண்பற்ற பெண்கள் (விலைமாதர்) யாரிடம் எவ்வளவு பணம் உள்ளது என்று கணக்குப்போட்டுத்தான் பழகுவார்கள், நிறையப் பணம் வைத்திருப்பவரிடம் இனிமையாகப் பேசுவார்கள், மற்றவர்களிடம் சிடுசிடுப்பார்கள்.

அப்படிப்பட்ட ஒழுக்கமில்லாத பெண்களிடமிருந்து விலகி நிற்பது நமக்கு நல்லது.

913

பொருட்பெண்டிர் பொய்ம்மை முயக்கம் இருட்டு அறையில்
ஏதில் பிணம் தழீஇயற்று

பணத்துக்காகப் பொய்யாகப் பழகும் பெண்களைத் தழுவுவதும், இருட்டு அறையில், முன்பின் தெரியாத ஒரு பிணத்தைத் தழுவுவதும் ஒன்றுதான்.

914

பொருள் பொருளார் புன் நலம் தோயார், அருள் பொருள்
ஆயும் அறிவினவர்

உயர்ந்த அருட்செல்வத்தை விரும்புகிற அறிவாளிகள் பணத்துக்காகப் பொய்யாகப் பழகும் பெண்களுடைய சிற்றின்பத்தில் மயங்கமாட்டார்கள்.

915

பொது நலத்தார் புன் நலம் தோயார், மதி நலத்தின்
மாண்ட அறிவினவர்

சிறந்த அறிவாளிகள் பணத்துக்காக எல்லாருடனும் பொய்யாகப் பழகும் பெண்களுடைய சிற்றின்பத்தில் மயங்கமாட்டார்கள்.

916

தம் நலம் பாரிப்பார் தோயார் தகை செருக்கிப்
புன் நலம் பாரிப்பார் தோள்

நன்றாக வாழவேண்டும் என்று நினைக்கிற யாரும், தங்களுடைய அழகை நினைத்துச் செருக்கு கொள்ளும் பெண்களை (விலைமாதரை) நெருங்கமாட்டார்கள், அவர்களுடைய தோள்களைத் தழுவமாட்டார்கள்.

917

நிறை நெஞ்சம் இல்லவர் தோய்வர் பிற நெஞ்சில்
பேணிப் புணர்பவர் தோள்

ஒழுக்கமில்லாதவர்கள்தான் பணத்துக்காகப் பொய்யாகப் பழகும் பெண்களுடைய தோள்களைத் தழுவுவார்கள்.

918

ஆயும் அறிவினர் அல்லார்க்கு அணங்கு என்ப
மாய மகளிர் முயக்கு

சிந்தித்துச் செயல்படுகிற அறிவு இல்லாதவர்கள் விலைமாதருடைய அணைப்பில் மயங்கிவிடுவார்கள், காமப் பேயிடம் சிக்கிக்கொள்வார்கள்.

919

வரைவு இலா மாண் இழையார் மென் தோள், புரை இலாப்
பூரியர்கள் ஆழும் அளறு

சிறந்த அணிகலன்களை அணிந்த, பணத்துக்காக யாருடனும் பொய்யாகப் பழகுகின்ற பெண்களுடைய (விலைமாதருடைய) மென்மையான தோள்கள், உயர்வில்லாத கீழ்மக்கள் அழுந்திக் கிடக்கிற சேற்றுக் குழியாகும்.

920

இரு மனப் பெண்டிரும் கள்ளும் கவறும்
திரு நீக்கப்பட்டார் தொடர்பு

அடிக்கடி மனத்தை மாற்றிக்கொள்கிற பெண்கள் (விலைமாதர்), மது, சூதாட்டம் ஆகிய மூன்றின்மீதும் ஆசை வைத்தவர்கள் தங்களுடைய செல்வத்தை இழந்து திண்டாடுவார்கள்.

அதிகாரம் 93: கள் உண்ணாமை

921

உட்கப்படாஅர், ஒளி இழப்பர் எஞ்ஞான்றும்
கள் காதல் கொண்டு ஒழுகுவார்

குடிகாரனை யாரும் மதிக்கமாட்டார்கள், புகழமாட்டார்கள்.

922

உண்ணற்க கள்ளை. உணில் உண்க சான்றோரால்
எண்ணப்பட வேண்டாதார்

பெரியோர்கள் உங்களை மதிக்கவேண்டும் என்று விரும்புகிறீர்களா? ஆம் எனில், எப்போதும் மதுவைத் தொடாதீர்கள்.

923

ஈன்றாள் முகத்தேயும் இன்னாதால், என் மற்றுச்
சான்றோர் முகத்துக் களி

குடிகாரனைப் பார்த்தால் அவனுடைய சொந்தத் தாயே முகம் சுளிப்பார். அப்படியிருக்க, பெரியோர்கள் அவனை எப்படி மதிப்பார்கள்?

924

நாண் என்னும் நல்லாள் புறம் கொடுக்கும், கள் என்னும்
பேணாப் பெரும் குற்றத்தார்க்கு

ஏதேனும் குற்றம் செய்துவிடுவோமோ என்கிற நாணம்தான் நம்மை நல்ல வழியில் செலுத்துகிறது. ஆனால், குடிப் பழக்கம் என்னும் பெரிய குற்றத்தைச் செய்கிறவன் எதைக் கண்டும் நாணுவதில்லை.

925

கை அறியாமை உடைத்தே, பொருள் கொடுத்து
மெய் அறியாமை கொளல்

சிலர் காசு கொடுத்துக் கள்ளை வாங்கிக் குடிக்கிறார்கள், அதனால் தன்னிலை மறந்து திரிகிறார்கள். இது எப்பேர்ப்பட்ட முட்டாள்தனம்!

926

துஞ்சினார், செத்தாரின் வேறு அல்லர் எஞ்ஞான்றும்,
நஞ்சு உண்பார் கள் உண்பவர்

கள்ளைக் குடிப்பதும் நஞ்சைக் குடிப்பதும் ஒன்றுதான். குடித்துவிட்டு மயங்கிக் கிடப்பவனும் பிணமும் ஒன்றுதான்.

927

உள் ஒற்றி உள்ளூர் நகப்படுவர் எஞ்ஞான்றும்
கள் ஒற்றிக் கண் சாய்பவர்

குடிகாரன் கள்ளை மறைத்து வைத்துக் குடிக்கிறான், போதையில் மயங்குகிறான். அதனால், அவனுடைய இரகசியம் ஊருக்கே தெரிந்துவிடுகிறது. எல்லாரும் அவனைப் பார்த்துக் கேலியாகச் சிரிக்கிறார்கள்.

928

களித்து, அறியேன் என்பது கைவிடுக. நெஞ்சத்து
ஒளித்ததூஉம் ஆங்கே மிகும்

குடிப் பழக்கம் உள்ளவர்கள் அதை மறைக்க முயலாதீர்கள், 'நான் குடிப்பதில்லை' என்று பொய் சொல்லாதீர்கள். ஏனெனில், குடிப் பழக்கத்தை யாராலும் மறைக்கமுடியாது. கள்ளைக் குடித்தவுடன், நீங்கள் உங்களுக்குள் ஒளித்துவைத்திருக்கிற எல்லாக் குற்றங்களும் வெளியில் வந்துவிடும்.

929

களித்தானைக் காரணம் காட்டுதல் கீழ் நீர்க்
குளித்தானைத் தீத் துரீஇ அற்று

ஒருவன் ஆற்றில் விழுந்து மூழ்கினானாம். அவனைத் தேடச் சென்ற இன்னொருவன் தண்ணீருக்குள் இருட்டாக இருக்கிறது என்று தீப்பந்தத்தை எடுத்துக்கொண்டு ஆற்றில் இறங்கினானாம். இது எப்பேர்ப்பட்ட முட்டாள்தனம்!

அதுபோல, குடிகாரனிடம் சென்று 'குடிப்பது தவறு' என்று விளக்கம் சொல்லாதீர்கள். அது வீண் வேலை. (குடிகாரன் பிறருடைய அறிவுரையையோ விளக்கங்களையோ மதிக்கமாட்டான்.)

930

கள் உண்ணாப் போழ்தில், களித்தானைக் காணுங்கால்,
உள்ளான்கொல் உண்டதன் சோர்வு

குடிகாரர்கள் குடிக்காமல் இருக்கும் நேரத்தில் மற்ற குடிகாரர்களைப் பார்க்கமாட்டார்களா? மயங்கிய நிலையில் அவர்கள் செய்யும் அருவருப்பான வேலைகளைக் கண்டு வெட்கப்படமாட்டார்களா? 'நானும் குடித்துவிட்டு இப்படித்தான் மோசமாக நடந்துகொள்கிறேனோ!' என்று சிந்திக்கமாட்டார்களா?

அதிகாரம் 94: சூது (சூதாட்டத்தின் தீமைகள்)

931

வேண்டற்க வென்றிடினும் சூதினை. வென்றதூஉம்
தூண்டில் பொன் மீன் விழுங்கியற்று

சூதாட்டத்தில் கிடைக்கும் வெற்றி என்பது, மீனுக்குப் போடப்படும் தூண்டிலைப் போன்றதுதான். அதில் சிக்கிக்கொள்ளாதீர்கள்.

932

ஒன்று எய்தி நூறு இழக்கும் சூதர்க்கும் உண்டாம்கொல்
நன்று எய்தி வாழ்வது ஓர் ஆறு

சூதாடுகிறவன் இன்றைக்கு ஒரு ரூபாய் வெல்வான், நாளைக்கு நூறு ரூபாயை இழப்பான். அவனுடைய வாழ்க்கை முன்னேறுமா? (முன்னேறாது.)

933

உருள் ஆயம் ஓவாது கூறின் பொருள் ஆயம்
போஒய்ப் புறமே படும்

எந்நேரமும் சூதாடுகிறவனிடம் செல்வம் தங்காது. அவனுடைய செல்வத்தை மற்றவர்கள் பறித்துக்கொண்டுவிடுவார்கள்.

934

சிறுமை பல செய்து சீர் அழிக்கும் சூதின்
வறுமை தருவது ஒன்று இல்

சூதாட்டம் ஒருவனுக்கு இழிவைக் கொண்டுவரும், அவனுடைய சிறப்புகளையெல்லாம் அழித்துவிடும்.

ஏழையாவதற்கு மிகச் சிறந்த வழி, சூதாட்டம்தான்.

935

கவறும் கழகமும் கையும் தருக்கி
இவறியார் இல் ஆகியார்

எந்நேரமும் சூதாட்ட அரங்கத்தில் விளையாடிக்கொண்டிருக்கிறவன் இருந்தும் இல்லாதவன்தான்.

936

அகடு ஆரார், அல்லல் உழப்பர், சூது என்னும்
முகடியான் மூடப்பட்டார்

சூதாடும் பழக்கம் வறுமையைக் கொண்டுவரும், பசியில் வாடவைக்கும், துன்பத்தில் துவளவைக்கும்.

937

பழகிய செல்வமும் பண்பும் கெடுக்கும்,
கழகத்துக் காலை புகின்

காலையில் தூங்கி எழுந்ததும் முதல் வேலையாகச் சூதாட்ட அரங்கத்தில் நுழைகிறவன் தன்னுடைய செல்வத்தையெல்லாம் இழப்பான், நல்ல பண்புகளையெல்லாம் இழப்பான்.

938

பொருள் கெடுத்து, பொய் மேற்கொளீஇ, அருள் கெடுத்து,
அல்லல் உழப்பிக்கும் சூது

சூதாடும் பழக்கம் ஒருவனுடைய செல்வத்தைக் கெடுக்கும், அவனைப் பொய் சொல்லவைக்கும், இரக்கமுள்ள மனத்தைக் கெடுக்கும், துன்பத்தில் தள்ளும்.

939

உடை, செல்வம், ஊண், ஒளி, கல்வி என்று ஐந்தும்
அடையாவாம் ஆயம் கொளின்

சூதாட்டத்தில் விழுந்தவன் உடை, செல்வம், உணவு, புகழ், கல்வி ஆகிய ஐந்தையும் இழந்துவிடுவான்.

940

இழத்தொறூஉம் காதலிக்கும் சூதே போல் துன்பம்
உழத்தொறூஉம் காதற்று உயிர்

சூதாட்டத்தில் விழுந்தவன் பணத்தை இழந்தாலும் வருந்துவதில்லை, அந்தப் பழக்கத்தை விடுவதில்லை, தொடர்ந்து சூதாட்டத்தில் ஈடுபடுகிறான்.

அதுபோல, இந்த உலக வாழ்க்கையில் எத்தனையோ துன்பங்கள் இருந்தாலும், நம் உயிர் திரும்பத் திரும்ப அதைத்தான் விரும்புகிறது. (சூதாட்டப் பழக்கமானது பிறப்பு, இறப்பு என்னும் சுழலைப்போன்றது. அதிலிருந்து விடுபடுவது கடினம்.)

அதிகாரம் 95: மருந்து

941

மிகினும் குறையினும் நோய் செய்யும், நூலோர்
வளி முதலா எண்ணிய மூன்று

மருத்துவ நூல்களை வகுத்தளித்த பெரியோர்கள் காற்று (வாதம்), சூடு (பித்தம்), குளிர்ச்சி (கபம்) ஆகிய மூன்றையும் விளக்கிச் சொல்கிறார்கள். இவை நம் உடலில் கூடுதலாக இருந்தாலும் நோய் வரும், குறைந்தாலும் நோய் வரும்.

942

மருந்து என வேண்டாவாம் யாக்கைக்கு அருந்தியது
அற்றது போற்றி உணின்

நாம் உண்ட உணவு முழுமையாகச் செரித்தபிறகுதான் மீண்டும் உண்ணவேண்டும். இதை முறையாகச் செய்தால் நம் உடலுக்கு எந்த நோயும் வராது, எந்த மருந்தும் தேவைப்படாது.

943

அற்றால், அளவு அறிந்து உண்க. அஃது உடம்பு
பெற்றான் நெடிது உய்க்கும் ஆறு

நாம் உண்ட உணவு முழுமையாகச் செரித்தபிறகுதான் மீண்டும் உண்ணவேண்டும். அதையும் கண்டபடி உண்ணாமல் சரியான அளவில் உண்ணவேண்டும். நீண்ட நாட்கள் உடல் நலத்துடன் வாழ்வதற்கு ஏற்ற வழி அதுதான்.

944

அற்றது அறிந்து, கடைப்பிடித்து மாறு அல்ல,
துய்க்க, துவரப் பசித்து

நாம் உண்ட உணவு முழுமையாகச் செரிக்கவேண்டும். அதனால், நமக்கு நன்றாகப் பசிக்கவேண்டும். அதன்பிறகுதான் நாம் மீண்டும் உண்ணவேண்டும், குறிப்பாக, நம் உடலுக்கு ஒத்துக்கொள்கிற, தீங்கு செய்யாத உணவு வகைகளைத் தேர்ந்தெடுத்து உண்ணவேண்டும்.

945

மாறுபாடு இல்லாத உண்டி மறுத்து உண்ணின்
ஊறுபாடு இல்லை உயிர்க்கு

நம் உடலுக்கு ஒத்துக்கொள்கிற, தீங்கு செய்யாத உணவு வகைகளைத் தேர்ந்தெடுத்து உண்ணவேண்டும். அவற்றையும் தேவையான அளவுதான் உண்ணவேண்டும். அதற்குமேல் உணவு பரிமாறப்பட்டால் அதை மறுத்துவிடவேண்டும்.

இப்படிச் சாப்பிடுகிறவர்களுக்கு எந்த நோயும் வராது.

946

இழிவு அறிந்து உண்பான்கண் இன்பம் போல் நிற்கும்
கழி பேர் இரையான்கண் நோய்

அளவாகச் சாப்பிடுகிறவன் வாழ்க்கையில் இன்பம் நிறைந்திருக்கும். அதுபோல, அளவுக்கு மீறித் தின்கிறவனுடைய வாழ்க்கையில் நோய் நிறைந்திருக்கும்.

947

தீ அளவு அன்றித் தெரியான் பெரிது உண்ணின்
நோய் அளவு இன்றிப் படும்

ஒருவன் தன்னுடைய உடலின் தன்மையை, பசியின் அளவை அறியாமல் அளவுக்கு மீறி உண்டால், அவனுக்கு அளவில்லாத நோய்கள் வரும்.

948

நோய் நாடி, நோய் முதல் நாடி, அது தணிக்கும்
வாய் நாடி வாய்ப்பச் செயல்

மருத்துவர்கள் தங்களிடம் வரும் நோயாளியைப் பொறுமையாக ஆராயவேண்டும், அவருக்கு வந்திருக்கிற நோய் என்ன, அந்த நோய் எதனால் வந்தது, அதைத் தீர்க்கும் முறை என்ன என்றெல்லாம் சிந்திக்கவேண்டும். அதன்பிறகு, அவருக்குச் சரியான மருந்தைச் சரியான முறையில் வழங்கவேண்டும்.

949

உற்றான் அளவும், பிணி அளவும், காலமும்
கற்றான் கருதிச் செயல்

மருத்துவர்கள் தங்களிடம் வரும் நோயாளியைப் பொறுமையாக ஆராயவேண்டும், அவருடைய இப்போதைய நிலை என்ன, அவருக்கு வந்திருக்கும் நோய் எப்படிப்பட்டது, அவர் எத்தனை நாட்களாக இந்த நோயால் துன்புறுகிறார் என்றெல்லாம் தெரிந்துகொள்ளவேண்டும். அதன்பிறகு, அவருக்குச் சரியான மருந்தைச் சரியான முறையில் வழங்கவேண்டும்.

950

உற்றவன், தீர்ப்பான், மருந்து, உழைச் செல்வான் என்று
அப் பால் நால் கூற்றே மருந்து

ஒரு நோயாளியை நோயிலிருந்து விடுவிக்கவேண்டுமென்றால், ஒரு மருந்து போதாது, நான்கு மருந்துகள் வேண்டும்:

1. நோயாளி மருத்துவர் சொல்கிறவற்றை ஒழுங்காகப் பின்பற்றவேண்டும்
2. மருத்துவர் அவருக்குச் சரியான மருந்துகளைச் சிந்தித்து வழங்கவேண்டும்
3. மருத்துவர் வழங்கும் மருந்து செயல்திறனுடன் இருக்கவேண்டும்
4. நோயாளியுடன் இருப்பவர் அவரை அன்புடன் கவனித்துக்கொள்ளவேண்டும்

இந்த நான்கும் சேர்ந்து செயல்பட்டால், நோயாளி விரைவில் நலம் பெறுவார்.

இயல் - 7
ஒழிபு இயல்

அதிகாரம் 96: குடிமை
(நல்ல குடும்பத்தில் பிறந்தோரின் தன்மைகள்)

951

இல் பிறந்தார்கண் அல்லது இல்லை இயல்பாகச்
செப்பமும் நாணும் ஒருங்கு

நல்ல குடும்பத்தில் பிறந்தவர்கள் எதையும் சிறப்பாகச் செய்வார்கள், தீயவற்றைச் செய்வதற்கு நாணப்படுவார்கள். மற்ற யாரிடமும் இந்த இரு பண்புகளையும் ஒன்றாகப் பார்க்கமுடியாது.

952

ஒழுக்கமும் வாய்மையும் நாணும் இம் மூன்றும்
இழுக்கார் குடிப் பிறந்தார்

நல்ல குடும்பத்தில் பிறந்தவர்கள் ஒழுக்கத்துடன் நடப்பார்கள், உண்மையைமட்டும்தான் பேசுவார்கள், தீயவற்றைச் செய்வதற்கு நாணப்படுவார்கள். அவர்கள் எப்போதும் இந்த மூன்று பண்புகளையும் விடமாட்டார்கள்.

953

நகை, ஈகை, இன்சொல், இகழாமை நான்கும்
வகை என்ப வாய்மைக் குடிக்கு

உண்மையான சிறந்த குடும்பத்தில் பிறந்தவர்களிடம் இந்த நான்கு பண்புகளும் இருக்கும்: சிரித்த முகம், பிறருக்கு உதவுகின்ற பண்பு, இனிய சொற்களைப் பேசுதல், பிறரை இழிவாகப் பேசாமலிருத்தல்.

954

அடுக்கிய கோடி பெறினும் குடிப் பிறந்தார்
குன்றுவ செய்தல் இலர்

கோடிக்கணக்கில் பணம் கொடுத்தாலும் சரி, நல்ல குடும்பத்தில் பிறந்தவர்கள் ஒழுக்கக்குறைவான செயல்களைச் செய்யமாட்டார்கள்.

955

வழங்குவது உள் வீழ்ந்தக்கண்ணும் பழம் குடி
பண்பின் தலைப்பிரிதல் இன்று

பழைமையான சிறப்பை உடைய நல்ல குடும்பத்தில் பிறந்தவர்கள் வறுமையைச் சந்திக்கக்கூடும். ஆனால் அப்போதும் அவர்கள் தங்களுடைய நல்ல பண்புகளை விடமாட்டார்கள், தங்களால் இயன்ற அளவுக்குப் பிறருக்கு உதவுவார்கள்.

956

சலம் பற்றிச் சால்பு இல செய்யார், மாசு அற்ற
குலம் பற்றி வாழ்தும் என்பார்

குற்றமில்லாத நல்ல குடும்பத்தில் பிறந்தவர்களிடம் வஞ்சனை இருக்காது. அவர்கள் எப்போதும் தாழ்வான செயல்களைச் செய்யமாட்டார்கள்.

957

குடிப் பிறந்தார்கண் விளங்கும் குற்றம் விசும்பின்
மதிக்கண் மறுப்போல் உயர்ந்து

நல்ல குடும்பத்தில் பிறந்தவர்களிடம் ஏதாவது குறை இருந்தால், அது வானத்தில் உள்ள நிலாவின்மீது இருக்கிற கறையைப்போல் ஊருக்கே தெரிந்துவிடும்.

958

நலத்தின்கண் நார் இன்மை தோன்றின் அவனைக்
குலத்தின்கண் ஐயப்படும்

நல்ல குடும்பத்தில் பிறந்த ஒருவன் அன்பில்லாதவனாக இருந்தால், இவன் உண்மையில் இந்தக் குடும்பத்தில் பிறந்தவன்தானா என்று உலகம் ஐயப்படும்.

959

நிலத்தில் கிடந்தமை கால் காட்டும். காட்டும்
குலத்தில் பிறந்தார் வாய்ச் சொல்

நிலத்தின் தன்மையை அங்கு விளைகிற பயிர் சொல்லும். அதுபோல, ஒரு குடும்பத்தின் தன்மையை அதில் பிறந்தவர்களுடைய பேச்சு சொல்லும். (நல்ல குடும்பத்தில் பிறந்தவர்கள் பிறரை இழிவுபடுத்தாமல் இனிமையாகப் பேசுவார்கள்.)

960

நலம் வேண்டின் நாண் உடைமை வேண்டும். குலம் வேண்டின்
வேண்டுக யார்க்கும் பணிவு

உங்களுக்கு நன்மை வேண்டுமா? அப்படியானால், தீய செயல்களைச் செய்வதற்கு நாணப்படுங்கள்.

உங்கள் குடும்பத்தைப்பற்றி அனைவரும் உயர்வாகப் பேச வேண்டுமா? அப்படியானால், எல்லாரிடமும் பணிவோடு நடந்துகொள்ளுங்கள்.

அதிகாரம் 97: மானம்

961

இன்றி அமையாச் சிறப்பின ஆயினும்
குன்ற வருப விடல்

நம் பெருமையைக் குறைக்கக்கூடிய செயல்களை எப்போதும் செய்யக்கூடாது, எப்பேர்ப்பட்ட கட்டாயம் வந்தாலும் செய்யக்கூடாது.

962

சீரினும் சீர் அல்ல செய்யாரே, சீரொடு
பேராண்மை வேண்டுபவர்

சிறப்பையும் மானத்தையும் விரும்புகிறவர்கள் எப்போதும் இழிவான செயல்களைச் செய்யமாட்டார்கள், எத்தனை கோடிப் பணத்தை அள்ளிக் கொடுத்தாலும் செய்யமாட்டார்கள்.

963

பெருக்கத்து வேண்டும் பணிதல். சிறிய
சுருக்கத்து வேண்டும் உயர்வு

கையில் நிறையச் செல்வம் குவியும்போது, செருக்கு கொள்ளாமல் பணிவுடன் இருங்கள். ஒருவேளை, அந்தச் செல்வம் குறைந்துவிட்டால், வறுமை நிலையிலும் தன்மானத்துடன் இருங்கள்.

964

தலையின் இழிந்த மயிர் அனையர், மாந்தர்
நிலையின் இழிந்தக்கடை

தலையிலிருந்து உதிர்ந்துவிட்ட முடியை யார் மதிப்பார்கள்? அதுபோல, உயர்ந்த நிலையிலிருந்து கீழே விழுந்தவர்களை உலகம் மதிக்காது.

965

குன்றின் அனையாரும் குன்றுவர் குன்றுவ
குன்றி அனைய செயின்

அவர் மலையைப்போல் உயர்ந்து நிற்கிற பெரிய மனிதர். ஆனால், ஒருநாள், குன்றிமணியைப் போன்ற ஒரு சிறிய பிழையைச் செய்துவிடுகிறார். மறுகணம், அவர் தன்னுடைய உயர்ந்த நிலையிலிருந்து தாழ்ந்துபோகிறார். (உயர்ந்த நிலையில் உள்ளவர்கள் சிறு பிழைகளையும் செய்யக்கூடாது.)

966

புகழ் இன்று ஆல், புத்தேள் நாட்டு உய்யாது ஆல், என் மற்று,
இகழ்வார் பின் சென்று நிலை

நம்மை மதிக்காத ஒருவருக்குப் பின்னால் சென்று கெஞ்சிக்கொண்டு நிற்பது இழிவான செயல். அதனால் நமக்குப் புகழ் வரப்போவதில்லை, நல்வினைப் பயனும் (புண்ணியமும்) கிடைக்கப்போவதில்லை.

ஆனாலும் சிலர் அப்படித்தான் நடந்துகொள்கிறார்கள். இது ஏனோ!

967

ஒட்டார் பின் சென்று ஒருவன் வாழ்தலின், அந் நிலையே
கெட்டான் எனப்படுதல் நன்று

நம்மை மதிக்காத ஒருவருக்குப் பின்னால் சென்று கெஞ்சிக்கொண்டு நிற்பது ஒரு வாழ்க்கையா? அதற்குப் பதிலாக, தோற்றுப்போனவன் என்கிற பெயரைத் தாங்கிக்கொண்டு இருந்துவிடலாம்.

968

மருந்தோ மற்று ஊன் ஓம்பும் வாழ்க்கை பெரும் தகைமை
பீடு அழிய வந்த இடத்து

சிலர் மானம் போனாலும் பரவாயில்லை என்று தங்களுடைய உடலைமட்டும் காப்பாற்றிக்கொண்டு வாழ்கிறார்கள். அப்படிப்பட்ட வாழ்க்கை அவர்களுடைய துன்பத்தைப் போக்கும் மருந்தாகுமா? (ஆகாது.)

969

மயிர் நீப்பின் வாழாக் கவரி மா அன்னார்
உயிர் நீப்பர் மானம் வரின்

கவரி மா என்னும் விலங்கு தன்னுடைய உடலில் உள்ள அடர்த்தியான முடியைக் கொண்டு குளிரைத் தாங்கிக்கொள்ளும். ஒருவேளை, அந்த முடி உதிர்ந்துவிட்டால், கவரி மா குளிரைத் தாங்கமுடியாமல் இறந்துவிடும்.

அதுபோல, நல்லவர்கள் தங்களுடைய மானத்தை மிகவும் உயர்வாகக் கருதுவார்கள். அந்த மானத்துக்கு ஓர் இழுக்கு நேர்ந்தால், அவர்கள் உயிரைக்கூட விட்டுவிடுவார்கள்.

970

இளி வரின் வாழாத மானம் உடையார்
ஒளி தொழுது ஏத்தும் உலகு

நல்லவர்கள் தங்களுடைய மானத்தை உயர்வாகக் கருதுவார்கள். அந்த மானத்துக்கு ஓர் இழுக்கு நேர்ந்தால், அவர்கள் உயிரைக்கூட விட்டுவிடுவார்கள். அப்படிப்பட்டவர்களை இந்த உலகம் புகழ்ந்து, வணங்கிப் போற்றும்.

அதிகாரம் 98: பெருமை

971

ஒளி ஒருவற்கு உள்ள வெறுக்கை. இளி ஒருவற்கு
அஃது இறந்து வாழ்தும் எனல்

மிகுந்த ஊக்கத்துடன் வாழ்ந்தால் புகழ் கிடைக்கும். ஊக்கமின்றிச் சோர்ந்து கிடந்தால் இழிவு வரும்.

972

பிறப்பு ஒக்கும் எல்லா உயிர்க்கும், சிறப்பு ஒவ்வா
செய் தொழில் வேற்றுமையான்

எல்லா உயிர்களும் ஒரேமாதிரியாகத்தான் பிறக்கின்றன. அப்படிப் பிறந்தபிறகு அந்த உயிர்கள் என்ன செய்கின்றன என்பதைப் பொறுத்து அவற்றுள் சில உயிர்கள் சிறந்தவையாக ஆகின்றன. (பெருமைக்குரிய செயலைச் செய்தவர்கள் உயர்கிறார்கள், மற்றவர்கள் தாழ்கிறார்கள்.)

973

மேல் இருந்தும் மேல் அல்லார் மேல் அல்லர். கீழ் இருந்தும்
கீழ் அல்லார் கீழ் அல்லவர்

மேலே இருப்பவர்களெல்லாம் உயர்ந்தவர்கள், கீழே இருப்பவர்களெல்லாம் தாழ்ந்தவர்கள் என்று எண்ணிவிடக்கூடாது. மேலான இடத்தில் உள்ளவர்கள் இழிவான செயல்களைச் செய்தால், அவர்கள் இழிந்தவர்கள்தான். கீழான இடத்தில் உள்ளவர்கள் உயர்வான செயல்களைச் செய்தால், அவர்கள் உயர்ந்தவர்கள்தான்.

974

ஒருமை மகளிரே போலப் பெருமையும்
தன்னைத் தான் கொண்டு ஒழுகின் உண்டு

உறுதியான மனம் கொண்ட பெண்களை இந்த உலகம் புகழ்கிறது.

ஒருவர் தன்னைத் தானே ஒழுக்கத்துடன் வழிநடத்திக்கொண்டு சிறப்பாக வாழ்கிறார் என்றால், அவரையும் உலகம் அதேபோல் பெருமைப்படுத்திப் புகழும்.

975

பெருமை உடையவர் ஆற்றுவார் ஆற்றின்
அருமை உடைய செயல்

உயர்ந்தவர்கள் அரிய செயல்களை முறைப்படி செய்வார்கள்.

976

சிறியார் உணர்ச்சியுள் இல்லை பெரியாரைப்
பேணிக் கொள்வேம் என்னும் நோக்கு

உயர்ந்த பெரியவர்களை விரும்பிப் பின்பற்றவேண்டும் என்று சிறியவர்களுக்கு எப்போதும் தோன்றாது.

977

இறப்பே புரிந்த தொழிற்று ஆம், சிறப்பும்தான்
சீர் அல்லவர்கண் படின்

சிறந்த பொருட்கள்கூடச் சிறப்பில்லாத மனிதர்களிடம் சிக்கிக்கொண்டுவிட்டால், குரங்கு கையில் பூமாலையைப்போல்தான்.

978

பணியுமாம் என்றும் பெருமை. சிறுமை
அணியுமாம் தன்னை வியந்து

பெரியவர்கள் எப்போதும் பணிவோடு இருப்பார்கள். சிறியவர்கள் எப்போதும் தங்களைத் தாங்களே புகழ்ந்துகொண்டு திரிவார்கள்.

979

பெருமை பெருமிதம் இன்மை. சிறுமை
பெருமிதம் ஊர்ந்துவிடல்

செருக்கின்றி நம் பணிகளைச் செய்வதுதான் பெருமை. நான் பெரியவன் என்று செருக்குப் பிடித்துத் திரிவது சிறுமை.

980

அற்றம் மறைக்கும் பெருமை. சிறுமைதான்
குற்றமே கூறிவிடும்

பெரியவர்கள் மற்றவர்களிடம் இருக்கும் குறைகளைப் பொருட்படுத்தமாட்டார்கள்.

ஆனால், சிறியவர்கள் எப்போதும் மற்றவர்களிடம் இருக்கும் குறைகளைப்பற்றித்தான் குற்றம் சொல்லிக்கொண்டிருப்பார்கள்.

அதிகாரம் 99: சான்றாண்மை
(உயர்ந்தவர்களின் தன்மை)

981

கடன் என்ப நல்லவை எல்லாம் கடன் அறிந்து
சான்றாண்மை மேற்கொள்பவர்க்கு

தங்கள் கடமையை அறிந்து செயல்படுகின்ற சான்றோர்களிடம் நல்ல பண்புகள் அனைத்தும் இயல்பாக அமைந்திருக்கும்.

982

குண நலம் சான்றோர் நலனே. பிற நலம்
எந் நலத்து உள்ளதூஉம் அன்று

நல்ல பண்புகள்தான் சான்றோருக்கு அழகு. அதற்குமுன்னால் மற்ற அழகுகளெல்லாம் மங்கிப்போய்விடும்.

983

அன்பு, நாண், ஒப்புரவு, கண்ணோட்டம், வாய்மையொடு
ஐந்து சால்பு ஊன்றிய தூண்

சால்பு என்னும் உயர்ந்த பண்பைத் தாங்குகின்ற தூண்கள் ஐந்து:

1. பிறர்மீது அன்பு செலுத்துதல்

2. தீயவற்றைச் செய்வதற்கு வெட்கப்படுதல்

3. பலருக்கும் உதவும்படி வாழ்தல்

4. பிறர்மீது இரக்கம் காட்டுதல்

5. உண்மையைமட்டும் பேசுதல்.

984

கொல்லா நலத்தது நோன்மை. பிறர் தீமை
சொல்லா நலத்தது சால்பு

தவம் செய்கிறவர்கள் பிற உயிர்களைக் கொல்லமாட்டார்கள். சால்பு என்னும் உயர்ந்த பண்பைக் கொண்டவர்கள் பிறருடைய குற்றங்களைச் சுட்டிக்காட்டிப் பேசமாட்டார்கள்.

985

ஆற்றுவார் ஆற்றல், பணிதல். அது, சான்றோர்
மாற்றாரை மாற்றும் படை

எதையும் சிறப்பாகச் செய்து முடிக்கிறவர்கள் எல்லாரிடமும் பணிவாக நடந்துகொள்வார்கள். அது அவர்களுக்கு மிகுந்த ஆற்றலைத் தரும்.

சான்றோர்கள் பணிவு என்கின்ற அந்தப் பண்பைப் பயன்படுத்தித் தங்களுடைய எதிரிகளைக்கூட நண்பர்களாக மாற்றிக்கொண்டுவிடுவார்கள்.

986

சால்பிற்குக் கட்டளை யாது எனின், தோல்வி
துலை அல்லார்கண்ணும் கொளல்

ஒருவர் தன்னைவிடத் தாழ்ந்த நிலையில் இருக்கிற இன்னொருவரிடம் தோற்றுவிடுகிறார், ஆனால், அதை எண்ணிச் சினம் கொள்ளாமல், சாக்குப்போக்குகள் சொல்லாமல் தன்னுடைய தோல்வியை ஏற்றுக்கொள்கிறார். அப்படியானால், அவரிடம் சால்பு என்னும் உயர்ந்த பண்பு இருக்கிறது என்று பொருள்.

987

இன்னா செய்தார்க்கும் இனியவே செய்யாக்கால்
என்ன பயத்ததோ சால்பு

நம்மைத் துன்பப்படுத்தியவர்களுக்கும் நாம் நல்லதைத்தான் செய்யவேண்டும். அதுதான் சால்பு என்னும் உயர்ந்த பண்பின் அடையாளம்.

988

இன்மை ஒருவற்கு இளிவு அன்று சால்பு என்னும்
திண்மை உண்டாகப் பெறின்

சால்பு என்னும் உயர்ந்த, உறுதியான பண்பை உடையவர்களுக்கு வறுமை நிலைகூட இழிவில்லை.

989

ஊழி பெயரினும் தாம் பெயரார், சான்றாண்மைக்கு
ஆழி எனப்படுவார்

சால்பு என்னும் உயர்ந்த பண்பால் நிறைந்தவர்கள் எப்போதும் நல்ல வழியை விட்டு மாறி நடக்கமாட்டார்கள். உலகமே தலைகீழாகப் புரண்டாலும் இவர்கள் மாறமாட்டார்கள்.

990

சான்றவர் சான்றாண்மை குன்றின் இருநிலம்தான்
தாங்காது மன்னோ பொறை

சான்றோர்களிடம் சால்பு என்னும் உயர்ந்த பண்பு குறைந்துவிட்டால், இந்த உலகம் சுமை தாங்காமல் புரண்டுவிடும்.

அதிகாரம் 100: பண்பு உடைமை

991

எண் பதத்தால் எய்தல் எளிது என்ப யார் மாட்டும்
பண்பு உடைமை என்னும் வழக்கு

பண்பான மனிதர் என்று பெயர் வாங்குவது மிகவும் எளிது. அதற்கு நீங்கள் எல்லாரிடமும் எளிதாகக் கலந்து பழகினால் போதும்.

992

அன்பு உடைமை, ஆன்ற குடிப் பிறத்தல் இவ் இரண்டும்
பண்பு உடைமை என்னும் வழக்கு

அன்பானவர்கள், நல்ல குடும்பத்தில் பிறந்தவர்களை உலகம் பண்பாளர்கள் என்று பாராட்டும்.

993

உறுப்பு ஒத்தல் மக்கள் ஒப்பு அன்றால். வெறுத்தக்க
பண்பு ஒத்தல் ஒப்பதாம் ஒப்பு

ஒருவனுடைய கண், காது, மூக்கை வைத்து அவன் மனிதன் என்று சொல்லிவிடமுடியாது, நிலையான நற்பண்புகள் உள்ளவன்தான் மனிதன்.

994

நயனொடு நன்றி புரிந்த பயன் உடையார்
பண்பு பாராட்டும் உலகு

எல்லாரும் விரும்பும்படி வாழ்கிறவர்கள், பிறருக்கு நன்மை செய்கிறவர்கள், எல்லாருக்கும் பயன்படும்படி வாழ்கிறவர்களைத்தான் இந்த உலகம் பண்பாளர்கள் என்று பாராட்டும்.

995

நகையுள்ளும் இன்னாது இகழ்ச்சி. பகையுள்ளும்
பண்பு உள பாடு அறிவார் மாட்டு

யாரையும் விளையாட்டாகக்கூட இகழ்ந்து பேசாதீர்கள். அது துன்பத்தைத்தான் கொண்டுவரும்.

மற்றவர்களுடைய இயல்பை அறிந்து நடக்கிற நல்லவர்கள் தங்களுடைய எதிரிகளிடமும் பண்போடுதான் நடந்துகொள்வார்கள்.

996

பண்பு உடையார்ப் பட்டு உண்டு உலகம். அது இன்றேல்
மண் புக்கு மாய்வது மன்

பண்பாளர்கள் இருப்பதால்தான் இந்த உலகம் இயங்கிக்கொண்டிருக்கிறது. இல்லாவிட்டால் அது என்றைக்கோ அழிந்துபோயிருக்கும்.

997

அரம் போலும் கூர்மையரேனும் மரம் போல்வர்
மக்கள் பண்பு இல்லாதவர்

ஒருவனிடம் அரத்தைப்போல் கூர்மையான அறிவு இருந்து என்ன பயன்? நற்பண்புகள் இல்லாவிட்டால் அவன் வெறும் மரம்தான்.

998

நண்பு ஆற்றார் ஆகி நயம் இல செய்வார்க்கும்
பண்பு ஆற்றார் ஆதல் கடை

ஒருவன் நம்மிடம் நட்பு கொள்ளாவிட்டாலும் பரவாயில்லை. அவன் நமக்குத் தீமையே செய்தாலும் பரவாயில்லை. பதிலுக்கு நாமும் அவனுக்குத் தீமை செய்யக்கூடாது. அது பண்பற்ற செயல்.

999

நகல் வல்லர் அல்லார்க்கு மா இரு ஞாலம்
பகலும் பால் பட்டன்று இருள்

இந்த உலகத்தில் எல்லாரோடும் கலந்து பழகிச் சிரித்து மகிழத் தெரியாதவர்களுக்குப் பகலென்ன, இரவென்ன, எல்லாம் ஒரே இருட்டுதான்!

1000

பண்பு இலான் பெற்ற பெரும் செல்வம் நல் பால்
கலம் தீமையால் திரிந்தற்று

நல்ல பாலை அழுக்கான பாத்திரத்தில் ஊற்றினால், அது கெட்டுப்போகும்.

பண்பில்லாதவனிடம் கிடைத்த பெரிய செல்வமும் அப்படித்தான் ஆகும்!

அதிகாரம் 101: நன்றி இல் செல்வம்
(யாருக்கும் பயன்படாத செல்வம்)

1001

வைத்தான் வாய் சான்ற பெரும் பொருள், அஃது உண்ணான்,
செத்தான், செயக் கிடந்தது இல்

ஒருவன் நிறையச் செல்வத்தைச் சேர்த்துவைத்திருக்கிறான், ஆனால், அதைச் செலவு செய்யத் தயங்குகிறான்.

அப்படியானால், அந்தப் பெரிய செல்வத்தால் அவனுக்கு எந்தப் பயனும் இல்லை. அவன் இறந்துபோனவனுக்குச் சமம்.

1002

பொருளான் ஆம் எல்லாம் என்று ஈயாது இவறும்
மருளான் ஆம் மாணாப் பிறப்பு

சிலர் பணம்தான் எல்லாம் என்று நினைக்கிறார்கள், அதற்காக மிகவும் முனைந்து செல்வத்தைச் சேர்க்கிறார்கள்.

ஆனால், அந்தப் பணத்தை வைத்து அவர்கள் பிறருக்கு உதவுவதில்லை, தங்களுக்காகவும் எந்தச் செலவும் செய்துகொள்வதில்லை. இப்படி மயங்கி நிற்பதால் அவர்களுடைய வாழ்க்கை சிறப்பற்றுப்போகும்.

1003

ஈட்டம் இவறி இசை வேண்டா ஆடவர்
தோற்றம் நிலக்குப் பொறை

சிலர் நிறையச் செல்வத்தைச் சேர்க்கவேண்டும் என்று விரும்புகிறார்கள், ஆனால், அந்தச் செல்வத்தைக் கொண்டு சில நல்ல செயல்களைச் செய்யலாம், அதன்மூலம் எல்லாரிடமும் நல்ல பெயர் வாங்கலாம் என்றெல்லாம் நினைப்பதில்லை.

அப்படிப்பட்டவர்கள் பிறந்ததே வீண். அவர்கள் இந்தப் பூமிக்கு வெறும் சுமைதான்.

1004

எச்சம் என்று என் எண்ணும்கொல்லோ, ஒருவரால்
நச்சப்படாஅதவன்

சிலரிடம் பணம் இருக்கிறது. ஆனால், அவர்கள் அதைக் கொண்டு யாருக்கும் உதவுவதில்லை. அதனால், யாரும் அவர்களை விரும்புவதில்லை.

இப்படிப்பட்டவர்கள் எப்போதாவது, தனக்குப்பின் இந்த உலகம் தன்னை எப்படி நினைவு வைத்திருக்கும் என்று எண்ணிப்பார்க்கமாட்டார்களா? (பிறருக்கு உதவுகிறவர்களை மட்டும்தான் உலகம் நினைவில் வைத்திருக்கும்.)

1005

கொடுப்பதூஉம் துய்ப்பதூஉம் இல்லார்க்கு அடுக்கிய
கோடி உண்டாயினும் இல்

சிலரிடம் பணம் இருக்கிறது. ஆனால், அவர்கள் அதைக் கொண்டு யாருக்கும் உதவுவதில்லை, தாங்களும் அதைச் செலவு செய்து மகிழ்வதில்லை.

அப்படிப்பட்டவர்களிடம் பல கோடி ரூபாய்ச் செல்வம் இருந்தால்தான் என்ன? அவர்கள் காசில்லாத ஏழைகள்தான். (யாருக்கும் பயன்படாத செல்வம் இருந்தால் என்ன, இல்லாவிட்டால் என்ன?)

1006

ஏதம் பெரும் செல்வம் தான் துவ்வான், தக்கார்க்கு ஒன்று
ஈதல் இயல்பு இலாதான்

சிலரிடம் பணம் இருக்கிறது. ஆனால், அவர்கள் அதைச் செலவு செய்து மகிழ்வதில்லை, தகுதி உள்ள மற்றவர்களுக்கு உதவி செய்வதும் இல்லை.

அப்படிப்பட்டவர்களிடம் இருக்கிற செல்வம் துன்பத்தைத்தான் கொண்டுவரும்.

1007

அற்றார்க்கு ஒன்று ஆற்றாதான் செல்வம், மிகு நலம்
பெற்றாள் தமியள் மூத்தற்று

அவள் நல்ல அழகி, ஆனால், யாரையும் திருமணம் செய்துகொள்ள மறுக்கிறாள், வாழ்நாள்முழுக்கத் தனித்து வாழப்போகிறேன் என்கிறாள்.

ஏழைகளுக்கு உதவாதவர்களிடம் இருக்கும் செல்வமும் அப்படித்தான்.

1008

நச்சப்படாதவன் செல்வம், நடு ஊருள்
நச்சு மரம் பழுத்தற்று

ஊருக்கு நடுவில் ஒரு மரம். ஆனால், அதில் பழுப்பதெல்லாம் நஞ்சு தோய்ந்த கனிகள். அப்படியானால், அந்த மரத்தால் யாருக்கு என்ன பயன்?

ஏழைகளுக்கு உதவாதவர்களிடம் இருக்கும் செல்வமும் அப்படித்தான்.

1009

அன்பு ஒரீஇ, தன் செற்று, அறம் நோக்காது ஈட்டிய
ஒண் பொருள் கொள்வார் பிறர்

ஒருவன் யார்மீதும் அன்பு செலுத்தாமல், யாருக்கும் உதவி செய்யாமல், தனக்கும் நல்ல வசதிகளைச் செய்துகொள்ளாமல், அற வழியில் நடக்காமல் நிறையச் செல்வம் சேர்த்து என்ன பயன்? அப்படிப்பட்டவனுடைய செல்வத்தை மற்றவர்கள் பறித்துக்கொண்டு போய்விடுவார்கள்.

1010

சீர் உடைச் செல்வர் சிறு துனி, மாரி
வறம் கூர்ந்து அனையது உடைத்து

சிறந்த பணக்காரர்களுக்கும் சில நேரங்களில் வறுமை வரலாம். அதனால், அவர்களால் முன்பைப்போல் மற்றவர்களுக்கு உதவ இயலாமல் போகலாம்.

என்ன செய்ய? மழையை வாரி வழங்கும் மேகங்களும் சில நேரங்களில் நீரின்றி வற்றிப்போகின்றன!

அதிகாரம் 102: நாண் உடைமை
(தீய செயல்களைச் செய்வதற்கு நாணுதல்)

1011

கருமத்தால் நாணுதல் நாணு. திரு நுதல்
நல்லவர் நாணுப் பிற

தீய செயல்களைச் செய்வதற்குக் கூசுவதுதான் நாணம். அழகிய நெற்றியை உடைய நல்ல பெண்களிடம் இயல்பாக இருக்கிற நாணம் வேறுவிதமானது.

1012

ஊண், உடை, எச்சம் உயிர்க்கு எல்லாம் வேறு அல்ல.
நாண் உடைமை மாந்தர் சிறப்பு

இந்த உலகில் எல்லாரும் உண்கிறார்கள், உடுத்துகிறார்கள், மற்ற வேலைகளைச் செய்கிறார்கள். ஆனால், நல்லவர்கள்மட்டும்தான் தீய செயல்களைச் செய்வதற்குக் கூசுகிறார்கள். அந்த நாணம்தான் அவர்களைச் சிறப்பாக்குகிறது.

1013

ஊனைக் குறித்த உயிர் எல்லாம். நாண் என்னும்
நன்மை குறித்தது சால்பு

மற்ற உயிர்களெல்லாம் உடலில் வாழ்கின்றன. ஆனால், சான்றோர்கள் தீய செயல்களைச் செய்வதற்கு நாணுதல் என்கின்ற நல்ல பண்பில் வாழ்கிறார்கள்.

1014

அணி அன்றோ நாண் உடைமை சான்றோர்க்கு. அஃது இன்றேல்
பிணி அன்றோ பீடு நடை

சான்றோர்க்கு அழகு, தீய செயல்களைச் செய்வதற்கு நாணப்படுவது!

அந்தப் பண்பு இல்லாதவர்கள் பெருமிதத்துடன் நிமிர்ந்து நடை போட்டு என்ன பயன்? அது நோய் நடைதான்!

1015

பிறர் பழியும் தம் பழியும் நாணுவார் நாணுக்கு
உறை பதி என்னும் உலகு

நம்மால் மற்றவர்களுக்குப் பழி வந்துவிடக்கூடாது என்றும், மற்றவர்கள் நம்மைப் பழிக்கும்படி நடந்துகொள்ளக்கூடாது என்றும் நினைத்து நாணப்படுகிறவர்களை இந்த உலகம் மிகவும் மதிக்கும், இவர்கள்தான் நாணம் என்கிற நல்ல பண்பின் இருப்பிடம் என்று பாராட்டும்.

1016

நாண் வேலி கொள்ளாது, மன்னோ, வியன் ஞாலம்
பேணலர் மேலாயவர்

உயர்ந்த மனிதர்கள் தீய செயல்களைச் செய்வதற்குக் கூச்சப்படுவார்கள். அந்த நாணம்தான் அவர்களைக் காப்பாற்றுகிற வேலி. அதை அவர்கள் உயிரைவிடப் பெரியதாக மதிப்பார்கள்.

1017

நாணால் உயிரைத் துறப்பர், உயிர்ப் பொருட்டால்
நாண் துறவார் நாண் ஆள்பவர்

உயர்ந்த மனிதர்கள் தீய செயல்களைச் செய்வதற்குக் கூச்சப்படுவார்கள். அந்த நாணத்தைக் காப்பாற்றுவதற்காக அவர்கள் உயிரையும் கொடுப்பார்கள், உயிரைக் காப்பாற்றுவதற்காக நாணத்தை விட்டுக்கொடுக்கமாட்டார்கள்.

1018

பிறர் நாணத் தக்கது தான் நாணான் ஆயின்,
அறம் நாணத் தக்கது உடைத்து

ஒருவன் செய்கிற தீய செயல்களைப் பார்த்துச் சுற்றியிருக்கிறவர்களெல்லாம் கூச்சப்படுகிறார்கள். ஆனால், அவன் அதை எண்ணிக் கூச்சப்படவில்லை.

அப்படிப்பட்டவனிடம் அறம் தங்காது, கூச்சப்பட்டு அவனை விட்டு விலகிவிடும்.

1019

குலம் சுடும் கொள்கை பிழைப்பின். நலம் சுடும்
நாண் இன்மை நின்றக்கடை

ஒருவன் ஒழுக்கத்திலிருந்து தவறினால், அவனுடைய குடும்பத்தின் பெயர் கெட்டுப்போகும்.

அவன் தீய செயல்களைச் செய்வதற்குக் கூச்சப்படாவிட்டால், அவனுக்கு எந்த நன்மையும் கிடைக்காது.

1020

நாண் அகத்து இல்லார் இயக்கம் மரப் பாவை
நாணால் உயிர் மருட்டியற்று

மரப் பொம்மைகளுக்கு உயிர் இல்லை. ஆனால், பொம்மலாட்டக் கலைஞர்கள் அவற்றைக் கயிற்றால் கட்டி மேலும் கீழும் ஆட்டும்போது, அவை உயிருடன் இயங்குவதுபோன்ற மயக்கம் உண்டாகிறது.

தீய செயல்களைச் செய்வதற்குக் கூச்சப்படாதவனுடைய வாழ்க்கையும் அப்படித்தான், உயிரற்றது, பொய்யானது.

அதிகாரம் 103: குடி செயல் வகை

(தன் குடும்பம் புகழ் பெறும்படி சிறப்பாகச் செயல்படுதல்)

1021

கருமம் செய ஒருவன் கை தூவேன் என்னும்
பெருமையின் பீடு உடையது இல்

நான் எப்போதும் சோர்வில்லாமல் என்னுடைய கடமைகளைச் செய்வேன் என்று சொல்வதுதான் ஒருவனுக்கு மிகப் பெரிய பெருமை.

1022

ஆள் வினையும் ஆன்ற அறிவும் என இரண்டின்
நீள் வினையான் நீளும் குடி

ஒருவன் முயற்சியோடும் சிறந்த அறிவோடும் தொடர்ந்து உழைத்தால், அவனுடைய குடும்பம் முன்னேறும்.

1023

குடி செய்வல் என்னும் ஒருவற்குத் தெய்வம்
மடி தற்றுத் தான் முந்துறும்

தன்னுடைய குடும்பத்தை முன்னேற்றுவதற்காக உழைக்கிறவனுக்குத் தெய்வமே நேரில் வந்து உதவும்.

1024

சூழாமல் தானே முடிவு எய்தும், தம் குடியைத்
தாழாது உஞற்றுபவர்க்கு

தன் குடும்பத்தை முன்னேற்றுவதற்காக உழைக்கிறவர்களுடைய பணிகள் எல்லாம் தானாக வெற்றியடையும்.

1025

குற்றம் இலனாய்க் குடி செய்து வாழ்வானைச்
சுற்றமாச் சுற்றும் உலகு

ஒருவன் எந்தத் தவறும் செய்வதில்லை, தன்னுடைய குடும்பத்தை முன்னேற்றுவதற்காகக் கடினமாக உழைக்கிறான் என்றால், இந்த உலகம் முழுவதும் அவனைத் தன்னுடைய உறவாக நினைத்துச் சூழ்ந்து நிற்கும்.

1026

நல் ஆண்மை என்பது ஒருவற்குத் தான் பிறந்த
இல் ஆண்மை ஆக்கிக் கொளல்

ஒவ்வொருவரும் தாங்கள் பிறந்த குடும்பத்தை நன்றாக ஆளவேண்டும். அதுதான் அவர்கள் பெறவேண்டிய மிகச் சிறந்த பண்பு.

1027

அமர் அகத்து வன்கண்ணர்போலத் தமர் அகத்தும்
ஆற்றுவார் மேற்றே பொறை

போருக்குச் செல்லும் படையைச் சிறந்த வீரர் ஒருவர் வழிநடத்துவார். அதுபோல, ஒவ்வொரு குடும்பத்தையும் அங்குள்ளவர்களில் ஆற்றல் மிக்க ஒருவர் வழிநடத்துவார்.

1028

குடி செய்வார்க்கு இல்லை பருவம், மடி செய்து
மானம் கருதக் கெடும்

ஒருவன் சோம்பலாக இருந்தால், வீண் பெருமை பேசிக்கொண்டு திரிந்தால், அவனுடைய குடும்பம் கெட்டுப்போகும்.

அதனால், தன் குடும்பத்தை உயர்த்தவேண்டும் என்று நினைக்கிறவர்கள் நேரம், காலம் பார்க்காமல் எப்போதும் உழைக்கவேண்டும்.

1029

இடும்பைக்கே கொள் கலம்கொல்லோ, குடும்பத்தைக்
குற்றம் மறைப்பான் உடம்பு

ஒருவன் தன் குடும்பத்தைக் காப்பாற்றவேண்டும் என்று மிகவும் முனைப்புடன் உழைக்கிறான் என்றால், அவனுடைய உடலில் எல்லாத் துன்பங்களும் வந்து ஏறிக்கொள்கின்றனவே! (தன் குடும்பத்தைக் காப்பாற்றுகிற ஒருவன் அதற்காகத் தன்னைத் தேய்த்துக்கொள்வதுதான் என்ன வியப்பு!)

1030

இடுக்கண் கால் கொன்றிட வீழும், அடுத்து ஊன்றும்
நல் ஆள் இலாத குடி

ஒவ்வொரு குடும்பத்தையும் தாங்கிக் காப்பாற்றக்கூடிய ஒருவர் வேண்டும். அப்படி ஒருவர் இல்லாத குடும்பம் துன்பங்களைத் தாங்கமுடியாமல் வீழ்ந்துவிடும்.

அதிகாரம் 104: உழவு

1031

சுழன்றும் ஏர்ப் பின்னது உலகம். அதனால்,
உழந்தும் உழவே தலை

எத்தனையோ தொழில்கள் உண்டு. ஆனால், அவற்றில் முதல் இடம் உழவுத் தொழிலுக்குத்தான். மொத்த உலகமும் உழவர்களைச் சார்ந்துதான் இயங்குகிறது.

அதனால், உழவுத் தொழிலில் எத்தனைத் துன்பங்கள் இருந்தாலும் சரி, அதுதான் உலகின் முதன்மைத் தொழில்.

1032

உழுவார் உலகத்தார்க்கு ஆணி, அஃது ஆற்றாது
எழுவாரை எல்லாம் பொறுத்து

இந்த உலகம் என்கின்ற தேரைத் தாங்கி நடத்தும் அச்சாணி, உழவர்கள்தான்.

ஏனெனில், உழவுத் தொழிலில் ஈடுபடாமல் மற்ற தொழில்களைச் செய்துகொண்டிருக்கிற எல்லாரையும் உழவர்கள்தான் தாங்கி நிற்கிறார்கள்.

1033

உழுது உண்டு வாழ்வாரே வாழ்வார். மற்று எல்லாம்
தொழுது உண்டு பின் செல்பவர்

உழவுத் தொழில் செய்கிறவர்கள்மட்டும்தான் உண்மையில் வாழ்கிறார்கள். மற்ற எல்லாரும் பிறரை நம்பிப் பிழைக்கிறார்கள். (உழவர்கள் தங்களுடைய உணவைத் தாங்களே விளைவித்துக்கொள்கிறார்கள். மற்றவர்கள் தங்கள் உணவுக்குப் பிறரைச் சார்ந்திருக்கிறார்கள்.)

1034

பல குடை நீழலும் தம் குடைக்கீழ்க் காண்பர்,
அலகு உடை நீழலவர்

அரசர்களுடைய வெண்கொற்றக் குடையின்கீழ் உலகம் வாழ்கிறது. ஆனால், உழவர்களுடைய நெற்கதிர்தான் அந்த அரசர்களுக்கே நிழல் கொடுக்கிறது. (அரசனே ஆனாலும் உழவர்களைச் சார்ந்துதான் வாழவேண்டும்.)

1035

இரவார், இரப்பார்க்கு ஒன்று ஈவர் கரவாது,
கை செய்து ஊண் மாலையவர்

உழவர்கள் தங்களுடைய கையை நம்பிப் பிழைப்பார்கள், தங்களுக்கு வேண்டிய உணவைத் தாங்களே விளைவித்து உண்பார்கள், பிறரிடம் உதவி கேட்கமாட்டார்கள், தங்களிடம் உதவி கேட்டு வருகிறவர்களுக்கு மறுக்காமல் உதவுவார்கள்.

1036

உழவினார் கை மடங்கின் இல்லை விழைவதூஉம்
விட்டேம் என்பார்க்கும் நிலை

எல்லா ஆசைகளையும் விட்டுவிட்டதாகச் சொல்லும் துறவிகள்கூட உழவர்களை நம்பித்தான் வாழ்கிறார்கள்.

1037

தொடிப் புழுதி கஃசா உணக்கின், பிடித்து எருவும்
வேண்டாது சாலப் படும்

வயலில் உள்ள புழுதி (மண்) நான்கில் ஒரு பங்காகக் காயும்படி உழவேண்டும், அதன்பிறகு பயிர் செய்யவேண்டும். அப்படிச் செய்தால், ஒரு கைப்பிடி எருகூட இல்லாமலேயே பயிர் செழித்து வளரும்.

1038

ஏரினும் நன்றால் எரு இடுதல். கட்டபின்
நீரினும் நன்று அதன் காப்பு

வயலை உழுவது நல்லது. பயிர் நன்றாக விளையவேண்டும் என்பதற்காக எரு போடுவது அதைவிட நல்லது.

அதன்பிறகு, அங்குள்ள களைகளை நீக்கிவிட்டு நீர் பாய்ச்சுவது நல்லது. அந்தப் பயிரை விலங்குகள் மேய்ந்துவிடாமல், அதற்கு நோய் எதுவும் வந்துவிடாமல் காப்பாற்றுவது அதைவிட நல்லது.

1039

செல்லான் கிழவன் இருப்பின், நிலம் புலந்து
இல்லாளின் ஊடிவிடும்

உழவர்கள் நாள்தோறும் வயலுக்குச் சென்று வேலை செய்யவேண்டும். இல்லாவிட்டால், அவர்களுடைய நிலம் வருந்தும், கணவரிடம் ஊடல் கொள்கிற மனைவியைப்போல் வாடும்.

1040

இலம் என்று அசைஇ இருப்பாரைக் காணின்
நிலம் என்னும் நல்லாள் நகும்

நாங்கள் ஏழைகள், எங்களிடம் எதுவும் இல்லை என்று சொல்லிக்கொண்டு சோம்பேறிகளாகத் திரிகிறவர்களைப் பார்த்தால், நிலமகள் என்னும் நல்ல பெண் தனக்குள் சிரிப்பார். (சோம்பலின்றி உழைத்தால் எல்லாரும் நன்கு வாழலாம்.)

அதிகாரம் 105: நல்குரவு (வறுமை)

1041

இன்மையின் இன்னாதது யாது எனின், இன்மையின்
இன்மையே இன்னாதது

வறுமையைவிடக் கொடுமையானது எது என்று கேட்டால், வறுமைதான். (வறுமையைவிடக் கொடுமையானது ஏதுமில்லை.)

1042

இன்மை என ஒரு பாவி மறுமையும்
இம்மையும் இன்றி வரும்

ஒருவனுக்கு வறுமை என்னும் கொடிய நிலை வந்துவிட்டால், அவனுக்கு இந்த உலகத்திலும் இன்பமில்லை, மறு உலகத்திலும் இன்பமில்லை.

1043

தொல் வரவும் தோலும் கெடுக்கும் தொகையாக,
நல்குரவு என்னும் நசை

வறுமையில் உள்ள ஒருவன் பிறருடைய பொருட்களின்மீது ஆசைப்பட்டால், அவனுடைய பழைய சிறப்பும் அழகும் மொத்தமாகக் கெட்டுவிடும்.

1044

இல் பிறந்தார்கண்ணேயும் இன்மை இளிவந்த
சொல் பிறக்கும் சோர்வு தரும்

நல்ல குடும்பத்தில் பிறந்தவர்கள்கூட, வறுமை வந்துவிட்டால் மனம் தளர்ந்துபோவார்கள், இழிவான சொற்களைப் பேசுவார்கள்.

1045

நல்குரவு என்னும் இடும்பையுள் பல்குரைத்
துன்பங்கள் சென்று படும்

வறுமை என்பது ஒரு துன்பம் இல்லை. அதற்குள் பலவிதமான துன்பங்கள் விளைகின்றன.

1046

நல் பொருள் நன்கு உணர்ந்து சொல்லினும் நல்கூர்ந்தார்
சொல் பொருள் சோர்வு படும்

ஏழை சொல் அம்பலம் ஏறாது. வறுமையில் உள்ளவர்கள் நல்ல சொற்களை உணர்ந்து பேசினாலும் மற்றவர்கள் அதை மதிக்கமாட்டார்கள்.

1047

அறம் சாரா நல்குரவு ஈன்ற தாயானும்
பிறன்போல நோக்கப்படும்

ஒருவன் தவறு செய்து வறுமையில் விழுந்தால், அவனைப் பெற்ற தாய்கூட அவனைத் திரும்பிப் பார்க்கமாட்டார்.

1048

இன்றும் வருவதுகொல்லோ நெருநலும்
கொன்றது போலும் நிரப்பு

நேற்றைக்கு வறுமை என்னை மிகவும் துன்புறுத்தியது. இன்றைக்கும் அந்த வறுமை என்னை நோக்கி வருமோ!

1049

நெருப்பினுள் துஞ்சலும் ஆகும். நிரப்பினுள்
யாது ஒன்றும் கண்பாடு அரிது

நெருப்பின்மீது படுத்திருக்கிறவன்கூடச் சிறிது தூங்கக்கூடும். ஆனால், வறுமையால் துன்பப்படுகிறவன் எப்போதும் நிம்மதியாகத் தூங்குவதில்லை.

1050

துப்புரவு இல்லார் துவரத் துறவாமை
உப்பிற்கும் காடிக்கும் கூற்று

வறுமையில் உள்ளவர்கள் தங்களுடைய தேவைகளைக் குறைத்துக்கொள்ளவேண்டும். இல்லாவிட்டால், உப்புக்கும் புளித்த நீர் உணவுக்கும் மற்றவர்களிடம் கையேந்தவேண்டியிருக்கும்.

அதிகாரம் 106: இரவு
(பிறரிடம் உதவி கேட்டு வாழுதல்)

1051

இரக்க இரத்தக்கார்க் காணின். கரப்பின்
அவர் பழி, தம் பழி அன்று

தகுதியுள்ளவர்களிடம்தான் உதவி கேட்கவேண்டும்.

அப்படிக் கேட்டபிறகு அவர்கள் உதவாவிட்டால், அது அவர்களுடைய குற்றம், உதவி கேட்டவர்களுடைய குற்றம் இல்லை.

1052

இன்பம் ஒருவற்கு இரத்தல் இரந்தவை
துன்பம் உறாஅ வரின்

கேட்ட உதவி துன்பமின்றிக் கிடைத்தால், உதவி கேட்பதுகூட இன்பம்தான்.

1053

கரப்பு இலா நெஞ்சின் கடன் அறிவார் முன் நின்று
இரப்பும் ஓர் ஏஎர் உடைத்து

தங்களிடம் உள்ள செல்வத்தை மறைத்துவைத்துக்கொள்ளாத அன்பான நெஞ்சை உடையவர்கள், பிறருக்கு உதவுவது தன்னுடைய கடமை என்பதை அறிந்தவர்களிடம் உதவி கேட்பதுகூட ஓர் அழகுதான்.

1054

இரத்தலும் ஈதலே போலும், கரத்தல்
கனவிலும் தேற்றாதார் மாட்டு

தங்களிடம் உள்ள செல்வத்தை மறைத்துவைக்கவேண்டும் என்று கனவிலும் நினைக்காதவர்களிடம் உதவி கேட்பது இழிவில்லை, அது பிறருக்கு உதவுவதைப்போல் சிறப்பானது.

1055

கரப்பு இலார் வையகத்து உண்மையான், கண் நின்று
இரப்பவர் மேற்கொள்வது

சிலர் பிறரிடம் சென்று உதவி கேட்பது எதனால்?

தங்களிடம் உள்ள செல்வத்தை மறைத்துவைக்காமல் பிறருக்குக் கொடுத்து உதவுகிறவர்கள் இந்த உலகில் உள்ளார்கள் என்ற நம்பிக்கையால்தான்.

1056

கரப்பு இடும்பை இல்லாரைக் காணின் நிரப்பு இடும்பை
எல்லாம் ஒருங்கு கெடும்

தங்களிடம் உள்ள செல்வத்தை மறைத்துவைக்காமல் பிறருக்குக் கொடுத்து உதவுகிறவர்களைக் கண்டால், ஏழைகளுடைய வறுமைத் துன்பங்களெல்லாம் மொத்தமாக அழிந்துவிடும்.

1057

இகழ்ந்து எள்ளாது ஈவாரைக் காணின் மகிழ்ந்து உள்ளம்
உள்ளுள் உவப்பது உடைத்து

தங்களிடம் உதவி கேட்டு வருகிறவர்களை இழிவாகப் பேசாமல், கேலி செய்யாமல், அவர்களுக்கு வேண்டியதைக் கொடுத்து உதவுகிறவர்களைப் பார்த்தால், ஏழைகளின் நெஞ்சம் மகிழும், அவர்களுக்குள் மகிழ்ச்சி பொங்கும்.

1058

இரப்பாரை இல்லாயின் ஈர்ங்கண் மா ஞாலம்
மரப்பாவை சென்று வந்தற்று

உதவி கேட்கிற ஏழைகள் இல்லாவிட்டால் இந்தப் பெரிய, குளிர்ச்சியான உலகம் வெறும் பொம்மலாட்டமாகிவிடும். (பிறர்மீது அன்பு கொண்டு அவர்களுக்கு உதவுகிற உணர்ச்சி இல்லாவிட்டால் மனிதர்கள் வெறும் பொம்மையாகிவிடுவார்கள்.)

1059

ஈவார்கண் என் உண்டாம் தோற்றம், இரந்துகோள்

மேவார் இலாஅக்கடை

உதவி கேட்கிறவர்கள் இல்லாவிட்டால், உதவி செய்கிறவர்களுக்கு எப்படிப் பெருமை உண்டாகும்? (உதவி செய்தல் என்ற உயர்ந்த பண்புக்கு, உதவியைப் பெறுகிறவர்கள்தான் அடிப்படை. அவர்கள் இல்லாவிட்டால் உதவி இல்லை, அதனால் வரும் பெருமையும் இல்லை.)

1060

இரப்பான் வெகுளாமை வேண்டும். நிரப்பு இடும்பை

தானேயும் சாலும் கரி

பிறரிடம் உதவி கேட்கிற ஒருவனுக்கு அந்த உதவி கிடைக்காவிட்டால், அவன் சினம் கொள்ளக்கூடாது, வறுமைத் துன்பத்தை எண்ணிப் பொறுமையாக இருக்கவேண்டும்.

அதிகாரம் 107: இரவு அச்சம்

(பிறரிடம் உதவி கேட்க அஞ்சுதல்)

1061

கரவாது உவந்து ஈயும் கண் அன்னார்கண்ணும்
இரவாமை கோடி உறும்

சிலர் தங்களிடம் உள்ள செல்வத்தை மறைத்துவைக்கமாட்டார்கள், மகிழ்ச்சியோடு எல்லாருக்கும் உதவுவார்கள். அவர்கள் உலகுக்குக் கண்ணைப் போன்றவர்கள்.

ஆனால், அப்படிப்பட்டவர்களிடமும் நாம் உதவி கேட்டுக் கையேந்தக்கூடாது. யாரிடமும் உதவி கேட்காமல் வாழ்வது கோடி மடங்கு நல்லது.

1062

இரந்தும் உயிர் வாழ்தல் வேண்டின், பரந்து
கெடுக உலகு இயற்றியான்

இவ்வுலகில் வறுமை ஏன் இருக்கிறது? சில மனிதர்கள் பிறரிடம் உதவி கேட்டுக் கையேந்தி உயிர் வாழும் நிலைமை ஏன் உள்ளது? இவ்வுலகைப் படைத்தவன்தான் இந்த வறுமையையும் படைத்தானா? ஆம் எனில், அவனும் இப்படிப் பலரிடம் உதவி கேட்டுத் திரிந்து அழியட்டும்!

1063

இன்மை இடும்பை இரந்து தீர்வாம் என்னும்
வன்மையின் வன்பாட்டது இல்

வறுமைத் துன்பத்தைத் தீர்ப்பதற்கு இன்னொருவரிடம் சென்று கையேந்தலாம் என்கின்ற நினைப்பு தவறானது. இவ்வுலகில் அதைவிடக் கொடுமையான எண்ணம் ஏதுமில்லை. (வறுமையைத் தீர்க்க வேறு வழிகளைச் சிந்தித்துச் செயல்படவேண்டும்.)

1064

இடம் எல்லாம் கொள்ளாத் தகைத்தே, இடம் இல்லாக்
காலும் இரவு ஒல்லாச் சால்பு

ஒருவன் தன்னுடைய வாழ்க்கையை நடத்துவதற்கு வழியின்றித் தவிக்கிறான். ஆனாலும் அவன் யாரிடமும் சென்று கையேந்தவில்லை, தன்னுடைய உழைப்பை நம்பிப் பிழைக்கிறான். அப்படிப்பட்டவன் மொத்த உலகத்தையும்விடப் பெரியவன்.

1065

தெள் நீர் அடு புற்கை ஆயினும் தாள் தந்தது
உண்ணலின் ஊங்கு இனியது இல்

இந்த உலகத்தில் மிகவும் சுவையான உணவு, நம்முடைய சொந்த உழைப்பில் சம்பாதித்த பணத்தைக் கொண்டு சமைத்த உணவுதான். அது வெறும் நீர்த்துப்போன கஞ்சியாகக்கூட இருக்கலாம். ஆனால், அதைவிட இனிய உணவு ஏதுமில்லை.

1066

ஆவிற்கு நீர் என்று இரப்பினும், நாவிற்கு
இரவின் இளிவந்தது இல்

என் பசு தாகத்தால் வாடுகிறது, அதற்குச் சிறிது நீர் கொடுங்கள் என்றுகூடப் பிறரிடம் உதவி கேட்டுக் கையேந்தாதீர்கள். அது நம் நாக்குக்கு அசிங்கம்.

1067

இரப்பன் இரப்பாரை எல்லாம், இரப்பின்
கரப்பார் இரவன்மின் என்று

பிறரிடம் உதவி கேட்கிற எல்லாரையும் கெஞ்சிக் கேட்டுக்கொள்கிறேன், தன்னிடம் உள்ள செல்வத்தைப் பிறருக்குக் கொடுத்து உதவாமல் மறைத்துவைக்கிறவர்களிடம் சென்று எந்த உதவியையும் கேட்காதீர்கள்.

1068

இரவு என்னும் ஏமாப்பு இல் தோணி, கரவு என்னும்
பார் தாக்கப் பக்குவிடும்

நம்முடைய துன்பம் தீர்வதற்காகப் பிறரிடம் உதவி கேட்கலாம் என்கிற எண்ணம், கடலில் பாதுகாப்பின்றி அலைந்து திரிகிற ஒரு மரக்கலத்தைப் போன்றது. தன்னிடம் உள்ள செல்வத்தைப் பிறருக்குக் கொடுத்து உதவாமல் மறைத்துவைக்கிறவர்கள் வலிமையான பாறையைப் போன்றவர்கள். இந்தப் பாறைமீது மோதினால் அந்த மரக்கலம் உடைந்து சிதறிவிடும்.

1069

இரவு உள்ள, உள்ளம் உருகும். கரவு உள்ள,
உள்ளதூஉம் இன்றிக் கெடும்

ஏழைகள் பிறரிடம் உதவி கேட்டுக் கையேந்துகிறார்களே என்று நினைத்தால், நம் உள்ளம் உருகுகிறது.

ஆனால், அந்த ஏழைகளுக்கு எந்த உதவியும் செய்யாமல் தங்களிடம் உள்ள செல்வத்தை மறைத்துவைக்கிற மனிதர்கள் இருக்கிறார்களே என்று நினைத்தால், நம் உள்ளம் உடைந்து சிதறுகிறது.

1070

கரப்பார்க்கு யாங்கு ஒளிக்கும்கொல்லோ, இரப்பவர்
சொல்லாடப் போஒம் உயிர்

இன்னொருவரிடம் உதவி கேட்டுக் கையேந்துகிறவன் தன்னுடைய உயிரே போய்விட்டதுபோல் கூச்சமாக உணர்கிறான்.

ஆனால், அப்படிக் கேட்கிறவர்களுக்கு எந்த உதவியும் செய்யாமல் தன்னிடம் உள்ள செல்வத்தை மறைத்துவைக்கிறவர்கள் இருக்கிறார்கள். அந்த நேரத்தில் அவர்களுடைய உயிர் எங்கு சென்று ஒளிந்துகொள்ளுமோ!

அதிகாரம் 108: கயமை
(கயவர்களுடைய தன்மை)

1071

மக்களே போல்வர் கயவர். அவர் அன்ன
ஒப்பாரி யாம் கண்டது இல்

யார் நல்லவர், யார் கயவர் என்று கண்ணால் பார்த்துக் கண்டுபிடிக்கமுடியாது. கயவர்கள் பார்ப்பதற்கு நல்லவர்களைப் போலவேதான் இருப்பார்கள்.

1072

நன்று அறிவாரின் கயவர் திரு உடையர்,
நெஞ்சத்து அவலம் இலர்

நல்லவர்கள் எந்நேரமும் தங்களுடைய செயல்களைப்பற்றிச் சிந்தித்துக்கொண்டே இருப்பார்கள், ஏதாவது பிழை செய்துவிடுவோமோ என்ற அச்சத்துடன் கவனமாகச் செயல்படுவார்கள்.

அவர்களோடு ஒப்பிடும்போது கயவர்கள் கொடுத்துவைத்தவர்கள். அவர்களுக்கு நல்ல பண்புகளும் தெரியாது, அதனால் வருகிற மனக் குழப்பமும் கிடையாது.

1073

தேவர் அனையர் கயவர், அவரும் தாம்
மேவன செய்து ஒழுகலான்

ஒருவிதத்தில் கயவர்களும் தேவர்களும் ஒன்றுதான். இருவரும் இன்னொருவருக்குக் கட்டுப்படுவதில்லை, தாங்கள் விரும்பியதைச் செய்துகொண்டிருக்கிறார்கள்!

1074

அகப்பட்டி ஆவாரைக் காணின், அவரின்
மிகப்பட்டுச் செம்மாக்கும் கீழ்

ஒரு கயவன் தன்னைவிடச் சிறிய இன்னொரு கயவனைக் கண்டால், நான் உன்னைவிடக் கூடுதலாகத் தீமை செய்கிறவன் என்று பெருமிதப்படுவான்.

1075

அச்சமே கீழ்களது ஆசாரம், எச்சம்
அவா உண்டேல் உண்டாம் சிறிது

கயவர்களும் எப்போதாவது ஒழுக்கமாக நடக்கக்கூடும். ஆனால், அதற்கு ஒரே காரணம், தவறு செய்தால் தண்டனை கிடைக்கும் என்கிற அச்சம்தான்.

சில நேரங்களில், தாங்கள் ஆசைப்பட்ட பொருள் கிடைக்கவேண்டும் என்பதற்காகவும் அவர்கள் ஒழுக்கமாக நடந்துகொள்வார்கள். (கயவர்கள் எப்போதும் மனம் திருந்துவதில்லை. அவர்கள் ஒழுக்கமாக நடந்தாலும் அதற்கு வேறு ஒரு நோக்கம் இருக்கும்.)

1076

அறை பறை அன்னர் கயவர், தாம் கேட்ட
மறை பிறர்க்கு உய்த்து உரைக்கலான்

கயவர்களிடம் எந்த இரகசியத்தையும் சொல்லாதீர்கள். அவர்கள் அதை யாரிடமாவது போட்டு உடைத்துவிடுவார்கள். கயவர்களிடம் இரகசியத்தைச் சொல்வதும், அதைப் பறை அறைந்து ஊருக்கெல்லாம் அறிவிப்பதும் ஒன்றுதான்.

1077

ஈர்ங்கை விதிரார் கயவர் கொடிறு உடைக்கும்
கூன் கையர் அல்லாதவர்க்கு

கயவர்கள் யாருக்கும் எதையும் கொடுக்கமாட்டார்கள். சாப்பிட்டபின் ஈரக்கையை உதறினால் அங்கிருந்து தெறிக்கும் நீர்த்துளிகள் யாருக்காவது பயன்பட்டுவிடுமோ என்று கவலைப்படுகிறவர்கள் அவர்கள்.

ஆனால், அந்தக் கயவர்கள் வலிமை மிக்க ஆட்களைக் கண்டு அஞ்சுவார்கள். அவர்கள் கையை முறுக்கிக் குத்தினால் தங்களுடைய கன்னம் உடைந்துவிடுமோ என்கிற அச்சத்தில் அவர்களுக்குமட்டும் பணத்தை அள்ளித் தருவார்கள். (கயவர்கள் தேவை உள்ளவர்களுக்கு உதவமாட்டார்கள்.)

1078

சொல்லப் பயன்படுவர் சான்றோர். கரும்புபோல்
கொல்லப் பயன்படும் கீழ்

ஏழைகள் பெரியோர்களிடம் சென்று தங்களுடைய குறையைச் சொன்னால் போதும். அவர்கள் உடனே உதவுவார்கள்.

ஆனால், கயவர்களிடம் எதைச் சொன்னாலும் அவர்களுடைய மனம் இரங்காது. அவர்கள் யாருக்கும் உதவமாட்டார்கள். கரும்பைப்போல் அவர்களை நசுக்கிப் பிழிந்தால்தான் உதவி கிடைக்கும்.

1079

உடுப்பதூஉம் உண்பதூஉம் காணின் பிறர் மேல்
வடுக் காண வற்று ஆகும் கீழ்

யாராவது அழகாக உடுத்திக்கொண்டால், நன்றாகச் சாப்பிட்டால் கயவர்களுக்குப் பிடிக்காது, வேண்டுமென்றே அவர்கள்மீது ஏதாவது குறை சொல்வார்கள்.

1080

எற்றிற்கு உரியர் கயவர்? ஒன்று உற்றக்கால்
விற்றற்கு உரியர் விரைந்து

கயவர்களிடம் எந்த ஒழுக்கமோ, உறுதியோ இருக்காது. ஏதாவது ஒரு துன்பம் வந்தால் நடுங்குவார்கள், சட்டென்று அடுத்தவர்கள் காலில் விழுந்து அவர்களுக்கு அடிமையாகிவிடுவார்கள்.

பகுதி - 3
இன்பத்துப் பால்

இயல் - 8
களவு இயல்

அதிகாரம் 109: தகை அணங்கு உறுத்தல்
[காதலியின் அழகு காதலனை வருத்துதல்]

1081

அணங்குகொல், ஆய்மயில்கொல்லோ, கனம் குழை
மாதர்கொல், மாலும் என் நெஞ்சு

கனத்த குழைகளைக் காதில் அணிந்துள்ள இவளைக் கண்டு என் நெஞ்சம் பலவிதமாக எண்ணி மயங்குகிறது: இவள் மனிதப் பெண்ணா! அல்லது, தெய்வப் பெண்ணா! அல்லது, சிறந்த மயிலா!

1082

நோக்கினாள் நோக்கு எதிர் நோக்குதல், தாக்கு அணங்கு
தானை கொண்டு அன்னது உடைத்து

நான் ஒரு பெண்ணைப் பார்த்தேன். அவளும் என்னைப் பார்த்தாள். அவளுடைய அந்தப் பார்வை ஒரு பெரும் படையைப்போல் என்னைத் தாக்கியது.

1083

பண்டு அறியேன் கூற்று என்பதனை, இனி அறிந்தேன்,
பெண் தகையால் பேர் அமர்க் கட்டு

மனிதர்களைக் கொல்லக்கூடிய கூற்றுவன் (எமன்) என்ற தெய்வத்தைப்பற்றிக் கேள்விப்பட்டிருக்கிறேன். ஆனால், அந்தத் தெய்வம் எப்படி இருக்கும் என்று தெரியாது. இப்போதுதான் நான் அதைப்பற்றித் தெரிந்துகொண்டேன்.

இதோ, என் முன்னால் பெரிய, போர் செய்கிற கண்களுடன் நிற்கிறாளே இந்தப் பெண், இவளைப்போல்தான் அந்தக் கூற்றுவன் இருப்பானோ! (இந்தப் பெண் என்னைத் தன் அழகால் கொல்கிறாள்.)

1084

கண்டார் உயிர் உண்ணும் தோற்றத்தால் பெண் தகைப்
பேதைக்கு அமர்த்தன கண்

இவள் ஏதுமறியாத பேதைப் பெண்ணைப்போல் இருக்கிறாள். ஆனால், இவளுடைய கண்கள் பார்ப்பவர்களுடைய உயிரைத் தின்றுவிடுகின்றன. இது என்ன வியப்பு!

1085

கூற்றமோ, கண்ணோ, பிணையோ, மடவரல்
நோக்கம் இம் மூன்றும் உடைத்து

இந்தப் பெண்ணின் பார்வையைக் கண்டால் மூன்று எண்ணங்கள் வருகின்றன: இவள் மனிதப் பெண்ணா! அல்லது, பெண் மானா! அல்லது, பார்ப்பவர்களைக் கொல்லுகின்ற எமனா(கூற்றுவனா)!

1086

கொடும் புருவம் கோடா மறைப்பின் நடுங்கு அஞர்
செய்யல மன் இவள் கண்

இந்தப் பெண்ணின் கண்கள் என்னை நடுங்கவைத்துத் துன்புறுத்துகின்றன. ஒருவேளை, இவளுடைய வளைந்த புருவங்கள் வளையாமல் நேராக நின்று இவளுடைய கண்களை மறைத்துவிட்டால், என்னைப் போன்றோர் இந்தத் துன்பத்திலிருந்து தப்பிவிடுவோம். (இவளுடைய கண் அழகோடு புருவ அழகும் என்னைத் துன்புறுத்துகிறது.)

1087

கடாஅக் களிற்றின்மேல் கட்படாம், மாதர்
படாஅ முலைமேல் துகில்

இந்தப் பெண் தன்னுடைய இள மார்பகத்தின்மீது அணிந்திருக்கிற மேலாடை, மத நீர் ஒழுகுகின்ற ஆண் யானையின்மீது கட்டப்பட்ட முகபடாம் என்ற துணியைப்போல் இருக்கிறது.

1088

ஒள் நுதற்கு, ஓஒ, உடைந்ததே, ஞாட்பினுள்
நண்ணாரும் உட்கும் என் பீடு

நான் பெரிய வீரன். என்னுடைய பெயரைக் கேட்டாலே எதிரிகளெல்லாம் நடுங்குவார்கள்.

ஆனால், இந்தப் பெண்ணின் ஒளி மிகுந்த நெற்றியைப் பார்த்ததும், என்னுடைய வலிமையெல்லாம் உடைந்து நொறுங்கிவிட்டது. இது என்ன வியப்பு!

1089

பிணை ஏர் மட நோக்கும் நாணும் உடையாட்கு
அணி எவனோ ஏது இல தந்து

இவள் பெண் மானைப் போல் அச்சத்துடன் பார்க்கிறாள், நாணத்துடன் திகழ்கிறாள். இப்படிப்பட்ட இயற்கை அழகு கொண்ட இவள் நகைகளையெல்லாம் அணிந்திருப்பது எதற்கு? (இவளுடைய அழகுக்கு நகைகளெல்லாம் தேவையில்லை.)

1090

உண்டார்கண் அல்லது அடு நறாக் காமம்போல்
கண்டார் மகிழ் செய்தல் இன்று

மதுவை அருந்தினால்தான் இன்பம். என் காதலியைப் பார்த்தாலே இன்பம்.

அதிகாரம் 110: குறிப்பு அறிதல்
(காதலர்கள் ஒருவர் மற்றவர் குறிப்பை அறிந்துகொள்ளுதல்)

1091

இரு நோக்கு இவள் உண் கண் உள்ளது. ஒரு நோக்கு
நோய் நோக்கு, ஒன்று அந் நோய் மருந்து

இவளுடைய மை தீட்டிய கண்களில் இருவிதமான பார்வைகள் உள்ளன. ஒரு பார்வை, நோயைத் தருகிறது. இன்னொரு பார்வை, அந்த நோயைத் தீர்க்கும் மருந்தாகிறது.

1092

கண் களவு கொள்ளும் சிறு நோக்கம் காமத்தில்
செம்பாகம் அன்று, பெரிது

காதலர்கள் ஒருவரை ஒருவர் இரகசியமாகப் பார்த்துக்கொள்ளும் கள்ளப் பார்வைக்குக் காதலில் மிகப் பெரிய இடம் உண்டு!

1093

நோக்கினாள், நோக்கி இறைஞ்சினாள், அஃது அவள்
யாப்பினுள் அட்டிய நீர்

அவள் என்னைப் பார்த்தாள், நாணத்துடன் தலை குனிந்துகொண்டாள், அதன்மூலம் எங்களுடைய காதல் பயிருக்கு நீரூற்றி வளர்த்தாள்.

1094

யான் நோக்குங்காலை நிலன் நோக்கும், நோக்காக்கால்
தான் நோக்கி மெல்ல நகும்

நான் அவளைப் பார்க்கிறேன். அவள் தலை குனிந்து நிலத்தைப் பார்க்கிறாள்.

நான் வேறு எங்கோ பார்க்கிறேன். இப்போது அவள் என்னைப் பார்த்து மகிழ்கிறாள்.

1095

குறிக்கொண்டு நோக்காமை அல்லால் ஒரு கண்
சிறக்கணித்தாள் போல நகும்

அவள் என்னை நேரடியாகப் பார்ப்பதில்லை, ஆனால், ஓரக்கண்ணால் பார்த்து மகிழ்கிறாள்.

1096

உறாஅதவர் போல் சொலினும் செறாஅர் சொல்
ஒல்லை உணரப்படும்

அவள் என்னிடம் யாரோ போல் நடந்துகொள்கிறாள், கடுமையாகப் பேசுவதுபோல் நடிக்கிறாள். ஆனால், அவள் என்மீது அன்பு வைத்திருக்கிறாள் என்கிற உண்மை விரைவில் வெளிப்பட்டுவிடும்.

1097

செறாஅச் சிறு சொல்லும் செற்றார் போல் நோக்கும்
உறாஅர் போன்று உற்றார் குறிப்பு

அவள் என்னிடம் கடுமையாகப் பேசுகிறாள், என்னைப் பகைவனைப்போல் பார்க்கிறாள். ஆனால், இவையெல்லாம் உண்மையில்லை, யாரோ போலப் பழகத் தொடங்கிப் பின்னர் அன்பு கொண்டு நெருங்கப்போகிறவர்களுக்கான அடையாளங்கள்.

1098

அசை இயற்கு உண்டு ஆண்டு ஓர் ஏஎர். யான் நோக்கப்
பசையினள் பைய நகும்

அழகாக அசைந்து நடக்கும் அந்தப் பெண்ணை நான் பார்க்கிறேன். அவளும் என்னைப் பார்த்து அன்புடன் மெல்லச் சிரிக்கிறாள். அந்தச் சிரிப்புதான் என்ன அழகு!

1099

ஏதிலார் போலப் பொது நோக்கு நோக்குதல்
காதலார்கண்ணே உள

காதலர்கள் பொது இடத்தில் சந்திக்கும்போது ஒருவரை ஒருவர் தெரிந்ததுபோல் காட்டிக்கொள்ளமாட்டார்கள், முன் பின் அறியாதவர்களைப்போல் நடந்துகொள்வார்கள். இது அவர்களுடைய இயல்புதான்.

1100

கண்ணொடு கண் இணை நோக்கு ஒக்கின் வாய்ச் சொற்கள்
என்ன பயனும் இல

கண்ணும் கண்ணும் ஒன்று சேர்ந்துவிட்டால் பேச்சு எதற்கு?

அதிகாரம் 111: புணர்ச்சி மகிழ்தல்
(காதலர்கள் ஒன்று கூடிய மகிழ்ச்சி)

1101

கண்டு, கேட்டு, உண்டு, உயிர்த்து, உற்று அறியும் ஐம்புலனும்
ஒண் தொடிகண்ணே உள

ஒளி பொருந்திய வளையல்களை அணிந்த இந்தப் பெண்ணிடம் கண்ணால் காணும் இன்பம், காதால் கேட்கும் இன்பம், நாவால் உண்ணும் இன்பம், மூக்கால் நுகரும் இன்பம், தொட்டு அறியும் இன்பம் என ஐம்புலன்களின் இன்பங்களும் உள்ளன.

1102

பிணிக்கு மருந்து பிற மன். அணி இழை
தன் நோய்க்குத் தானே மருந்து

பொதுவாக, நோய் வேறு, அதற்கான மருந்து வேறு.

ஆனால், அழகான அணிகலன்களை அணிந்த இந்தப் பெண்ணால் உண்டாகும் காதல் நோய்க்கு இவளேதான் மருந்து!

1103

தாம் வீழ்வார் மென் தோள் துயிலின் இனிதுகொல்
தாமரைக் கண்ணான் உலகு

என்ன பெரிய சொர்க்கம்? நமக்குப் பிடித்த பெண்ணின் மென்மையான தோளில் சாய்ந்து தூங்குவதைவிடவா அது இன்பம்?

1104

நீங்கின் தெறூஉம், குறுகுங்கால் தண் என்னும்
தீ யாண்டுப் பெற்றாள் இவள்

இந்தப் பெண்ணை நெருங்கினால் குளிர்கிறது, விட்டு விலகினால் சுடுகிறது. இப்படியொரு புதுமையான தீயை இவள் எங்கு கண்டுபிடித்தாளோ!

1105

வேட்ட பொழுதின் அவை அவை போலுமே,
தோட்டு ஆர் கதுப்பினாள் தோள்

நாம் விரும்புகின்ற பொருட்களெல்லாம் அந்த விநாடியிலேயே கிடைத்துவிட்டால் எவ்வளவு இன்பமாக இருக்கும்! மலர்களை அணிந்த கூந்தலை உடைய இந்தப் பெண்ணின் தோள்கள் அப்படிப்பட்ட ஓர் இன்பத்தைத் தருகின்றன.

1106

உறுதோறு உயிர் தளிர்ப்பத் தீண்டலால், பேதைக்கு
அமிழ்தின் இயன்றன தோள்

இந்தப் பேதைப் பெண்ணின் தோள்கள் அமுதத்தால் செய்யப்பட்டவையோ! ஏனெனில், இவளுடைய தோள்களை நெருங்கி அணைக்கும்போதெல்லாம் என்னுடைய உயிர் தழைக்கிறது.

1107

தம் இல் இருந்து தமது பாத்து உண்டற்றால்,
அம் மா அரிவை முயக்கு

நம் வீட்டில் இருந்துகொண்டு, நம்முடைய பொருட்களை எல்லாருக்கும் பிரித்துக் கொடுத்து, அதை நாமும் உண்டு மகிழ்வது எப்பேர்ப்பட்ட இன்பம்! மாமை நிறமுள்ள இந்தப் பெண்ணைத் தழுவுகிற இன்பமும் அப்படிப்பட்டதுதான்!

1108

வீழும் இருவர்க்கு இனிதே வளி இடை
போழப்படாஅ முயக்கு

காதலனும் காதலியும் தங்களுக்கிடையில் காற்றுகூட நுழையாதபடி இறுகத் தழுவவேண்டும். அதுதான் சரியான அணைப்பு!

1109

ஊடல், உணர்தல், புணர்தல் இவை காமம்
கூடியார் பெற்ற பயன்

காதலால் காதலர்களுக்குக் கிடைக்கும் பயன்கள் மூன்று: ஒருவர்மீது ஒருவர் செல்லமாகச் சினம் கொள்ளுதல், சரியான நேரத்தில் அந்த ஊடலை நீக்குதல், பின்னர் ஒன்றுகூடி மகிழ்தல்.

1110

அறிதோறு அறியாமை கண்டற்றால், காமம்
செறிதோறும் சே இழை மாட்டு

நூல்களைப் படிக்கப் படிக்க, நாம் இதற்குமுன் எவ்வளவு அறியாமையுடன் இருந்திருக்கிறோம் என்பது புரியும், இன்னும் படிக்கவேண்டும் என்கிற ஆர்வம் பெருகும்.

அதுபோல, சிறந்த அணிகலன்களை அணிந்த இந்தப் பெண்ணை அணைக்க அணைக்க, இவள்மீது எனக்குள்ள காதல் பெருகுகிறது.

அதிகாரம் 112: நலம் புனைந்து உரைத்தல்
(காதலன் காதலியின் அழகைச் சிறப்பாகச் சொல்லுதல்)

1111

நல் நீரை, வாழி, அனிச்சமே, நின்னினும்
மெல் நீரள் யாம் வீழ்பவள்

அனிச்ச மலரே, நீ வாழ்க!

நீ மிகவும் மென்மையான மலர் என்று எல்லாரும் சொல்கிறார்கள். ஆனால், என் காதலி உன்னைவிட மென்மையானவள்!

1112

மலர் காணின் மையாத்தி, நெஞ்சே, இவள் கண்
பலர் காணும் பூ ஒக்கும் என்று

நெஞ்சே,

என் காதலி மலரைப் போன்றவள். அதனால், நீ எந்த மலரைப் பார்த்தாலும் அவளை எண்ணி மயங்குகிறாய்.

ஆனால், மற்ற மலர்களை எல்லாரும் காண்பார்கள். இந்தப் பெண் மலரை நான்மட்டும் கண்டு மகிழ்வேன்!

1113

முறி மேனி, முத்தம் முறுவம், வெறி நாற்றம்,
வேல் உண் கண், வேய்த் தோள் அவட்கு

என் காதலியின் உடல் தளிரைப் போன்றது; அவளுடைய சிரிப்பு முத்தைப் போன்றது; அவளிடமிருந்து வீசும் இயல்பான மணமே நறுமணம்தான்; அவளுடைய மை பூசிய கண்கள் வேலைப் போன்றவை; அவளுடைய தோள்கள் மூங்கிலைப் போன்றவை.

1114

காணின் குவளை கவிழ்ந்து நிலன் நோக்கும்
மாண் இழை கண் ஒவ்வேம் என்று

குவளை மலரைப் பெண்களின் கண்களுக்கு உவமையாகச் சொல்வார்கள். ஆனால், சிறந்த அணிகலன்களை அணிந்த இந்தப் பெண்ணின் அழகான கண்களைப் பார்த்தால், குவளை மலர் வெட்கப்படும், 'இவளுடைய கண்களுக்கு நான் ஒப்பாகமாட்டேன்' என்று தலை குனிந்து நிலத்தைப் பார்க்கும்.

1115

அனிச்சப் பூக் கால் களையாள் பெய்தாள் நுசுப்பிற்கு
நல்ல படாஅ பறை

இந்தப் பெண் அனிச்ச மலருடைய காம்பைக் கிள்ளாமல் தலையில் வைத்துக்கொண்டுவிட்டாள். அடடா! இதனால் இவளுடைய இடை முறிந்துவிடும். இவள் வீட்டில் இனிய பறையொலி கேட்காது. (பூக்காம்பின் எடையைக்கூடத் தாங்க இயலாதபடி நுட்பமான இடையைக் கொண்டவள் இவள்.)

1116

மதியும் மடந்தை முகனும் அறியா,
பதியின் கலங்கிய, மீன்

விண்மீன்களெல்லாம் இந்தப் பெண்ணின் முகத்தைக் கண்டு குழம்புகின்றன, 'வானத்தில் ஒரு நிலா, இங்கு பூமியில் இன்னொரு நிலா. இது எப்படி?' என்று திகைத்துத் திரிகின்றன.

1117

அறு வாய் நிறைந்த அவிர் மதிக்குப் போல
மறு உண்டோ மாதர் முகத்து

இந்தப் பெண்ணின் முகத்தை நிலாவுடன் ஒப்பிடுவது தவறு.

ஏனெனில், நிலா அவ்வப்போது தேயும், வளரும். அதில் கறை உண்டு. ஆனால், இந்தப் பெண்ணின் முகம் எப்போதும் கறையின்றி ஒளி வீசுகிறது!

1118

மாதர் முகம் போல ஒளி விட வல்லையேல்
காதலை, வாழி, மதி

நிலவே, நீ வாழ்க,

என் காதலியின் முகத்தைப்போல் உன்னால் ஒளி வீச இயலுமா? நீ அவ்வாறு ஒளி வீசினால், நான் உன்னையும் காதலிப்பேன்.

1119

மலர் அன்ன கண்ணாள் முகம் ஒத்தியாயின்
பலர் காணத் தோன்றல், மதி

நிலவே,

மலரைப் போன்ற கண்களை உடைய என் காதலியின் முகத்தைப்போல் நீ ஒளி வீச விரும்புகிறாயா? அப்படியானால், எல்லாரும் காணும்படி வானத்தில் தோன்றாதே! (நிலாவின் அழகை எல்லாரும் ரசிக்கிறார்கள். ஆனால், என் காதலியின் அழகை நான்மட்டும்தான் ரசிப்பேன்.)

1120

அனிச்சமும் அன்னத்தின் தூவியும் மாதர்
அடிக்கு நெருஞ்சிப் பழம்

என் காதலி மென்மையான அனிச்ச மலரையும் அன்னத்தின் சிறகையும் மிதித்துவிட்டாள். அதனால், அவளுடைய கால்கள் நோகின்றன. நெருஞ்சி முள்ளை மிதித்ததுபோல் துடிக்கிறாள் அவள்! (என் காதலி அனிச்ச மலரையும், அன்னத்தின் சிறகையும்விட மென்மையானவள்.)

அதிகாரம் 113: காதல் சிறப்பு உரைத்தல்
(காதலின் சிறப்பைப் பேசுதல்)

1121

பாலொடு தேன் கலந்தற்றே, பணி மொழி
வால் எயிறு ஊறிய நீர்

மென்மையாகப் பேசும் இந்தப் பெண்ணின் தூய்மையான பற்களிலிருந்து ஊறும் நீர், பாலும் தேனும் கலந்தாற்போல் இனிக்கிறது!

1122

உடம்பொடு உயிரிடை என்ன, மற்று அன்ன,
மடந்தையொடு எம்மிடை நட்பு

நானும் இவளும் உடலும் உயிரும்போல் ஒன்றானவர்கள்.

1123

கரு மணியில் பாவாய், நீ போதாய். யாம் வீழும்
திரு நுதற்கு இல்லை இடம்

என் கண்ணின் கருமணியில் உள்ள பாவையே, நீ அங்கிருந்து வெளியேறிவிடு. அழகான நெற்றியை உடைய என் காதலியை நான் அங்கு குடி வைக்க விரும்புகிறேன்.

1124

வாழ்தல் உயிர்க்கு அன்னள் ஆயிழை, சாதல்
அதற்கு அன்னள் நீங்கும் இடத்து

இந்தப் பெண்ணை நெருங்கினால், என் உயிரை வாழவைக்கிறாள், விலகினால், அதைச் சாகவைக்கிறாள்.

1125

உள்ளுவன் மன் யான் மறப்பின், மறப்பு அறியேன்,
ஒள் அமர்க் கண்ணாள் குணம்

ஒளி வீசுகிற, போர் செய்கிற கண்களை உடைய இந்தப் பெண்ணின் அழகை நான் எப்போதும் மறப்பதில்லை. மறந்தால்தானே மீண்டும் நினைப்பதற்கு!

1126

கண் உள்ளில் போகார், இமைப்பின் பருவரார்,
நுண்ணியர் எம் காதலவர்

என் காதலன் எப்போதும் என் கண்ணுக்குள் இருக்கிறான். நான் கண்களை இமைத்தாலும் அவனுக்கு வலிக்காது. அவ்வளவு நுட்பமாக எனக்குள் குடியேறியிருக்கிறான் அவன்.

1127

கண் உள்ளார் காதலவர் ஆகக் கண்ணும்
எழுதேம் கரப்பாக்கு அறிந்து

என் காதலன் என் கண்ணுக்குள் இருக்கிறான். நான் அவனை எப்போதும் பார்த்துக்கொண்டிருக்கிறேன்.

ஒருவேளை, நான் என் கண்ணுக்கு மை தீட்டினால், சில விநாடிகள் கண்களை மூடவேண்டியிருக்கும். அப்போது நான் அவனைப் பார்க்கமுடியாது. அதனால், இப்போதெல்லாம் நான் என் கண்களுக்கு மை தீட்டுவதையே விட்டுவிட்டேன்!

1128

நெஞ்சத்தார் காதலவர் ஆக, வெய்து உண்டல்
அஞ்சுதும் வேபாக்கு அறிந்து

என் காதலன் என் நெஞ்சுக்குள் இருக்கிறான். ஒருவேளை, நான் சூடான உணவைச் சாப்பிட்டால், அது அவனைச் சுட்டுவிடுமோ என்று நான் அஞ்சுகிறேன். அதனால், இப்போதெல்லாம் நான் சூடான உணவையே உண்பதில்லை!

1129

இமைப்பின் கரப்பாக்கு அறிவல். அனைத்திற்கே
ஏதிலர் என்னும் இவ் ஊர்

என் காதலன் என் கண்ணுக்குள் இருக்கிறான். நான் அவனை எப்போதும் பார்த்துக்கொண்டிருக்கிறேன்.
ஒருவேளை, நான் என் கண்களை இமைத்தால், சிறிது நேரம் கண்களை மூடவேண்டியிருக்கும். அப்போது நான் அவனைப் பார்க்கமுடியாது. அதனால், இப்போதெல்லாம் நான் இமைப்பதும் இல்லை, தூங்குவதும் இல்லை.

இதைப் பார்த்த இந்த ஊர் என் காதலனைத் திட்டுகிறது, ‘உனக்கு இவள்மீது அன்பு இல்லை. நீ இவளுக்குத் தூக்கமில்லாத நோயைக் கொடுத்துவிட்டாய்’ என்று குற்றம் சாட்டுகிறது.

1130

உவந்து உறைவர் உள்ளத்துள் என்றும், இகந்து உறைவர்,
ஏதிலர் என்னும் இவ் ஊர்

என் காதலன் எப்போதும் என் நெஞ்சில் மகிழ்ச்சியாகத் தங்கியிருக்கிறான்.

ஆனால், இந்த ஊர் அதைப் புரிந்துகொள்ளவில்லை, அவனைத் திட்டுகிறது, 'நீ இவளைப் பிரிந்து வேறு இடத்தில் வாழ்கிறாய். உனக்கு இவள்மீது அன்பு இல்லை' என்று குற்றம் சாட்டுகிறது.

அதிகாரம் 114: நாணுத் துறவு உரைத்தல்
[காதல் மிகுவதால் நாணத்தைத் துறந்து 'மடல் ஏறுதல்' என்ற செயலின்மூலம் ஊருக்குத் தன் காதலைச் சொல்லத் துணிதல்]

1131

காமம் உழந்து வருந்தினார்க்கு ஏமம்
மடல் அல்லது இல்லை வலி

தன்னுடைய காதல் நிறைவேறாமல் துன்பப்படுகிறவர்களுக்கு ஒரே உறுதியான பாதுகாப்பு, மடல் ஏறுவதுதான்.

1132

நோனா உடம்பும் உயிரும் மடல் ஏறும்
நாணினை நீக்கி நிறுத்து

இந்தக் காதலால் என் உடலும் உயிரும் நோகின்றன. அதனால், ஊர் என்ன பேசுமோ என்கிற நாணத்தை நான் விலக்கிவைக்கிறேன், எல்லாரும் காணும்படி மடல் ஏறுகிறேன்.

1133

நாணொடு நல் ஆண்மை பண்டு உடையேன், இன்று, உடையேன்
காமுற்றார் ஏறும் மடல்

முன்பு என்னிடம் நாணமும் உறுதியான உள்ளமும் இருந்தன. ஆனால், இப்போது என்னிடம் பனை மடலால் செய்யப்பட்ட இந்தக் குதிரைமட்டும்தான் உள்ளது. (என் காதலை ஊருக்குச் சொல்லும்வகையில் நான் மடல் ஏறப்போகிறேன்.)

1134

காமக் கடும் புனல் உய்க்குமே, நாணொடு
நல் ஆண்மை என்னும் புணை

நான் காதல் வெள்ளத்தில் சிக்கித் தவித்தேன். அப்போது, நாணம், உறுதியான உள்ளம் என்கின்ற தெப்பங்கள் என்னைக் காப்பாற்றின.

ஆனால் இப்போது, அந்த வெள்ளம் இன்னும் கடுமையாகிவிட்டது, என்னுடைய தெப்பங்களை அடித்துச்சென்றுவிட்டது.

1135

தொடலைக் குறுந்தொடி தந்தாள் மடலொடு
மாலை உழக்கும் துயர்

சிறிய வளையல்களை மாலையைப்போல் வரிசையாக அணிந்திருக்கிற இந்தப் பெண் எனக்கு மாலைப் பொழுதின் துயரத்தைக் கொடுத்தாள், மடல் ஏறவைத்தாள்.

1136

மடல் ஊர்தல் யாமத்தும் உள்ளுவேன் மன்ற,
படல் ஒல்லா பேதைக்கு என் கண்

இந்தப் பெண்ணின்மீது கொண்ட காதலால் எனக்குத் தூக்கம் வருவதில்லை. எல்லாரும் தூங்குகின்ற இந்த நள்ளிரவு நேரத்திலும் நான் மடல் ஏறுவதைப்பற்றித்தான் எண்ணிக்கொண்டிருக்கிறேன்.

1137

கடல் அன்ன காமம் உழந்தும் மடல் ஏறாப்
பெண்ணின் பெருந்தக்கது இல்

பெண்களுக்கும் காதல் வருகிறது. கடலைப் போன்ற பெரிய காதல் நோய் அவர்களையும் வருத்துகிறது. ஆனால் அப்போதும் அவர்கள் ஆண்களைப்போல் மடல் ஏறுவதில்லை. அதனால், பெண்கள் மிகவும் பெருமைக்குரியவர்கள்!

1138

நிறை அரியர், மன் அளியர் என்னாது காமம்
மறை இறந்து மன்று படும்

காதல் யார்மீதும் இரக்கம் காட்டுவதில்லை, எல்லாருடைய இரகசியங்களையும் ஊருக்கு நடுவில் போட்டு உடைத்துவிடுகிறது.

1139

அறிகிலார் எல்லாரும் என்றே என் காமம்
மறுகின் மறுகும் மருண்டு

என் காதலைப்பற்றி இந்த ஊருக்குத் தெரியவில்லை. அதனால், அது வீதிகளில் மயங்கிச் சுழன்றுகொண்டிருக்கிறது.

1140

யாம் கண்ணில் காண நகுப அறிவு இல்லார்,
யாம் பட்ட தாம் படா ஆறு

நான் பட்ட காதல் துன்பத்தை இந்த ஊர் படவில்லை. அதனால், அது அறிவில்லாமல் என்னைப் பார்த்துச் சிரித்துக்கொண்டிருக்கிறது.

அதிகாரம் 115: அலர் அறிவுறுத்தல்
(காதலைப்பற்றிய ஊராரின் வம்புப் பேச்சுகள்)

1141

அலர் எழ ஆர் உயிர் நிற்கும். அதனைப்
பலர் அறியார் பாக்கியத்தால்

எங்கள் காதலைப்பற்றி இந்த ஊர் வம்பு பேசுகிறது. ஆனால், அந்த வம்புப் பேச்சும் ஒருவிதத்தில் நல்லதுதான். அதன்மூலம் எங்கள் திருமணத்துக்கு ஒரு வழி பிறக்கக்கூடும் என்று எண்ணி என்னுடைய அரிய உயிர் நிம்மதியடைகிறது.

நல்ல வேளை, என்னுடைய இந்தப் பாக்கியத்தைப்பற்றிப் பலருக்குத் தெரியாது! (அவர்கள் விருப்பப்படி வம்பு பேசட்டும். அது எங்கள் காதலுக்கு நல்லதுதான்.)

1142

மலர் அன்ன கண்ணாள் அருமை அறியாது
அலர் எமக்கு ஈந்தது இவ் ஊர்

என் காதலி மலரைப் போன்ற கண்களை உடையவள். இவளுடைய சிறப்பைப் புரிந்துகொள்ளாமல் இந்த ஊர் எங்களைப்பற்றி வம்பு பேசுகிறது.

1143

உறாஅதோ ஊர் அறிந்த கௌவை, அதனைப்
பெறாஅது பெற்றன்ன நீர்த்து

இந்த ஊரார் எங்களுடைய காதலைப்பற்றி வம்பு பேசமாட்டார்களா என்று நான் ஏங்குகிறேன். ஏனெனில், எங்களைப்பற்றி ஊரார் வம்பு பேசினால், நாங்கள் இருவரும் அருகருகில் இல்லாவிட்டாலும் மிகவும் நெருங்கி இருப்பதைப்போன்ற மகிழ்ச்சி உண்டாகிறது.

1144

கவ்வையால் கவ்விது காமம். அது இன்றேல்
தவ்வென்னும் தன்மை இழந்து

ஊரார் வம்பு பேசினால், காதல் இன்னும் நன்றாக வளர்கிறது. யாரும் வம்பு பேசாவிட்டால், காதல் சுருங்கிவிடுகிறது.

1145

களித்தொறும் கள் உண்டல் வேட்டற்றால் காமம்
வெளிப்படுந்தோறும் இனிது

குடிகாரர்கள் கள்ளைக் குடிக்கக் குடிக்க, இன்னும் கள் வேண்டும் என்று விரும்புவார்கள்.

அதுபோல, எங்களைப்பற்றி ஊரார் வம்பு பேசப் பேச, எங்கள் காதல் இன்னும் இனிக்கிறது.

1146

கண்டது மன்னும் ஒரு நாள், அலர் மன்னும்
திங்களைப் பாம்பு கொண்டற்று

நாங்கள் இருவரும் சந்தித்தது ஒரு நாள்தான். ஆனால், பல நாட்களாக எங்களைப்பற்றி ஊர் வம்பு பேசிக்கொண்டிருக்கிறது.

சந்திர கிரகணத்தின்போது நிலாவைப் பாம்பு விழுங்குவதாகச் சொல்வார்கள். அதை ஊரே கூடி நின்று பார்க்கும். அதுபோல, எங்கள் காதலும் ஊர் அறிந்த இரகசியமாகிவிட்டது.

1147

ஊரவர் கௌவை எரு ஆக, அன்னை சொல்
நீர் ஆக நீளும் இந் நோய்

இந்த ஊர் எங்களைப்பற்றி வம்பு பேசுகிறது, அதன்மூலம், எங்களுடைய காதல் நோய் என்கின்ற பயிருக்கு உரம் போடுகிறது.

என் தாய் ஊராரின் வம்புப் பேச்சைக் கேட்டுச் சினம் கொள்கிறார், என்னைக் கண்டிக்கிறார், அவருடைய சொற்கள் இந்தப் பயிருக்கு நீர் ஊற்றுகின்றன.

மொத்தத்தில், வம்புப் பேச்சின்மூலம் எங்கள் காதல் செழித்து வளர்கிறது.

1148

நெய்யால் எரி நுதுப்பேம் என்றற்றால், கௌவையால்
காமம் நுதுப்பேம் எனல்

நெய்யைக் கொட்டித் தீயை அணைக்கமுடியுமா? (முடியாது.)

அதுபோல, ஊராரின் வம்புப் பேச்சுகள் காதலை அணைக்காது, இன்னும் நன்றாக வளர்க்கும்.

1149

அலர் நாண ஒல்வதோ, அஞ்சல் ஓம்பு என்றார்
பலர் நாண நீத்தக்கடை

எங்கள் காதலைப்பற்றி இந்த ஊர் வம்பு பேசியது. ஆனால், 'அதை எண்ணி அஞ்சாதே. நான் இருக்கிறேன்' என்று என் காதலன் எனக்கு உறுதி சொன்னான். அதைக் கேட்டு இந்த ஊர் வெட்கப்பட்டு நின்றது.

இப்போது, என் காதலன் என்னை விட்டுப் பிரிந்து சென்றுள்ளான். மறுபடியும் இந்த ஊர் எங்களைப்பற்றி வம்பு பேசுகிறது. ஆனால், அதை எண்ணி நான் வெட்கப்படுவேனா? (மாட்டேன். ஏனெனில், என் காதலன் விரைவில் திரும்பி வருவான், என்னை மணந்துகொள்வான்.)

1150

தாம் வேண்டின் நல்குவர் காதலர். யாம் வேண்டும்
கௌவை எடுக்கும் இவ் ஊர்

நான் நினைத்தபடி இந்த ஊர் எங்களைப்பற்றி வம்பு பேசுகிறது.

என் மனத்தில் இருக்கும் இதே ஆசைதான் என் காதலன் மனத்திலும் இருக்கும். அதனால், அவனே எங்கள் திருமணத்துக்கான ஏற்பாடுகளைச் செய்வான்.

இயல் - 9
கற்பு இயல்

அதிகாரம் 116: பிரிவு ஆற்றாமை (பிரிவுத் துயரம்)

1151

செல்லாமை உண்டேல் எனக்கு உரை, மற்று, நின்
வல் வரவு வாழ்வார்க்கு உரை

நான் உன்னை விட்டுப் பிரிந்து செல்லமாட்டேன் என்று சொல். விரைவில் திரும்பி வந்துவிடுவேன் என்றெல்லாம் சொல்லாதே. அதுபோன்ற சொற்களெல்லாம் உன்னைப் பிரிந்து உயிர் வாழ்கிறவர்களுக்குத்தான் பயன்படும். (உன்னைப் பிரிந்தால் நான் உயிர் வாழமாட்டேன்.)

1152

இன்கண் உடைத்து அவர் பார்வல். பிரிவு அஞ்சும்
புன்கண் உடைத்து ஆல் புணர்வு

முன்பு, அவனுடைய பார்வையே எனக்கு இன்பத்தைக் கொடுத்தது.

ஆனால் இப்போது, அவன் என்னைக் கட்டித் தழுவினால்கூடத் துன்பம்தான் வருகிறது, அவன் என்னை விட்டுப் பிரிந்து சென்றுவிடுவானோ என்கிற அச்சம்தான் வருகிறது.

1153

அரிது அரோ தேற்றம், அறிவு உடையார்கண்ணும்
பிரிவு ஓர் இடத்து உண்மையான்

காதலில் பிரிவு வரக்கூடும் என்பது என் அறிவுக்குத் தெரியும். ஆனால், அதை என் மனத்துக்குப் புரியவைத்துத் தேற்றத்தான் முடியவில்லை.

1154

அளித்து அஞ்சல் என்றவர் நீப்பின் தெளித்த சொல்
தேறியார்க்கு உண்டோ தவறு

அவன் என்மீது அன்பைப் பொழிந்தான், 'அஞ்சாதே, நான் எப்போதும் உன்னுடன் இருப்பேன்' என்று உறுதி சொன்னான்.

ஆனால், இப்போது அவன் என்னை விட்டுப் பிரிந்து சென்றுவிட்டான். அவன் பேச்சை நம்பியதுதான் நான் செய்த குற்றமா?

1155

ஓம்பின், அமைந்தார் பிரிவு ஓம்பல், மற்று அவர்
நீங்கின் அரிது ஆல் புணர்வு

என் உயிரைக் காப்பாற்றவேண்டுமென்றால், என் காதலன் என்னை விட்டுப் பிரிந்து செல்லாமல் தடுத்து நிறுத்துங்கள்.

ஒருவேளை, அவன் என்னை விட்டுப் பிரிந்து சென்றுவிட்டால், அதன்பிறகு நாங்கள் ஒன்றுசேர்வது கடினமாகிவிடும்.

1156

பிரிவு உரைக்கும் வன்கண்ணர் ஆயின் அரிது அவர்
நல்குவர் என்னும் நசை

என் காதலன் என்மீது அன்பைப் பொழியவேண்டும் என்று ஆசைப்பட்டேன். ஆனால் அவனோ என்னை விட்டுப் பிரிந்து செல்லப்போவதாகச் சொல்கிறான். இந்தக் கொடிய சொற்களைக் கேட்டபிறகு என்னுடைய ஆசை எப்படி நிறைவேறும்?

1157

துறைவன் துறந்தமை தூற்றாகொல், முன் கை
இறை இறவா நின்ற வளை

என் காதலன் என்னை விட்டுப் பிரிந்து சென்றுவிட்டான். அதனால், நான் உடல் மெலிகிறேன். என்னுடைய முன் கையில் இருக்கும் வளையல்கள் மணிக்கட்டிலிருந்து கழன்று விழுகின்றன, என்னுடைய பிரிவுத் துன்பத்தை ஊராருக்கு அறிவிக்கின்றன!

1158

இன்னாது இனன் இல் ஊர் வாழ்தல். அதனினும்
இன்னாது இனியார்ப் பிரிவு

தோழிகள் இல்லாத ஊரில் வாழ்வது பெரிய துன்பம். காதலனைப் பிரிந்து வாழ்வது அதைவிடப் பெரிய துன்பம்.

1159

தொடின் சுடின் அல்லது காம நோய்போல
விடின் சுடல் ஆற்றுமோ தீ

நெருப்புகூட தொட்டால்தான் சுடும். ஆனால், இந்தக் காதல் நோய் அதைவிடக் கொடுமையானது, காதலனை விட்டுப் பிரிந்தாலே சுடுகிறது.

1160

அரிது ஆற்றி, அல்லல் நோய் நீக்கிப் பிரிவு ஆற்றிப்
பின் இருந்து வாழ்வார் பலர்

இந்த உலகத்தில் பல பெண்கள் தங்கள் காதலனுடைய பிரிவைத் தாங்கிக்கொள்கிறார்கள், அதனால் வருகிற காதல் நோயையும் பொறுத்துக்கொண்டு உயிர் வாழ்கிறார்கள். இது பெரிய வியப்புதான்!

அதிகாரம் 117: படர் மெலிந்து இரங்கல்
(காதலனைப் பிரிந்த காதலி உடல் மெலிந்து வாடுதல்)

1161

மறைப்பேன் மன் யான் இஃதோ நோயை இறைப்பவர்க்கு
ஊற்று நீர் போல மிகும்

என்னுடைய காதல் நோயை மறைத்துவைக்கவேண்டும் என்றுதான் முயற்சி செய்கிறேன். ஆனால், இறைக்க இறைக்கப் பொங்குகிற ஊற்று நீரைப்போல் இந்த நோய் மேலும் மேலும் பெருகுகிறது.

1162

கரத்தலும் ஆற்றேன் இந் நோயை, நோய் செய்தார்க்கு
உரைத்தலும் நாணுத் தரும்

இந்தக் காதல் நோயை என்னால் மறைக்கமுடியவில்லை. இந்த நோயை உண்டாக்கிய என் காதலனிடம் சென்று இதைப்பற்றிப் பேசலாம் என்றால், கூச்சமாக இருக்கிறது. நான் என்ன செய்வேன்?

1163

காமமும் நாணும் உயிர் காவாத் தூங்கும் என்
நோனா உடம்பின் அகத்து

என் உடம்பு காதல் துன்பத்தைத் தாங்கமுடியாமல் வாடுகிறது. அந்த உடம்புக்குள் இருக்கும் என் உயிரின் இரு பக்கங்களிலும் காதலும் நாணமும் சுமையாகத் தொங்குகின்றன.

1164

காமக் கடல் மன்னும் உண்டே. அது நீந்தும்
ஏமப் புணை மன்னும் இல்

எனக்கு முன்னால் காதல் என்கிற கடல் இருக்கிறது. ஆனால், அந்தக் கடலைப் பாதுகாப்பாகக் கடப்பதற்கு ஏற்ற தெப்பம் எதுவும் இல்லை. நான் என்ன செய்வேன்!

1165

துப்பின் எவன் ஆவர் மன் கொல், துயர் வரவு
நட்பினுள் ஆற்றுபவர்

என் காதலன் என்னுடைய நண்பன்தான். ஆனால், இவன் எனக்கு மிகுந்த துயரத்தைத் தருகிறான்.

ஒருவேளை, இவன் என்னுடைய பகைவனாக இருந்திருந்தால் இன்னும் எப்படிப்பட்ட துயரத்தைத் தருவானோ!

1166

இன்பம் கடல் மற்றுக் காமம் அஃது அடுங்கால்
துன்பம் அதனின் பெரிது

காதல் என்பது மிகப் பெரிய இன்பக் கடல்.

ஆனால், காதலன் பிரிந்து செல்லும்போது உண்டாகும் துன்பக் கடல் அதைவிடப் பெரியது.

1167

காமக் கடும் புனல் நீந்திக் கரை காணேன்,
யாமத்தும் யானே உளேன்

உலகமெல்லாம் தூங்குகின்ற இந்த நள்ளிரவு நேரத்திலும் நான்மட்டும் தனியாக விழித்திருக்கிறேன், காதல் வெள்ளத்தில் சிக்கித் தத்தளிக்கிறேன், இந்தப் பெரிய கடலின் கரையைக் கண்டுபிடிக்கமுடியாமல் தவிக்கிறேன்.

1168

மன் உயிர் எல்லாம் துயிற்றி, அளித்து இரா,
என் அல்லது இல்லை துணை

இந்த இரவுப் பொழுதைப் பார்த்தால் எனக்கு இரக்கம்தான் வருகிறது. ஏனென்றால், இந்த இரவு நிலைத்த உயிர்கள் அனைத்தையும் உறங்கச்செய்துவிட்டது. இனிமேல் இரவுக்கு நான்மட்டும்தான் துணை!

1169

கொடியார் கொடுமையின் தாம் கொடிய, இந் நாள்
நெடிய கழியும் இரா

இந்த உலகத்தின் மிகப் பெரிய கொடுமை, காதலன் அருகில் இல்லாத நீண்ட இரவுப் பொழுதுதான்!

1170

உள்ளம் போன்று உள் வழிச் செல்கிற்பின் வெள்ள நீர்
நீத்தல மன்னோ என் கண்

என் காதலன் என்னைப் பிரிந்து சென்றுவிட்டான். என் நெஞ்சம் அவனைத் தேடிக்கொண்டு சென்றுவிட்டது.

ஆனால், என்னுடைய கண்களால் அப்படிச் செல்ல இயலவில்லை. அதனால், அவை இங்கேயே இருந்து கண்ணீர் வெள்ளத்தில் நீந்திக்கொண்டிருக்கின்றன.

அதிகாரம் 118: கண் விதுப்பு அழிதல்
(கண்கள் காதலனைக் காண விரும்பி வருந்துதல்)

1171

கண் தாம் கலுழ்வது எவன்கொலோ, தண்டா நோய்
தாம் காட்ட யாம் கண்டது

இந்தக் கண்கள்தான் என் காதலனை எனக்குக் காண்பித்தன, எனக்குள் தணியாத காதல் நோயை உண்டாக்கின.

ஆனால் இப்போது, அதே கண்கள் அவனை நினைத்து அழுகின்றன. இது ஏனோ!

1172

தெரிந்து உணரா நோக்கிய உண் கண் பரிந்து உணராப்
பைதல் உழப்பது எவன்

என்னுடைய மை பூசிய கண்கள் என் காதலனைக் கண்டன. இவனைக் கண்டால் இவளுடைய நிலை என்ன ஆகுமோ என்றெல்லாம் அவை சிந்திக்கவில்லை, அவனை ஆசை தீரப் பார்த்தன. அதனால் எனக்குக் காதல் நோய் வந்துவிட்டது.

ஆனால் இப்போது, அதே கண்கள் என்னுடைய காதலைப் புரிந்துகொள்ளாமல் துன்பப்பட்டு வருந்தி அழுகின்றன. இது ஏனோ!

1173

கதும் எனத் தாம் நோக்கித் தாமே கலுழும்.
இது நகத்தக்கது உடைத்து

அன்றைக்கு, என்னுடைய கண்கள் என் காதலனை விரைவாகப் பார்த்தன.

இன்றைக்கு, அதே கண்கள் அவனைப் பிரிந்து வருந்தி அழுகின்றன. இதை நினைத்தால் சிரிப்புதான் வருகிறது.

1174

பெயல் ஆற்றா நீர் உலந்த, உண் கண் உயல் ஆற்றா
உய்வு இல் நோய் என்கண் நிறுத்து

மை பூசிய என் கண்கள் என் காதலனைப் பார்த்தன, எனக்குள் முடிவில்லாத காதல் நோயை உண்டாக்கின.

அதன்பிறகு, அதே கண்கள் அவனைப் பிரிந்து வருந்தி அழுதன. அழுது அழுது என் கண்களில் கண்ணீர்கூட வற்றிவிட்டது.

1175

படல் ஆற்றா பைதல் உழக்கும், கடல் ஆற்றாக்
காம நோய் செய்த என் கண்

என் கண்கள் எனக்குள் கடலைவிடப் பெரிய காதல் நோயை உண்டாக்கிவிட்டன.

இப்போது, அதே கண்கள் தூங்காமல் துன்பத்தில் வாடுகின்றன.

1176

ஓஒ, இனிதே எமக்கு இந் நோய் செய்த கண்

தாஅம் இதன் பட்டது

என் கண்கள்தான் எனக்குக் காதல் நோயைக் கொடுத்தன. இப்போது, அதே கண்கள் அந்தக் காதல் நோயால் துன்பப்படுகின்றன. இது எனக்கு மகிழ்ச்சிதான்!

1177

உழந்து உழந்து உள் நீர் அறுக, விழைந்து, இழைந்து,

வேண்டி அவர்க் கண்ட கண்

என் கண்கள் மிகுந்த விருப்பத்துடன் என் காதலனைப் பார்த்து நெகிழ்ந்தன. இப்போது, அதே கண்கள் காதல் நோயால் துன்பப்படுகின்றன.

நன்றாகத் துன்பப்படட்டும்! அழுது அழுது கண்ணிலிருக்கிற கண்ணீரெல்லாம் வற்றிப்போகட்டும்!

1178

பேணாது பெட்டார் உளர் மன் ஓ. மற்று அவர்க்

காணாது அமைவு இல கண்

என் காதலன் என்னைக் காதலிப்பதாகச் சொன்னான். ஆனால், அது வெறும் பேச்சுதான். உண்மையில் அவன் என்னைக் காதலிக்கவில்லை.

ஆனால், இந்த உண்மையை நான் அறிந்திருந்து என்ன பயன்? என் கண்களால் அவனைப் பார்க்காமல் இருக்கமுடியவில்லையே!

1179

வாராக்கால் துஞ்சா, வரின் துஞ்சா, ஆயிடை
ஆர் அஞர் உற்றன கண்

என் காதலன் என்னைப் பார்க்க வரும்போது என் கண்கள் மகிழ்கின்றன, தூக்கத்தை மறந்துவிடுகின்றன.

என் காதலன் என்னை விட்டுப் பிரியும்போது என் கண்கள் வருந்துகின்றன. அப்போதும் அவை தூங்குவதில்லை.

மொத்தத்தில், என் கண்களுக்கு எப்போதும் பெரும் துன்பம்தான்.

1180

மறை பெறல் ஊரார்க்கு அரிது அன்று ஆல், எம் போல்
அறை பறை கண்ணார் அகத்து

என் நெஞ்சில் இருக்கும் உணர்ச்சிகளையெல்லாம் என்னுடைய கண்கள் வெளிப்படுத்திவிடுகின்றன, ஊர்முழுக்கப் பறை அடித்துச் சொல்லிவிடுகின்றன. அதனால், ஊரார் என்னுடைய இரகசியங்களையெல்லாம் எளிதில் தெரிந்துகொண்டுவிடுகிறார்கள்.

அதிகாரம் 119: பசப்பு உறு பருவரல் (காதலனைப் பிரிந்து துன்பப்படும் காதலியின் உடலில் உண்டாகும் நிற மாற்றம்)

1181

நயந்தவர்க்கு நல்காமை நேர்ந்தேன். பசந்த என்
பண்பு யார்க்கு உரைக்கோ பிற

என்மீது அன்பு கொண்ட காதலன் என்னைப் பிரிந்து செல்வதாகச் சொன்னான். நானும் அதற்கு ஒப்புக்கொண்டேன்.

இப்போது, அவனைப் பிரிந்து நான் வாடுகிறேன், என் உடலெங்கும் பசலை படர்ந்துவிட்டது. இதை நான் யாரிடம் சொல்வேன்?

1182

அவர் தந்தார் என்னும் தகையால் இவர்தந்து என்
மேனி மேல் ஊரும் பசப்பு

என் காதலன் என்னை விட்டுப் பிரிந்து சென்றான். அதனால் என் உடலில் பசலை உண்டானது. அவன் கொடுத்த பசலை என்பதால் அது பெருமிதத்துடன் என்மீது படர்ந்து செல்கிறது.

1183

சாயலும் நாணும் அவர் கொண்டார், கைம்மாறா
நோயும் பசலையும் தந்து

என் காதலன் என்னுடைய அழகையும் நாணத்தையும் எடுத்துக்கொண்டுவிட்டான், காதல் நோயையும் பசலையையும் கொடுத்துவிட்டான்.

1184

உள்ளுவன் மன் யான், உரைப்பது அவர் திறம் ஆல்,
கள்ளம், பிறவோ பசப்பு

நான் எப்போதும் என் காதலனைத்தான் நினைத்துக் கொண்டிருக்கிறேன், அவனுடைய பண்புகளைப்பற்றித்தான் பேசிக்கொண்டிருக்கிறேன். ஆனாலும் என் உடலில் பசலை படர்கிறது. இது என்ன வஞ்சனை!

1185

உவக்காண், எம் காதலர் செல்வார். இவக்காண், எம்
மேனி பசப்பு ஊர்வது

என் காதலன் என்னை விட்டுப் பிரிந்து சென்ற அதே விநாடியில் என் உடலில் பசலை படர்கிறது.

1186

விளக்கு அற்றம் பார்க்கும் இருளே போல் கொண்கன்
முயக்கு அற்றம் பார்க்கும் பசப்பு

விளக்கு அணைந்ததும் இருள் சூழ்ந்துவிடுகிறது. அதுபோல, என்னைத் தழுவிக்கொண்டிருக்கிற என் காதலன் சற்று விலகியதும் என்மீது பசலை படர்ந்துவிடுகிறது.

1187

புல்லிக் கிடந்தேன், புடை பெயர்ந்தேன், அவ் அளவில்
அள்ளிக்கொள்வற்றே பசப்பு

என் காதலனைத் தழுவிக்கொண்டிருந்தேன். ஒரு விநாடி அவனிடமிருந்து சற்று விலகினேன். அவ்வளவுதான், பசலை என்னை அள்ளிக்கொண்டுவிட்டது!

1188

பசந்தாள் இவள் என்பது அல்லால், இவளைத்
துறந்தார் அவர் என்பார் இல்

என் உடலில் பசலை படர்ந்துவிட்டது. அதைக் கண்டு இந்த ஊர் கேலி பேசுகிறது. ஆனால், என் காதலன் என்னைப் பிரிந்ததால்தான் எனக்கு இந்தப் பசலை நோய் வந்தது என்கிற உண்மையைச் சொல்கிறவர்கள் யாரும் இல்லை.

1189

பசக்க மன் பட்டாங்கு என் மேனி, நயப்பித்தார்
நல் நிலையர் ஆவர் எனின்

என் காதலன் என்னிடம் அன்பாகப் பேசினான், நான் விரைவில் திரும்பி வந்துவிடுவேன் என்று உறுதி சொல்லிவிட்டுக் கிளம்பிச் சென்றான். அவனைப் பிரிந்ததும் என் உடலில் பசலை படர்ந்துவிட்டது.

பரவாயில்லை, அவன் நன்றாக இருந்தால் போதும். அவனுக்காக நான் இந்தப் பசலையைப் பொறுத்துக்கொள்வேன்!

1190

பசப்பு எனப் பேர் பெறுதல் நன்றே, நயப்பித்தார்
நல்காமை தூற்றார் எனின்

என் காதலன் என்னிடம் அன்பாகப் பேசினான், நான் விரைவில் திரும்பி வந்துவிடுவேன் என்று உறுதி சொல்லிவிட்டுக் கிளம்பிச் சென்றான். அவனைப் பிரிந்ததும் என் உடலில் பசலை படர்ந்துவிட்டது.

பரவாயில்லை, என் காதலனுக்கு என்மீது அன்பு இல்லை என்று இந்த ஊர் குற்றம் சொல்லாமல் இருந்தால் போதும். அதற்காக நான் இந்தப் பசலையையும், அதனால் உண்டாகும் வம்புப் பேச்சுகளையும் பொறுத்துக்கொள்வேன்.

அதிகாரம் 120: தனிப் படர் மிகுதி (தனிமைத் துன்பம் பெருகுதல்)

1191

தாம் வீழ்வார் தாம் வீழப் பெற்றவர் பெற்றாரே
காமத்துக் காழ் இல் கனி

அவள் அவனைக் காதலிக்கிறாள். அவனும் அவளைக் காதலிக்கிறான். இருவரும் காதல் என்னும் விதையில்லாத கனியைப் பெறுகிறார்கள்.

1192

வாழ்வார்க்கு வானம் பயந்தற்று ஆல், வீழ்வார்க்கு
வீழ்வார் அளிக்கும் அளி

காதலர்கள் ஒருவர்மீது ஒருவர் செலுத்துகின்ற அன்பு, உயிர்கள் செழிக்கவேண்டும் என்று வானம் பொழிகிற மழையைப் போன்றது.

1193

வீழுநர் வீழப்படுவார்க்கு அமையுமே
வாழுநம் என்னும் செருக்கு

அவள் அவனைக் காதலிக்கிறாள். அவனும் அவளைக் காதலிக்கிறான். இருவரும் தங்களுடைய காதல் வாழ்க்கையை எண்ணிப் பெருமிதப்படுகிறார்கள். இது காதலர்களுக்குமட்டும் கிடைக்கிற தனி இன்பம்!

1194

வீழப்படுவார் கெழீஇ இலர், தாம் வீழ்வார்
வீழப்படாஅர் எனின்

அவள் அவனைக் காதலிக்கிறாள். ஆனால், அவன் அவளைக் காதலிக்கவில்லை. அதனால் அந்தப் பெண் தன்னுடைய மற்ற சிறப்புகளையெல்லாம் மறந்து துன்பத்தில் வாடுகிறாள்.

1195

நாம் காதல் கொண்டார் நமக்கு எவன் செய்ப ஓ,
தாம் காதல் கொள்ளாக்கடை

நான் காதலிக்கிறவன் என்னைக் காதலிக்காவிட்டால் அதில் என்ன இன்பம்? (ஏதுமில்லை.)

1196

ஒருதலையான் இன்னாது காமம், காப்போல
இருதலையானும் இனிது

ஒருவர்மட்டும் காதலித்தால் அது துன்பக் காதல். காவடித் தண்டின் இரு பக்கங்களிலும் சுமை தொங்குவதைப்போல் இருவரும் காதலித்தால்தான் அது இன்பக் காதல்.

1197

பருவரலும் பைதலும் காணான்கொல், காமன்
ஒருவர்கண் நின்று ஒழுகுவான்

காதல் தெய்வமான மன்மதன் ஒருவருடைய நெஞ்சில் காதலை உண்டாக்குகிறான், ஆனால், அவரால் விரும்பப்படுகிற இன்னொருவருடைய நெஞ்சில் காதலை உண்டாக்குவதில்லை. இது ஏன்? காதல் துன்பம் எப்படிப்பட்டது என்று இந்த மன்மதனுக்குத் தெரியாதோ!

1198

வீழ்வாரின் இன்சொல் பெறாஅது உலகத்து
வாழ்வாரின் வன்கணார் இல்

காதலனைப் பிரிந்து வாழ்கிற பெண்களுடைய மன உறுதியை நான் வியக்கிறேன். அவர்களால் எப்படித்தான் காதலனின் இனிய அன்புச் சொற்களைக் கேட்காமல் உயிர் வாழமுடிகிறதோ!

1199

நசைஇயார் நல்கார் எனினும் அவர் மாட்டு
இசையும் இனிய செவிக்கு

நான் அவனைக் காதலிக்கிறேன். அவன் என்னைக் காதலிக்கவில்லை. என்றாலும், அவன் பேசும் சொற்கள் ஒவ்வொன்றும் என் காதுக்கு இனிப்பானவைதான்.

1200

உறாஅர்க்கு உறு நோய் உரைப்பாய், கடலைச்
செறாஅஅய், வாழிய, நெஞ்சு

என் நெஞ்சே,

நான் என் காதலனை எண்ணிக் காதல் நோயில் தவிக்கிறேன். ஆனால், அவனுக்கு என்மீது காதல் இல்லை.

நீ அவனிடம் சென்று என்னுடைய நோயைப்பற்றிச் சொல்ல முயல்கிறாய், அதன்மூலம் எங்களைச் சேர்த்துவைக்கப் பார்க்கிறாய். நீ வாழ்க!

ஆனால், உன்னுடைய இந்த முயற்சி எந்தப் பயனையும் தராது. அதை விட்டுவிடு. அதற்குப் பதிலாக, கடலைத் தூர்த்துத் தூய்மைப்படுத்த முயற்சி செய். (கடலைத் தூர்ப்பதுகூட நடக்கக்கூடும். ஆனால், என் காதல் நிறைவேறாது.)

அதிகாரம் 121: நினைத்தவர் புலம்பல்
(பிரிந்துள்ள காதலர்களின் புலம்பல்)

1201

உள்ளினும் தீராப் பெரு மகிழ் செய்தலால்
கள்ளினும் காமம் இனிது

கள்ளைக் குடித்தால்தான் இன்பம் வரும். ஆனால், காதலனை நினைத்தாலே இன்பம் பெருகும். அதனால், காதல் கள்ளைவிட இனிமையானது.

1202

எனைத்து ஒன்று இனிதே காண் காமம், தாம் வீழ்வார்
நினைப்ப வருவது ஒன்று இல்

காதல் எல்லாவற்றையும்விட இனிமையானது. ஏனெனில், காதலனை நினைத்ததும் துன்பம் விலகும், இன்பம் பெருகும்.

1203

நினைப்பவர் போன்று நினையார்கொல், தும்மல்
சினைப்பது போன்று கெடும்

என் காதலன் என்னை நினைக்கவேண்டும் என்று எண்ணுகிறான், ஆனால், உண்மையில் என்னை நினைப்பதில்லை.

ஏனெனில், எனக்குத் தும்மல் வருவதுபோல் இருக்கிறது, ஆனால், வரவில்லை, அப்படியே நின்றுவிடுகிறது.

1204

யாமும் உளேம்கொல் அவர் நெஞ்சத்து, எம் நெஞ்சத்து
ஓஒ உளரே அவர்

என் நெஞ்சில் என் காதலன் நீக்கமற நிறைந்திருக்கிறான். அதுபோல, அவன் நெஞ்சில் நான் இருக்கிறேனா?

1205

தம் நெஞ்சத்து எம்மைக் கடி கொண்டார் நாணார்கொல்
எம் நெஞ்சத்து ஓவா வரல்

என் காதலன் தன் நெஞ்சைப் பாதுகாப்பாகப் பூட்டி வைத்திருக்கிறான். அதனால், என்னால் அவனுடைய நெஞ்சுக்குள் நுழையமுடியவில்லை.

ஆனால், அவன் என் நெஞ்சுக்குள் எளிதில் நுழைந்துவிடுகிறான். எந்நேரமும் என் நெஞ்சத்தில் தங்கியிருக்கிறான். இப்படித் தன் நெஞ்சைப் பூட்டிவிட்டு இன்னொருவர் நெஞ்சுக்குள் வசிக்கிறோமே என்று அவனுக்குக் கூச்சமாக இருக்காதோ!

1206

மற்று யான் என் உளேன், மன் ஓ, அவரொடு யான்
உற்ற நாள் உள்ள உளேன்

என் காதலனோடு மகிழ்ச்சியாக வாழ்ந்த நாட்களை எண்ணிக்கொண்டு நான் உயிர் வாழ்கிறேன். அதுமட்டும் இல்லாவிட்டால் நான் என்ன ஆவேன்!

1207

மறப்பின் எவன் ஆவன் மன் கொல், மறப்பு அறியேன்,
உள்ளினும் உள்ளம் சுடும்

என் காதலனை என்னால் மறக்கமுடியவில்லை. ஒருவேளை, அவனை மறந்துவிட்டால் நான் என்ன ஆவேனோ என்று அச்சமாக இருக்கிறது.

அதே நேரம், அவனை நினைத்தாலும் என் உள்ளம் சுடுகிறது.

1208

எனைத்து நினைப்பினும் காயார், அனைத்து அன்றோ
காதலர் செய்யும் சிறப்பு!

நான் என் காதலனை எவ்வளவு நேரம் வேண்டுமானாலும் நினைக்கலாம். அதற்காக அவன் என்மீது சினம் கொள்ளமாட்டான். அதுதான் என் காதலனின் சிறப்பு!

1209

விளியும் என் இன் உயிர், வேறு அல்லம் என்பார்
அளி இன்மை ஆற்ற நினைந்து

நானும் நீயும் ஒன்றுதான் என்று என் காதலன் அடிக்கடி சொல்வான், இனி நமக்குள் பிரிவே கிடையாது என்பான்.

ஆனால் இப்போது, அவன் என்னைப் பிரிந்து சென்றுவிட்டான். அவனுடைய அன்பில்லாத இந்தச் செயலை நினைத்து என்னுடைய இனிய உயிர் அழிகிறது!

1210

விடாஅது சென்றாரைக் கண்ணினால் காணப்
படாஅதி, வாழி, மதி

நிலவே,

என் காதலன் எப்போதும் என் நெஞ்சில் இருக்கிறான். ஆனால் இப்போது, அவன் என்னை விட்டுப் பிரிந்து செல்கிறான்.

அவன் என் அருகில் இல்லாவிட்டாலும், தொலைவில் இருக்கிற அவனைக் கண்களால் பார்த்து மகிழ விரும்புகிறேன். அதனால், நீ மறையாமல் தொடர்ந்து நன்றாக ஒளி வீசு. நீ வாழ்க!

அதிகாரம் 122: கனவு நிலை உரைத்தல்

1211

காதலர் தூதொடு வந்த கனவினுக்கு
யாது செய்வேன்கொல் விருந்து

தூங்கினேன். கனவு வந்தது. அதில் என் காதலனைக் கண்டேன்.

என் காதலனின் தூதாக வந்திருக்கிற இந்தக் கனவுக்கு நான் என்ன கைம்மாறு செய்வேன்!

1212

கயல் உண் கண் யான் இரப்பத் துஞ்சின், கலந்தார்க்கு
உயல் உண்மை சாற்றுவேன் மன்

மை பூசிய, மீனைப் போன்ற என்னுடைய கண்களே, உங்களைக் கெஞ்சிக் கேட்கிறேன். தயவுசெய்து தூங்குங்கள். அப்படித் தூங்கினால், எனக்குக் கனவு வரும்; கனவில் என் காதலன் வருவான்; நான் அவனுடன் பேசுவேன், அவனைப் பிரிந்த துன்பத்தைப் பொறுத்துக்கொண்டு நான் எப்படியோ உயிர் வாழ்கிறேன் என்கிற உண்மையை அவனிடம் சொல்வேன்.

1213

நனவினால் நல்காதவரைக் கனவினால்
காண்டலின் உண்டு என் உயிர்

என் காதலன் என்னை நேசிக்கவில்லை. ஆனால், அவன் நாள்தோறும் என்னுடைய கனவில் வருகிறான். அதனால் நான் இன்னும் உயிர் வாழ்கிறேன்.

1214

கனவினான் உண்டாகும் காமம், நனவினான்
நல்காரை நாடித் தரற்கு

என் காதலன் என்னை நேசிக்கவில்லை. ஆனால், அவன் நாள்தோறும் என்னுடைய கனவில் வருகிறான். அதனால் நான் அவனைத் தொடர்ந்து காதலிக்கிறேன்.

1215

நனவினால் கண்டதூஉம் ஆங்கே கனவும்தான்
கண்ட பொழுதே இனிது

என் காதலனை நேரில் காண்பது இனிமை. அவனைக் கனவில் காண்பதும் இனிமைதான்.

1216

நனவு என ஒன்று இல்லை ஆயின் கனவினான்
காதலர் நீங்கலர் மன்

தூங்கினால் கனவு வருகிறது; அதில் என் காதலன் வருகிறான்; நாங்கள் மகிழ்ச்சியாகப் பேசிச் சிரிக்கிறோம்.

அதனால், நான் தொடர்ந்து தூங்கிக்கொண்டே இருக்க விரும்புகிறேன். அப்போதுதான் என் காதலன் எந்நேரமும் என்னுடன் இருப்பான்!

1217

நனவினான் நல்காக் கொடியார் கனவினான்
என் எம்மைப் பீழிப்பது

என் காதலன் என்னைப் பார்க்க வருவதில்லை, என்மீது அன்பு செலுத்துவதில்லை.

ஆனால், அவன் என் கனவில் வருகிறான், என்னைத் துன்பப்படுத்துகிறான். இது சரியா?

1218

துஞ்சுங்கால் தோள் மேலர் ஆகி, விழிக்குங்கால்
நெஞ்சத்தர் ஆவர் விரைந்து

நான் தூங்குகிறேன், கனவு காண்கிறேன். அதில் என் காதலன் வருகிறான், என் தோள்களை அணைக்கிறான்.

பிறகு, நான் விழித்துக்கொள்கிறேன். கனவு கலைந்துவிடுகிறது. என் காதலன் சட்டென்று பழையபடி என் நெஞ்சுக்குள் சென்றுவிடுகிறான்.

1219

நனவினால் நல்காரை நோவர், கனவினால்
காதலர்க் காணாதவர்

காதலனைக் கனவில் காணாத பெண்கள்தான் 'அவன் என்மீது அன்பு செலுத்துவதில்லை' என்று புலம்பிக்கொண்டிருப்பார்கள்.

1220

நனவினால் நம் நீத்தார் என்பர், கனவினால்
காணார்கொல் இவ் ஊரவர்

இந்த ஊர் மக்கள் என்னைப் பார்த்துக் கேலி பேசுகிறார்கள், 'இவளுடைய காதலன் இவளை விட்டுச் சென்றுவிட்டான்' என்று கிண்டலடிக்கிறார்கள்.

இவர்கள் எல்லாரும் சரியான முட்டாள்கள். நாள்தோறும் என் காதலன் என்னுடைய கனவில் வருகிறான், என்மீது அன்பைப் பொழிகிறான். அந்த உண்மை இவர்களுக்குத் தெரியாது!

அதிகாரம் 123: பொழுது கண்டு இரங்கல்
(காதலனைப் பிரிந்த காதலி
மாலைப் பொழுதைக் கண்டு வருந்துதல்)

1221

மாலையோ, அல்லை, மணந்தார் உயிர் உண்ணும்
வேலை நீ, வாழி, பொழுது

மாலைப் பொழுதே,

காதலனைப் பிரிந்த பெண்களுடைய உயிரையெல்லாம் நீ குடிக்கிறாய். உண்மையில் நீ மாலைப் பொழுதுதானா, அல்லது, கொடிய வேலா? நீ வாழ்க!

1222

புன் கண்ணை, வாழி, மருள் மாலை, எம் கேள்போல்
வன்கண்ணதோ நின் துணை

மயங்கிய மாலைப் பொழுதே,

உன் கண்கள் ஒளியிழந்திருப்பது ஏன்? ஒருவேளை, என் காதலனைப்போல் உன் காதலனும் கொடுமைக்காரனோ! அவன் உன்னை விட்டுப் பிரிந்து சென்றுவிட்டானோ! அதனால்தான் நீ இப்படி வருந்திக்கொண்டிருக்கிறாயோ! நீ வாழ்க!

1223

பனி அரும்பிப் பைதல் கொள் மாலை துனி அரும்பித்
துன்பம் வளர வரும்

குளிர்ச்சியான இந்த மாலைப் பொழுது துன்பத்தைக் கொண்டுவருகிறது, வெறுப்பை உண்டாக்குகிறது, என்னுடைய காதல் துன்பத்தை மேலும் மேலும் வளர்க்கிறது.

1224

காதலர் இல் வழி, மாலை கொலைக் களத்து
ஏதிலர் போல வரும்

என் காதலன் அருகில் இல்லாதபோது, மாலைப் பொழுது கொல்ல வரும் பகைவனைப்போல் வருகிறது.

1225

காலைக்குச் செய்த நன்று என்கொல், எவன்கொல் யான்
மாலைக்குச் செய்த பகை

காலைப் பொழுது எனக்கு மகிழ்ச்சியைத் தருகிறது. ஆனால், மாலைப் பொழுது என்னைத் துன்புறுத்துகிறது. இது ஏன்? நான் காலைப் பொழுதுக்கு என்ன நன்மை செய்தேன்? மாலைப் பொழுதுக்கு என்ன தீமை செய்தேன்?

1226

மாலை நோய் செய்தல் மணந்தார் அகலாத
காலை அறிந்தது இலேன்

என் காதலன் என்னோடு இருந்தபோது மாலைப் பொழுதுகள் இனிமையாக இருந்தன. ஆனால் இப்போது, அவன் என்னைப் பிரிந்துவிட்டதால் அதே மாலைப் பொழுதுகள் எனக்குக் காதல் நோயைக் கொடுத்துத் துன்புறுத்துகின்றன. இந்த மாலைப் பொழுது இப்படி இனம் மாறிவிடும் என்று அப்போது எனக்குத் தெரிந்திருக்கவில்லை!

1227

காலை அரும்பி, பகல் எல்லாம் போது ஆகி,
மாலை மலரும் இந் நோய்

இந்தக் காதல் நோய் காலையில் அரும்புகிறது, பகலெல்லாம் மொட்டு விடுகிறது, மாலையில் மலர்கிறது.

1228

அழல் போலும் மாலைக்குத் தூது ஆகி, ஆயன்
குழல் போலும் கொல்லும் படை

மாடு மேய்க்கும் இடையர் ஒருவர் புல்லாங்குழல் வாசிக்கிறார். அந்த இசை, தீயைப் போல் சுடுகின்ற மாலை நேரத்துடன் சேர்ந்துகொண்டு என்னை வாட்டுகிறது.

1229

பதி மருண்டு பைதல் உழக்கும், மதி மருண்டு
மாலை படர் தரும்போழ்து

மயக்கத்தைத் தருகிற மாலைப் பொழுது துன்பத்தைப் பொழிகிறது. அதனால் இந்த ஊர் மயங்கித் துன்பப்படுகிறது.

1230

பொருள் மாலையாளரை உள்ளி மருள் மாலை
மாயும் என் மாயா உயிர்

மயக்கத்தைத் தருகிற மாலைப் பொழுது வந்துவிட்டது. செல்வம் சேர்ப்பதற்காக என்னை விட்டுச் சென்ற என் காதலனை நினைத்து நான் வருந்துகிறேன். இத்தனை நாட்களாக எப்படியோ பிடித்துவைத்திருந்த என் உயிர் இப்போது என்னை விட்டுச் சென்றுவிடுமோ என்று ஏங்குகிறேன்.

அதிகாரம் 124: உறுப்பு நலன் அழிதல்
(காதலனைப் பிரிந்த காதலியின் உறுப்புகள் அழகு இழத்தல்)

1231

சிறுமை நமக்கு ஒழியச் சேண் சென்றார் உள்ளி
நறு மலர் நாணின கண்

என் கண்கள் மலர்களைவிட அழகானவை. அதனால், மலர்கள் என்னைக் கண்டால் நாணித் தலை குனியும்.

ஆனால் இப்போது, என் காதலன் என்னை விட்டுப் பிரிந்து நெடுந்தொலைவு சென்றுவிட்டான். அவனை நினைத்து அழுது அழுது என் கண்கள் அழகை இழந்துவிட்டன. அதனால், என் கண்கள மலர்களைக் கண்டு நாணித் தலை குனிகின்றன.

1232

நயந்தவர் நல்காமை சொல்லுவ போலும்,
பசந்து பனி வாரும் கண்

என் கண்கள் நிறம் மாறிவிட்டன. அவற்றில் எப்போதும் கண்ணீர் வழிந்துகொண்டிருக்கிறது. என்னுடைய காதலன் என்னை விட்டுச் சென்றுவிட்டான் என்கிற செய்தியை அவை எல்லாருக்கும் சொல்கின்றன!

1233

தணந்தமை சால அறிவிப்ப போலும்,
மணந்த நாள் வீங்கிய தோள்

நானும் என் காதலனும் திருமணம் செய்துகொண்டோம். அந்த மகிழ்ச்சியில் என் தோள்கள் பூரித்துப் பெரிதாகின.

இப்போது, என் காதலன் என்னை விட்டுப் பிரிந்து சென்றுவிட்டான். அந்த வருத்தத்தில் என் தோள்கள் மெலிந்துவிட்டன. அவை என்னுடைய பிரிவுத் துன்பத்தை எல்லாருக்கும் சொல்கின்றன!

1234

பணை நீங்கிப் பைந்தொடி சோரும், துணை நீங்கித்
தொல் கவின் வாடிய தோள்

என் காதலன் என்னை விட்டுப் பிரிந்து சென்றுவிட்டான். அதனால், என்னுடைய பழைய அழகெல்லாம் போய்விட்டது. பெருத்திருந்த என் தோள்கள் மெலிந்துவிட்டன. நான் அணிந்திருந்த பசும்பொன் வளையல்கள் கழன்று விழுந்துவிட்டன.

1235

கொடியார் கொடுமை உரைக்கும், தொடியொடு
தொல் கவின் வாடிய தோள்

என் காதலன் என்னை விட்டுப் பிரிந்து சென்றுவிட்டான். அதனால், என்னுடைய பழைய அழகெல்லாம் போய்விட்டது. என் தோள்கள் வாடி மெலிந்துவிட்டன. நான் அணிந்திருந்த வளையல்களெல்லாம் கழன்று விழுந்துவிட்டன. என் காதலன் எனக்குச் செய்துள்ள கொடுமையை என்னுடைய வாடிய தோள்களும் கழன்ற வளையல்களும் எல்லாருக்கும் சொல்கின்றன!

1236

தொடியொடு தோள் நெகிழ, நோவல், அவரைக்
கொடியர் எனக் கூறல் நொந்து

என் காதலன் என்னை விட்டுப் பிரிந்து சென்றுவிட்டான். அதனால், என்னுடைய தோள்கள் மெலிந்துவிட்டன. நான் அணிந்திருந்த வளையல்கள் கழன்று விழுந்துவிட்டன. இதைப் பார்த்த ஊர் மக்கள், 'இவளுடைய காதலன் பெரிய கொடுமைக்காரன்' என்று பேசுகிறார்கள். அந்தப் பேச்சைப் பொறுத்துக்கொள்ளமுடியாமல் நான் மேலும் வருந்துகிறேன்.

1237

பாடு பெறுதியோ, நெஞ்சே, கொடியார்க்கு என்
வாடு தோள் பூசல் உரைத்து

என் நெஞ்சே,

கொடுமைக்காரனான என் காதலனிடம் போ. அவன் என்னை விட்டுப் பிரிந்ததால் என் தோள்கள் வாடி மெலிந்துவிட்டன என்று சொல். அதைப் பார்த்த ஊர் மக்கள் எங்களைப்பற்றி இழிவாகப் பேசிக் கேலி செய்கிறார்கள் என்று சொல். இதைச் செய்தால் உனக்குப் பெருமை உண்டாகும்.

1238

முயங்கிய கைகளை ஊக்க, பசந்தது
பைந்தொடிப் பேதை நுதல்

பசும்பொன்னால் ஆன தொடிகளை அணிந்த என் காதலி என்னை அணைத்துக்கொண்டு தூங்கினாள். இப்படி அணைத்தால் இவளுக்குக் கை வலிக்குமே என்று எண்ணி அந்தக் கைகளைச் சற்றுத் தளர்த்தினேன். அவ்வளவுதான். அந்தச் சிறு பிரிவைக்கூடத் தாங்கமுடியாமல் அவளுடைய நெற்றியில் பசலை படர்ந்துவிட்டது.

1239

முயக்கு இடைத் தண் வளி போழ, பசப்பு உற்ற
பேதை பெரு மழைக் கண்

என் காதலியை அணைத்தேன். அப்போது, குளிர்ந்த காற்று எங்களுக்கிடையில் நுழைந்தது.

அவ்வளவுதான். அந்தச் சிறு பிரிவைக்கூடத் தாங்கமுடியாமல் அவளுடைய பெரிய, குளிர்ச்சியான கண்கள் நிறம் மாறிவிட்டன.

1240

கண்ணின் பசப்போ பருவரல் எய்தின்றே
ஒள் நுதல் செய்தது கண்டு

என் காதலன் என்னை விட்டுப் பிரிந்து சென்றான். அதனால், ஒளி பொருந்திய என்னுடைய நெற்றியிலும் கண்களிலும் பசலை படர்ந்தது. கண்களின் பசலை நெற்றியின் பசலையைப் பார்த்துத் துன்பப்பட்டது.

அதிகாரம் 125: நெஞ்சொடு கிளத்தல்
(நெஞ்சுடன் பேசுதல்)

1241

நினைத்து ஒன்று சொல்லாயோ, நெஞ்சே, எனைத்து ஒன்றும்
எவ்வ நோய் தீர்க்கும் மருந்து

நெஞ்சே, என்னுடைய காதல் துன்பத்தைச் சிறிதளவேனும் தீர்க்கக்கூடிய மருந்து ஒன்றைச் சிந்தித்துச் சொல்லமாட்டாயா!

1242

காதல் அவர் இலர் ஆக நீ நோவது
பேதைமை, வாழி, என் நெஞ்சு

என் நெஞ்சே, நீ வாழ்க,

அவனுக்கு என்மீது காதல் இல்லை. பிறகு ஏன் நீ அவனை நினைத்து வருந்திக்கொண்டிருக்கிறாய்? இது சரியான முட்டாள்தனம்!

1243

இருந்து உள்ளி என் பரிதல், நெஞ்சே, பரிந்து உள்ளல்

பைதல் நோய் செய்தார்கண் இல்

நெஞ்சே,

என் காதலன் எனக்குக் காதல் நோயைக் கொடுத்துத் துன்பப்படுத்துகிறான். அவன் என்னை நினைப்பதும் இல்லை, என்மீது இரக்கப்படுவதும் இல்லை.

ஆனால் நீயோ, இங்கு இருந்துகொண்டு அவனை நினைத்து வருந்திக்கொண்டிருக்கிறாய். இது ஏன்? (நீ அங்கு சென்று அவனிடம் பேசு.)

1244

கண்ணும் கொளச் சேறி, நெஞ்சே, இவை என்னைத்

தின்னும் அவர்க் காணல் உற்று

நெஞ்சே,

என் கண்கள் என் காதலனைப் பார்க்கவேண்டும் என்று ஏங்குகின்றன, அதற்காக என்னை மிகவும் துன்புறுத்துகின்றன.

அதனால், நீ என் காதலனைப் பார்க்கச் செல்லும்போது தனியாகச் செல்லாதே. இந்தக் கண்களையும் உன்னுடன் அழைத்துக்கொண்டு செல்.

1245

செற்றார் எனக் கைவிடல் உண்டோ, நெஞ்சே, யாம்

உற்றால் உறாஅதவர்

நெஞ்சே,

நாம் அவன்மீது அன்பு செலுத்துகிறோம். ஆனால், அவன் நம்மீது அன்பு செலுத்தவில்லை. என்றாலும், நம்மால் அவனை விட்டுவிட்டு வரமுடியவில்லையே!

1246

கலந்து உணர்த்தும் காதலர்க் கண்டால் புலந்து உணராய்,
பொய்க் காய்வு காய்தி, என் நெஞ்சு

என் நெஞ்சே,

நான் அவ்வப்போது என் காதலனிடம் ஊடல் கொள்வேன். அவன் என்னை அணைத்து அந்த ஊடலைத் தீர்ப்பான்.

ஆனால் நீ, எப்போதும் என் காதலன்மீது ஊடல் கொண்டதில்லை. ஊடல் கொள்வது எப்படி என்றுகூட உனக்குத் தெரியாது.

அதனால், இப்போது நீ அவன்மீது சினம் கொண்டு பேசுவதெல்லாம் உண்மையில்லை, சும்மா விளையாட்டுதான்!

1247

காமம் விடு ஒன்றோ, நாண் விடு, நல் நெஞ்சே,
யானோ பொறேன் இவ் இரண்டு

என்னுடைய நல்ல நெஞ்சே,

ஒன்று, காதலை விட்டுவிடு. இல்லாவிட்டால், நாணத்தை விட்டுவிடு. இந்த இரண்டையும் ஒன்றாகத் தாங்கிக்கொள்ளும் வலிமை எனக்கு இல்லை.

1248

பரிந்து அவர் நல்கார் என்று ஏங்கிப் பிரிந்தவர்
பின் செல்வாய், பேதை, என் நெஞ்சு

என் நெஞ்சே,

என் காதலன் என்மீது அன்பு செலுத்தவில்லை, என்னை விட்டுப் பிரிந்து செல்கிறான். அதைக் கண்ட நீ ஏக்கத்துடன் அவனுக்குப் பின்னால் செல்கிறாய். நீ சரியான முட்டாள். (நீ எவ்வளவுதான் கெஞ்சினாலும் அவன் மனம் இரங்கமாட்டான்.)

1249

உள்ளத்தார் காதலவர் ஆக, உள்ளி நீ
யாருழைச் சேறி, என் நெஞ்சு

என் நெஞ்சே,

என் காதலன் என் உள்ளத்தில்தான் இருக்கிறான். ஆனால் நீயோ அவனைத் தேடி அங்கும் இங்கும் திரிகிறாய். இது ஏன்?

1250

துன்னாத் துறந்தாரை நெஞ்சத்து உடையேமா
இன்னும் இழத்தும் கவின்

என் காதலன் என்னை விட்டுப் பிரிந்து சென்றுவிட்டான். ஆனாலும் நான் அவனை மறக்கவில்லை. இப்போதும் அவனை என் நெஞ்சுக்குள்தான் வைத்திருக்கிறேன். அதனால், ஒவ்வொரு நாளும் என்னுடைய அழகை மேலும் மேலும் இழக்கிறேன்.

அதிகாரம் 126: நிறை அழிதல்
(மனத்தில் உள்ள காதலை வெளிப்படையாகச் சொல்லுதல்)

1251

காமக் கணிச்சி உடைக்கும், நிறை என்னும்
நாணுத் தாழ் வீழ்த்த கதவு

என் மனத்தில் உள்ள ஆசைகளை யாரிடமும் சொல்லக்கூடாது என்று உறுதியான கதவைப் போட்டு மூடினேன், அதில் நாணம் என்னும் தாழ்ப்பாளைப் போட்டுப் பாதுகாத்தேன்.

ஆனால், காதல் என்கிற கோடரி அந்த உறுதியான கதவை உடைத்து எறிந்துவிட்டது.

1252

காமம் என ஒன்று, ஓ, கண் இன்று, என் நெஞ்சத்தை
யாமத்தும் ஆளும் தொழில்

இந்தக் காதலுக்குக் கொஞ்சம்கூட இரக்கமில்லை. இரவும் பகலும் என் நெஞ்சத்தை அதுதான் ஆள்கிறது!

1253

மறைப்பேன் மன் காமத்தை யான், ஓ, குறிப்பு இன்றித்
தும்மல்போல் தோன்றிவிடும்

நான் என் காதலை நெஞ்சுக்குள் மறைத்துவைக்க முயல்கிறேன். ஆனால், அது திடீரென்று தும்மலைப்போல் தானாக வெளிப்பட்டுவிடுகிறது!

1254

நிறை உடையேன் என்பேன் மன் யான், ஓ, என் காமம்
மறை இறந்து மன்று படும்

நான் என் காதலை இரகசியமாக மனத்துக்குள் பூட்டிவைக்கிறேன், இதை யாருக்கும் சொல்லமாட்டேன் என்று எனக்குள் உறுதி சொல்லிக்கொள்கிறேன்.

ஆனால், என் காதல் தானாக வெளிப்பட்டுவிடுகிறது, ஊர் அறிந்த இரகசியமாகிவிடுகிறது!

1255

செற்றார் பின் செல்லாப் பெரும் தகைமை காம நோய்
உற்றார் அறிவது ஒன்று அன்று

ஒருவர் நம்மை விட்டு நீங்கிச் செல்கிறார் என்றால், அவரை அப்படியே விட்டுவிடவேண்டும். நாமும் அவருக்குப் பின்னால் சென்று கெஞ்சக்கூடாது. அதுதான் நல்ல பண்பு.

ஆனால், காதல் நோயால் பாதிக்கப்பட்டவர்களிடம் அந்த நல்ல பண்பு இருப்பதில்லை.

1256

செற்றவர் பின் சேறல் வேண்டி, அளித்து, அரோ,
எற்று என்னை உற்ற துயர்

எனக்கு வந்துள்ள காதல் நோய் மிகுந்த துயரத்தைத் தருகிறது, என்னை விட்டு நீங்கிச் சென்ற காதலனுக்குப் பின்னால் செல்லும்படி என்னைத் தூண்டுகிறது. இது என்ன கொடுமை!

1257

நாண் என ஒன்றோ அறியலம், காமத்தால்
பேணியார் பெட்ப செயின்

என் காதலன் என்னைக் காதலுடன் அணைத்தான், நான் விரும்பியபடியெல்லாம் என்னைக் கொண்டாடினான். அதனால் நான் நாணத்தை மறந்து வாழ்ந்திருந்தேன்.

1258

பல் மாயக் கள்வன் பணி மொழி அன்றோ, நம்
பெண்மை உடைக்கும் படை

நான் பெண்மைக்குரிய நாணத்துடன் தலை கவிழ்ந்து நின்றேன்.

என் காதலன் சரியான திருடன், பல பொய்களைப் பேசி எல்லாரையும் ஏமாற்றக்கூடியவன். அவன் என்னிடம் வந்து பணிவாக ஏதேதோ சொன்னான். அவனுடைய அந்தப் பேச்சு என்னுடைய நாணப் பூட்டை உடைத்து எறிந்துவிட்டது.

1259

புலப்பல் எனச் சென்றேன், புல்லினேன் நெஞ்சம்
கலத்தல் உறுவது கண்டு

நான் என் காதலன் மீது ஊடல் கொள்ள நினைத்தேன், அவனை விட்டு விலகி நின்றேன்.

ஆனால், அப்போதும் என் மனம் அவனை விட்டு விலகவில்லை, அவனோடுதான் கலந்து நின்றது.

அதனால், நானும் ஓடிச் சென்று அவனைத் தழுவிக்கொண்டேன்.

1260

நிணம் தீயில் இட்டன்ன நெஞ்சினார்க்கு உண்டோ
புணர்ந்து ஊடி நிற்பேம் எனல்

கொழுப்பை நெருப்பில் போட்டால், அது உடனே உருகிவிடும்!

பெண்களின் மென்மையான உள்ளமும் அப்படிப்பட்டதுதான். அவர்கள் காதலன்மீது ஊடல் கொள்ளவேண்டும் என்று நினைப்பார்கள், ஆனால், அவனைக் கண்டதும் உருகிப்போய் அணைத்துக்கொண்டுவிடுவார்கள்!

அதிகாரம் 127: அவர்வயின் விதும்பல்
(காதலர்கள் பேராவலால் ஒருவரை ஒருவர் காண விரும்புதல்)

1261

வாள் அற்றுப் புற்கென்ற கண்ணும், அவர் சென்ற
நாள் ஒற்றித் தேய்ந்த விரல்

என் காதலன் என்னை விட்டுப் பிரிந்து சென்றுவிட்டான். அவன் எப்போது திரும்பி வருவான் என்று சுவரில் விரல்களை ஒற்றி ஒற்றிக் கணக்குப் போடுகிறேன். அதனால் என் விரல்கள் தேய்ந்துவிட்டன, கண்கள் ஒளியிழந்துவிட்டன.

1262

இலங்கு இழாய், இன்று மறப்பின் என் தோள் மேல்
கலம் கழியும் காரிகை நீத்து

ஒளி வீசுகின்ற அணிகலன்களை அணிந்த என் தோழி,

நான் என் காதலனை எப்போதும் மறக்கமாட்டேன். ஒருவேளை நான் அவனை மறந்துவிட்டால், என் அழகு கெட்டுப்போகும், ஏக்கத்தில் என் தோள்கள் மெலிந்துவிடும், நான் அணிந்திருக்கிற வளையல்களெல்லாம் கழன்று விழுந்துவிடும்.

1263

உரன் நசைஇ உள்ளம் துணையாகச் சென்றார்
வரன் நசைஇ இன்னும் உளேன்

என் காதலன் செல்வத்தைச் சேர்க்க விரும்பினான், அதற்கென ஊக்கத்துடன் புறப்பட்டுச் சென்றுவிட்டான்.

இங்கு நான் அவனைப் பிரிந்து வாடுகிறேன், அவன் விரைவில் திரும்பி வருவான் என்ற நம்பிக்கையுடன் உயிர் வாழ்ந்துகொண்டிருக்கிறேன்.

1264

கூடிய காமம் பிரிந்தார் வரவு உள்ளிக்
கோடு கொடு ஏறும் என் நெஞ்சு

என் காதலன் என்னோடு மகிழ்ச்சியாக வாழ்ந்தான், பிறகு, என்னை விட்டுப் பிரிந்து சென்றுவிட்டான். அவன் எப்போது திரும்பி வருவான் என்று என் நெஞ்சு ஏங்குகிறது, மரக் கிளையின் மேல் ஏறி நின்று சாலையைப் பார்க்கிறது, அவனைத் தேடுகிறது.

1265

காண்க மன் கொண்கனைக் கண் ஆர, கண்டபின்
நீங்கும் என் மென் தோள் பசப்பு

நான் என்னுடைய காதலனைக் கண்ணாரப் பார்க்கவேண்டும். அதன்பிறகு, என்னுடைய மென்மையான தோள்களில் படர்ந்திருக்கிற பசலை நீங்கிவிடும்.

1266

வருக மன் கொண்கன் ஒரு நாள், பருகுவன்
பைதல் நோய் எல்லாம் கெட

என் காதலன் விரைவில் திரும்பி வருவான். அவனைக் கண்டதும் என்னுடைய துன்ப நோயெல்லாம் தீர்ந்துவிடும். நான் அவனை ஆசை தீரப் பருகுவேன்.

1267

புலப்பேன்கொல், புல்லுவேன்கொல்லோ, கலப்பேன்கொல்,
கண் அன்ன கேளிர் வரின்

கண் போன்ற என் காதலன் திரும்பி வந்ததும் நான் என்ன செய்வேன்? அவன்மீது ஊடல் கொள்வேனா? அல்லது, அவனைத் தழுவுவேனா? அல்லது, அவனோடு ஒன்றுகூடி மகிழ்வேனா? அடடா! எனக்கு ஒன்றும் புரியவில்லையே!

1268

வினை கலந்து வென்று ஈக வேந்தன். மனை கலந்து
மாலை அயர்கம் விருந்து

நம் அரசன் போரில் வெற்றி பெறுவான். அதன்பிறகு, நான் வீடு திரும்புவேன். நானும் என் காதலியும் கூடி மகிழ்வோம், மாலை நேரத்தில் மகிழ்ச்சியாக விருந்து உண்போம்.

1269

ஒரு நாள் எழு நாள் போல் செல்லும், சேண் சென்றார்
வரு நாள் வைத்து ஏங்குபவர்க்கு

காதலனைப் பிரிந்தவர்கள், அவன் எப்போது திரும்பி வருவான் என்று எண்ணி ஏங்குகிறவர்களுக்கு ஒவ்வொரு விநாடியும் மெதுவாகத்தான் நகரும், ஒரு நாள்கூட ஏழு நாட்களைப்போல் தோன்றும்!

1270

பெறின் என்னாம், பெற்றக்கால் என்னாம், உறின் என்னாம்,
உள்ளம் உடைந்து உக்கக்கால்

என் காதலன் என்னை விட்டுப் பிரிந்து சென்று நெடுநாட்களாகி விட்டன. இந்தப் பிரிவைத் தாங்கமுடியாமல் நான் வாடுகிறேன்.

ஒருவேளை, அவனைப் பார்க்கமுடியாத ஏக்கத்தில் என் உள்ளம் உடைந்துவிட்டால்? அதன்பிறகு அவன் திரும்பி வந்து என்ன பயன்? (காதலியின் உள்ளம் உடைவதற்குள் காதலன் திரும்பி வரவேண்டும்.)

அதிகாரம் 128: குறிப்பு அறிவுறுத்தல்
(ஒருவர் குறிப்பை மற்றவருக்குத் தெரிவித்தல்)

1271

கரப்பினும் கை இகந்து ஒல்லா நின் உண் கண்
உரைக்கல் உறுவது ஒன்று உண்டு

நீ ஏதோ இரகசியத்தை மறைத்துவைக்கிறாய். ஆனால், உன்னையும் அறியாமல், உன்னுடைய மை பூசிய கண்கள் அதைக் காட்டிக்கொடுத்துவிடுகின்றன.

1272

கண் நிறைந்த காரிகைக் காம்பு ஏர் தோள் பேதைக்குப்
பெண் நிறைந்த நீர்மை பெரிது

மூங்கிலைப் போன்ற தோள்களை உடைய இந்த அழகான பெண் என் கண்களில் நிறைகிறாள். இவள் பெண்மைக்குரிய அனைத்துப் பண்புகளையும் நிறையப் பெற்று விளங்குகிறாள்.

1273

மணியில் திகழ்தரு நூல் போல் மடந்தை
அணியில் திகழ்வது ஒன்று உண்டு

இந்தப் பெண் அழகாக இருக்கிறாள், மணி மாலைக்குள் ஒளிந்திருக்கிற நூலைப் போல் தனக்குள் ஏதோ ஒரு குறிப்பை மறைத்துவைத்திருக்கிறாள்.

1274

முகை மொக்குள் உள்ளது நாற்றம் போல் பேதை
நகை மொக்குள் உள்ளது ஒன்று உண்டு

பூ அரும்புக்குள் நறுமணம் ஒளிந்திருக்கிறது. அதுபோல, இந்தப் பெண்ணின் சிரிப்புக்குள் ஏதோ ஒரு குறிப்பு ஒளிந்திருக்கிறது.

1275

செறி தொடி செய்து இறந்த கள்ளம் உறு துயர்
தீர்க்கும் மருந்து ஒன்று உடைத்து

நெருங்கிய வளையல்களை அணிந்த அந்தப் பெண் வந்தாள், இரகசியமாக ஒரு குறிப்பைக் காண்பித்துவிட்டுச் சென்றாள்.

அடடா! என்னுடைய துயரத்தையெல்லாம் தீர்க்கின்ற மருந்து இதுதான்.

1276

பெரிது ஆற்றிப் பெட்பக் கலத்தல் அரிது ஆற்றி
அன்பு இன்மை சூழ்வது உடைத்து

என் காதலன் என்னிடம் மிகவும் அன்பாகப் பழகுகிறான், கட்டி அணைக்கிறான், என்னோடு இனிமையாகக் கூடுகிறான். இதையெல்லாம் பார்க்கும்போது, இவன் விரைவில் என்னை விட்டுப் பிரிந்து செல்லப்போகிறானோ என்று தோன்றுகிறது. இவன் இப்படிப் பேரன்போடு நடந்துகொள்வதெல்லாம் அந்த அன்பில்லாத, அரிய பிரிவுத் துயரத்தைக் கொடுப்பதற்காகத்தானோ!

1277

தண்ணம் துறைவன் தணந்தமை நம்மினும்
முன்னம் உளர்ந்த வளை

குளிர்ந்த நீர்த்துறையை உடைய தலைவனான என் காதலன் என்னை விட்டுப் பிரியப்போகிறான். எனக்கு முன்பாக என்னுடைய வளையல்கள் அதை உணர்ந்துவிட்டன. (காதலன் பிரியப்போகிறான் என்பதை உணர்ந்து என் உடல் மெலிகிறது, வளையல்கள் கழன்று விழுகின்றன.)

1278

நெருநற்றுச் சென்றார் எம் காதலர், யாமும்
எழு நாளேம் மேனி பசந்து

என் காதலன் நேற்றுதான் என்னை விட்டுப் பிரிந்து சென்றான். ஆனால், ஏழு நாட்களாகவே நான் பசலையுடன்தான் இருக்கிறேன். (காதலன் பிரியப்போகிறான் என்பதை நான் முன்பே குறிப்பால் உணர்ந்துவிட்டேன்.)

1279

தொடி நோக்கி, மென் தோளும் நோக்கி, அடி நோக்கி,
அஃது ஆண்டு அவள் செய்தது

அவள் தன்னுடைய வளையல்களைப் பார்த்தாள், மென்மையான தோள்களைப் பார்த்தாள், கால்களைப் பார்த்தாள், அவ்வளவுதான். (அந்தப் பார்வையால் அவள் சொன்ன 'நாம் ஒன்றாகச் சேர்ந்து வாழலாம்' என்கிற குறிப்பை நான் புரிந்துகொண்டேன்.)

1280

பெண்ணினால் பெண்மை உடைத்து என்ப, கண்ணினால்
காம நோய் சொல்லி இரவு

அவள் தன் கண்களால் பேசுகிறாள், தன் காதல் துன்பத்தைச் சொல்கிறாள், 'நாம் ஒன்றாகச் சேர்ந்து வாழலாமா?' என்று குறிப்பாகக் கேட்கிறாள். இந்தச் செயல்களெல்லாம் அவளுடைய பெண்மையை இன்னும் அழகாக்குகின்றன.

அதிகாரம் 129: புணர்ச்சி விதும்பல்
(காதலர்கள் ஒன்றுகூட விரும்புதல்)

1281

உள்ளக் களித்தலும், காண மகிழ்தலும்
கள்ளுக்கு இல், காமத்திற்கு உண்டு

கள்ளைக் குடித்தால்தான் மகிழ்ச்சி. ஆனால், காதலனை நினைத்தாலே மகிழ்ச்சி, அவனைக் கண்டாலே மகிழ்ச்சி!

1282

தினைத் துணையும் ஊடாமை வேண்டும், பனைத் துணையும்
காமம் நிறைய வரின்

காதலன்மீது காதல் நிறையப் பொங்கும்போது, அவனிடம் சிறிதளவும் ஊடல் கொள்ளக்கூடாது.

1283

பேணாது பெட்பவே செய்யினும் கொண்கனைக்
காணாது அமையல கண்

என் காதலன் என்னை விரும்புவதில்லை, தன் விருப்பப்படி ஏதேதோ செய்கிறான். ஆனாலும் என் கண்கள் அவனைப் பார்க்கவேண்டும் என்று ஏங்குகின்றன.

1284

ஊடற்கண் சென்றேன் மன், தோழி, அது மறந்து
கூடற்கண் சென்றது என் நெஞ்சு

தோழி,

நான் என் காதலன்மீது ஊடல் கொள்ள நினைத்தேன். ஆனால், என் நெஞ்சம் ஊடலை மறந்து அவனைக் கட்டித் தழுவச் செல்கிறது.

1285

எழுதுங்கால் கோல் காணாக் கண்ணேபோல் கொண்கன்
பழி காணேன் கண்ட இடத்து

நான் மை எழுதும் அஞ்சனக் கோலைக் கையில் எடுக்கிறேன். அது என் கண்ணுக்குத் தெரிகிறது. ஆனால், அதைக் கண்ணுக்கு அருகில் கொண்டுவந்ததும், அந்த அஞ்சனக் கோல் என் கண்ணுக்குத் தெரிவதில்லை.

அதுபோல, என் காதலன் தொலைவில் இருக்கும்போது நான் அவன்மீது ஏதேதோ குற்றங்களைச் சொல்கிறேன். ஆனால், அவன் அருகில் வந்ததும் அந்தக் குற்றங்களையெல்லாம் மறந்துவிடுகிறேன்.

1286

காணுங்கால் காணேன் தவறு ஆய. காணாக்கால்
காணேன் தவறு அல்லவை

நான் என் காதலனைப் பிரிந்திருக்கும்போது, அவனுடைய தவறுகள்மட்டும்தான் என் கண்ணுக்குத் தெரிகின்றன. ஆனால், அவன் அருகில் வந்துவிட்டால், அந்தத் தவறுகளெல்லாம் காணாமல் போய்விடுகின்றன.

1287

உய்த்தல் அறிந்து புனல் பாய்பவரே போல்
பொய்த்தல் அறிந்து என் புலந்து

ஆற்றில் பெருவெள்ளம் பாய்கிறபோது, அங்கு நீச்சலடிக்கக்கூடாது. ஏனெனில், அப்படி நீச்சலடிக்கிறவர்களைத் தண்ணீர் இழுத்துக்கொண்டு போய்விடக்கூடும்.

ஆனால், சிலர் இதை அறிந்திருந்தும் வேண்டுமென்றே அங்கு சென்று நீச்சலடிப்பார்கள். அவர்கள் பெரிய முட்டாள்கள்.

நானும் அப்படிப்பட்ட முட்டாள்தான். ஏனெனில், என் காதலனைப் பார்த்ததும் என்னுடைய ஊடலெல்லாம் காணாமல் போய்விடும் என்பதை அறிந்திருந்தும் அவன்மீது ஊடல் கொள்கிறேன்.

1288

இளித்தக்க இன்னா செயினும் களித்தார்க்குக்
கள் அற்றே, கள்வ, நின் மார்பு

என் நெஞ்சைத் திருடிக்கொண்ட கள்வனே,

கள்ளைக் குடித்தவர்கள் அதனால் மிகவும் துன்பப்படுகிறார்கள், இழிவடைகிறார்கள். ஆனாலும், அதில் இருக்கிற இன்பம் அவர்களை இழுக்கிறது. அவர்கள் மீண்டும் மீண்டும் கள்ளைத் தேடி அலைகிறார்கள்.

உன் மார்பும் அந்தக் கள்ளைப் போன்றதுதான். அதனால், நீ எனக்குத் துன்பத்தைத் தந்தாலும், நான் திரும்பத் திரும்ப உன் மார்பைத் தேடி வருகிறேன்.

1289

மலரினும் மெல்லிது காமம். சிலர் அதன்
செவ்வி தலைப்படுவார்

காதல் மலரைவிட மென்மையானது. மிகச் சிலர்தான் இதைப் புரிந்துகொண்டு செயல்படுகிறார்கள்.

1290

கண்ணின் துனித்தே கலங்கினாள், புல்லுதல்
என்னினும் தான் விதுப்புற்று

அவளுடைய கண்களில் ஊடலும் கலக்கமும் தெரிகின்றன. ஆனால், எனக்கு முன்னால் அவள் விரைந்து வந்து என்னை அணைத்துக்கொள்கிறாள்.

அதிகாரம் 130: நெஞ்சொடு புலத்தல்
(தன் நெஞ்சுடன் மனம் வேறுபட்டுப் பேசுதல்)

1291

அவர் நெஞ்சு அவர்க்கு ஆதல் கண்டும் எவன், நெஞ்சே,
நீ எமக்கு ஆகாதது

நெஞ்சே,

என் காதலனுடைய நெஞ்சு அவனுக்குத் துணையாக இருக்கிறது. இது உனக்குத் தெரியும்.

ஆனால், நீ எனக்குத் துணையாக இருப்பதில்லை. அவனைத் தேடி ஓடிவிடுகிறாய். இது ஏன்?

1292

உறாஅதவர்க் கண்ட கண்ணும் அவரைச்
செறாஅர் எனச் சேறி என் நெஞ்சு

என் நெஞ்சே,

என் காதலனுக்கு என்மீது அன்பில்லை. அது உனக்குத் தெரியும். ஆனாலும் நீ அவனை விட்டு விலக மறுக்கிறாய், அவன் நம்மீது சினம் கொள்ளமாட்டான் என்று நினைத்துக்கொண்டு திரும்பத் திரும்ப அவனிடமே செல்கிறாய்.

1293

கெட்டார்க்கு நட்டார் இல் என்பதோ, நெஞ்சே, நீ
பெட்டாங்கு அவர் பின் செலல்

நெஞ்சே,

நீ என்னிடம் நிற்காமல் என் காதலனிடம் ஓடிவிட்டாய். இது ஏன்?

கெட்டுப்போனவர்களுக்கு நண்பர்கள் யாரும் இருக்கமாட்டார்கள் என்று ஒரு பழமொழி உண்டு. அதனால்தான் நீ என்னை விட்டுச் சென்றுவிட்டாயோ!

1294

இனி அன்ன நின்னொடு சூழ்வார் யார், நெஞ்சே,
துனி செய்து துவ்வாய் காண் மற்று

நெஞ்சே,

என் காதலனிடம் ஊடல் கொள்ளவேண்டும், அதன்பிறகுதான் அவனைக் கட்டியணைக்கவேண்டும் என்று நான் நினைக்கிறேன். ஆனால் நீயோ அப்படி நினைப்பதில்லை. (அவனைப் பார்த்ததும் ஊடலையெல்லாம் மறந்து அவனிடம் ஓடிவிடுகிறாய்.)

அதனால், இனிமேல் உன்னோடு நான் பேசப்போவதில்லை.

1295

பெறாஅமை அஞ்சும், பெறின் பிரிவு அஞ்சும்,
அறாஅ இடும்பைத்து என் நெஞ்சு

என் காதலன் அருகில் இல்லாதபோது, என் நெஞ்சு அவனைப் பிரிந்து வாடுகிறது.

என் காதலன் அருகில் உள்ளபோது, என் நெஞ்சு எந்த நேரத்தில் அவன் பிரிந்து சென்றுவிடுவானோ என்று எண்ணி வாடுகிறது.

அதனால், என் நெஞ்சுக்கு எப்போதும் துன்பம்தான்.

1296

தனியே இருந்து நினைத்தக்கால் என்னைத்
தினிய இருந்தது என் நெஞ்சு

நான் தனிமையில் இருக்கிறேன், என் காதலனை நினைத்து ஏங்குகிறேன். என் நெஞ்சு அவனுடைய நினைவுகளால் என்னை மூழ்கடித்துத் தின்னப்பார்க்கிறது.

1297

நாணும் மறந்தேன், அவர் மறக்கல்லா என்
மாணா மட நெஞ்சில் பட்டு

என்னுடைய பெருமையில்லாத, அறிவற்ற நெஞ்சு என் காதலனை மறக்கமுடியாமல் திண்டாடுகிறது. நானும் அதோடு சேர்ந்து திண்டாடுகிறேன், என் நாணத்தை மறந்து தவிக்கிறேன்.

1298

எள்ளின் இளிவாம் என்று எண்ணி அவர் திறம்
உள்ளும், உயிர்க் காதல் நெஞ்சு

என் நெஞ்சு என் காதலனை உயிராக எண்ணுகிறது, அதனால், அவனுடைய குறைகளைப் பேச மறுக்கிறது, அவனை இழிவுபடுத்திப் பேசினால் நமக்குதான் இழிவும் வரும் என்கிறது.

அதனால், என் நெஞ்சு எந்நேரமும் அவனுடைய பெருமைகளையே சொல்லிக்கொண்டிருக்கிறது.

1299

துன்பத்திற்கு யாரே துணை ஆவார், தாம் உடைய
நெஞ்சம் துணை அல் வழி

ஒருவர் துன்பத்தில் இருக்கும்போது, அவருடைய நெஞ்சம்தான் அவருக்குத் துணையாக நின்று அவரைத் தேற்றும். ஒருவேளை, அந்த நெஞ்சம்கூட அவருக்குத் துணையாக நிற்காவிட்டால், வேறு யார்தான் அவருக்குத் துணையாவார்கள்? *(யாருமில்லை.)*

1300

தஞ்சம் தமர் அல்லர் ஏதிலார், தாம் உடைய
நெஞ்சம் தமர் அல் வழி

ஒருவர் துன்பத்தில் இருக்கும்போது, அவருடைய நெஞ்சம்தான் அவருக்குத் துணையாக நின்று அவரைத் தேற்றும். ஒருவேளை, அந்த நெஞ்சம்கூட அவருக்குத் துணையாக நிற்காவிட்டால், மற்றவர்கள் எப்படித் துணையாக நிற்பார்கள்? அதற்கு வாய்ப்பே இல்லை.

அதிகாரம் 131: புலவி (ஊடல்)

1301

புல்லாது இராஅப் புலத்தை. அவர் உறும்
அல்லல் நோய் காண்கம் சிறிது

தோழி,

நீ அவனைப் பார்த்ததும் கட்டித் தழுவாதே; சிறிது நேரத்துக்கு ஊடல் கொண்டு சும்மா இரு; அதைக் கண்டு அவன் அனுபவிக்கிற துன்ப நோயைச் சிறிது நேரம் பார்ப்போம்.

1302

உப்பு அமைந்து அற்று ஆல் புலவி, அது சிறிது
மிக்கு அற்று ஆல் நீள விடல்

ஊடல் என்பது உணவில் உப்பைப்போல் சரியான அளவில் இருக்கவேண்டும். ஊடலைச் சற்றுக் கூடுதலான நேரம் நீட்டிவிட்டால், சாப்பாட்டில் உப்பைக் கொட்டியதுபோல் ஆகிவிடும்.

1303

அலந்தாரை அல்லல் நோய் செய்தற்று ஆல், தம்மைப்
புலந்தாரைப் புல்லா விடல்

காதலி காதலனிடம் ஊடல் கொண்டால், அவன் அவளை அணைத்துத் தேற்றவேண்டும். அவன் அப்படிச் செய்யாவிட்டால், அவளுடைய துன்ப நோய் இன்னும் கூடிவிடும்.

1304

ஊடியவரை உணராமை வாடிய
வள்ளி முதல் அரிந்தற்று

ஒரு கொடி வாடியிருக்கிறது என்றால், அதற்குத் தண்ணீர் ஊற்றவேண்டும், அதை அடியோடு அறுத்துத் தள்ளிவிடக்கூடாது.

அதுபோல, காதலி காதலனிடம் ஊடல் கொள்கிறாள் என்றால், அவன் அவளுடைய மனநிலையைப் புரிந்துகொள்ளவேண்டும், அவளை அணைத்துத் தேற்றவேண்டும்.

1305

நலத்தகை நல்லவர்க்கு ஏஎர், புலத்தகை
பூ அன்ன கண்ணார் அகத்து

ஒரு நல்ல ஆணுக்கு எது அழகு?

பூவைப் போன்ற கண்களை உடைய அவனுடைய காதலியின் மனத்தில் அவன்மீது ஊடல் பெருகவேண்டும். அதுதான் நல்ல ஆணுக்கு அழகு.

1306

துனியும் புலவியும் இல் ஆயின் காமம்
கனியும் கருக்காயும் அற்று

காதலர்களுக்குள் அவ்வப்போது சிறிய, பெரிய ஊடல்கள் வரவேண்டும். இல்லாவிட்டால், அந்தக் காதல் மிகவும் பழுத்த கனியைப்போல, முற்றாத இளங்காயைப்போலச் சுவையற்றுப்போகும்.

1307

ஊடலின் உண்டு ஆங்கு ஓர் துன்பம், புணர்வது
நீடுவது அன்று கொல் என்று

காதலர்களுக்கிடையில் ஊடல் வருவது இயல்புதான். அதுவும் ஒருவகை இன்பம்தான்.

ஆனால், அந்த இன்பத்துக்கு நடுவில், 'இப்படி ஊடல் கொள்வதால் நாம் மீண்டும் பழையபடி கட்டித் தழுவி மகிழ்ந்திருக்கமுடியாத சூழ்நிலை வந்துவிடுமோ' என்கிற அச்சம் கலந்த எண்ணம் வரும். அது பெரிய துன்பம்!

1308

நோதல் எவன் மற்று, நொந்தார் என்று அஃது அறியும்
காதலர் இல்லா வழி

காதலி காதலனை நினைத்து வருந்துகிறாள் என்றால், அவளுடைய வருத்தத்தை அந்தக் காதலன் அறிந்துகொள்ளவேண்டும், அவள்மீது அன்பைப் பொழிந்து அவளுடைய வருத்தத்தைப் போக்கவேண்டும். இல்லாவிட்டால், அவளுடைய வருத்தத்தால் என்ன பயன்? (ஏதுமில்லை.)

1309

நீரும் நிழலது இனிதே. புலவியும்
வீழுநர்கண்ணே இனிது

நிழலில் உள்ள தண்ணீர் மிகவும் குளிர்ச்சியாகவும் இனிமையாகவும் இருக்கும். அதுபோல, அன்புள்ளவர்கள்மீது ஊடல் கொள்வது மிகவும் இனிமையானது.

1310

ஊடல் உணங்கவிடுவாரோடு என் நெஞ்சம்
கூடுவேம் என்பது அவா

நான் என் காதலன்மீது ஊடல் கொண்டேன். ஆனால், அவன் அதைப் புரிந்துகொள்ளவில்லை, என்மீது அன்பைப் பொழிந்து மகிழ்விக்கவில்லை, என்னை அப்படியே வாடவிட்டுவிட்டான்.

ஆனாலும், என் நெஞ்சம் அவன்மீது ஆசையோடுதான் இருக்கிறது, நாம் அவனோடு சேர்ந்து வாழ்வோம் என்றுதான் பேசுகிறது.

அதிகாரம் 132: புலவி நுணுக்கம் (ஊடல் நுணுக்கம்)

1311

பெண் இயலார் எல்லாரும் கண்ணின் பொது உண்பர்,
நண்ணேன், பரத்த, நின் மார்பு

தீய ஒழுக்கம் கொண்டவனே,

உன் மார்பை எல்லாப் பெண்களும் கண்களால் தின்கிறார்கள். அதனால், நான் உன் மார்பைத் தழுவமாட்டேன்.

1312

ஊடி இருந்தேமா, தும்மினார், யாம் தம்மை
நீடு வாழ்க என்பாக்கு அறிந்து

நான் அவன்மீது ஊடல் கொண்டிருந்தேன். அப்போது, அவன் திடீரென்று தும்மினான்.

ஆனால், அது உண்மையான தும்மல் இல்லை, அவன் தும்மினால் நான் உடனே 'பல்லாண்டு வாழ்க' என்று அவனை வாழ்த்துவேன் என்பதற்காகச் செய்யப்பட்ட பொய்த் தும்மல்.

1313

கோட்டுப் பூச் சூடினும் காயும், ஒருத்தியைக்
காட்டிய சூடினீர் என்று

நான் கிளையில் பூத்த மலர்களை அணிந்தேன்.

அதைப் பார்த்ததும் என் காதலி சினம் கொண்டாள், 'யாரோ ஒருத்திக்கு உன்னுடைய அழகைக் காண்பிப்பதற்காகத்தான் நீ இந்த மலர்களையெல்லாம் சூடியிருக்கிறாய்' என்று ஊடல் கொண்டாள்.

1314

யாரினும் காதலம் என்றேனா, ஊடினாள்
யாரினும் யாரினும் என்று

மற்ற யாரையும்விட நாம் சிறந்த காதலர்கள் என்று என் காதலியிடம் சொன்னேன்.

ஆனால், நான் அப்படிச் சொன்னது அவளுக்குப் பிடிக்கவில்லை, 'நம் காதலை நீ யாருடன் ஒப்பிடுகிறாய்?' என்று திரும்பத் திரும்பக் கேட்டு ஊடல் கொண்டாள்.

1315

இம்மைப் பிறப்பில் பிரியலம் என்றேனா,
கண் நிறை நீர் கொண்டனள்

இந்தப் பிறவியில் நாம் எப்போதும் பிரியமாட்டோம் என்று என் காதலியிடம் சொன்னேன்.

உடனே, அவள் அழத் தொடங்கிவிட்டாள். (இனி வரும் பிறவிகளிலும் நாங்கள் ஒன்றாக வாழவேண்டும் என்று அவள் விரும்புகிறாள்.)

1316

உள்ளினேன் என்றேன், மற்று என் மறந்தீர் என்று என்னைப்
புல்லாள், புலத்தக்கனள்

நான் உன்னைத்தான் நினைத்துக்கொண்டிருந்தேன் என்று சொன்னபடி என் காதலியைத் தழுவ முயன்றேன்.
ஆனால், அவள் என்னைத் தழுவ மறுத்தாள், 'இப்போது நீ என்னை நினைக்கிறாய் என்றால், இதற்குமுன்னால் என்னை மறந்திருந்தாய். அப்படித்தானே?' என்று என்மீது ஊடல் கொண்டாள்.

1317

வழுத்தினாள் தும்மினேன் ஆக, அழித்து அழுதாள்
யார் உள்ளித் தும்மினீர் என்று

எனக்குத் தும்மல் வந்தது. அதைக் கண்டதும் என் காதலி என்னை வாழ்த்தினாள்.
மறுகணம், அவள் முகத்தில் வருத்தம் தோன்றியது, 'யாராவது உன்னை நினைத்தால்தானே உனக்குத் தும்மல் வரும்? என்னைத் தவிர வேறு யார் உன்னை நினைக்கிறார்கள்?' என்று அழத் தொடங்கிவிட்டாள்.

1318

தும்முச் செறுப்ப, அழுதாள், நுமர் உள்ளல்
எம்மை மறைத்தீரோ என்று

எனக்குத் தும்மல் வந்தது. ஆனால், நான் தும்மினால் என் காதலிக்குச் சினம் வரும், 'உன்னை வேறு யாரோ நினைக்கிறார்கள்' என்று சொல்லி என்மீது ஊடல் கொள்வாள். அதனால் நான் அந்தத் தும்மலை அடக்கிக்கொண்டேன்.
அதைப் பார்த்ததும் என் காதலி அழத் தொடங்கிவிட்டாள். 'வேறு யாரோ உன்னை நினைக்கிறார்கள். அதை என்னிடம் மறைப்பதற்காகத்தான் நீ உன்னுடைய தும்மலை அடக்குகிறாய்' என்று சொல்லி அழுதாள் அவள்.

1319

தன்னை உணர்த்தினும் காயும், பிறர்க்கு நீர்
இந்நீரர் ஆகுதிர் என்று

என் காதலி என்மீது ஊடல் கொண்டாள். நான் அவளிடம் அன்பாகப் பேசி அவளுடைய ஊடலைக் குறைக்க முயன்றேன்.

ஆனால், இதைப் பார்த்ததும் அவள் என்மீது இன்னும் சினம் கொண்டாள், 'நீ மற்ற பெண்களிடமும் இப்படித்தான் அன்பாகப் பேசுவாய்' என்று சீறினாள்.

1320

நினைத்து இருந்து நோக்கினும் காயும், அனைத்து நீர்
யார் உள்ளி நோக்கினீர் என்று

நான் என் காதலியையே நினைத்துக்கொண்டு அவளையே உற்றுப் பார்த்துக்கொண்டிருந்தேன்.

இதைக் கண்ட அவள் என்மீது சினம் கொண்டாள், 'நீ ஏன் என்னை இப்படிப் பார்க்கிறாய்? மனத்துக்குள் இன்னொரு பெண்ணை நினைத்துக்கொண்டு அவளுடன் என்னை ஒப்பிடுகிறாயா?' என்று ஊடல் கொண்டாள்.

அதிகாரம் 133: ஊடல் உவகை (ஊடல் தரும் மகிழ்ச்சி)

1321

இல்லை தவறு அவர்க்கு ஆயினும் ஊடுதல்
வல்லது அவர் அளிக்குமாறு

என் காதலன் எந்தத் தவறும் செய்யவில்லை. ஆனாலும் நான் அவன்மீது ஊடல் கொள்வேன். அப்போதுதான் அவன் என்மீது இன்னும் இன்னும் அன்பைப் பொழிவான்.

1322

ஊடலில் தோன்றும் சிறு துனி நல் அளி
வாடினும் பாடு பெறும்

ஊடல் கொள்வதில் சிறு துன்பம் உண்டுதான். அதன்மூலம் காதலர்களுக்கு இடையிலான நல்ல அன்பு கொஞ்சம் குறையும்தான். ஆனாலும் ஊடல் பெருமைக்குரியதுதான்.

1323

புலத்தலின் புத்தேள் நாடு உண்டோ, நிலத்தொடு
நீர் இயைந்து அன்னார் அகத்து

நிலத்தோடு நீர் கலந்ததைப்போல் மனம் ஒன்றுபட்ட காதலர்களுக்குள்ளும் ஊடல் வரும். அந்த ஊடல் மிகவும் இன்பமானது. அதற்கு இணையான இன்பம் தேவர்களுடைய வானுலகத்திலும் இல்லை.

1324

புல்லி விடாஅப் புலவியுள் தோன்றும் என்
உள்ளம் உடைக்கும் படை

என் காதலன்மீது ஊடல் கொள்ளும்போது, என் உள்ளம் உடைந்துபோகிறது. ஆனால், அதே ஊடல்தான் எங்களை இன்னும் நெருங்கச்செய்கிறது. நாங்கள் மேலும் மகிழ்ச்சியாகக் கட்டித் தழுவுகிறோம்.

1325

தவறு இலர் ஆயினும், தாம் வீழ்வார் மென் தோள்
அகறலின் ஆங்கு ஒன்று உடைத்து

அவன் எந்தத் தவறும் செய்யவில்லை. ஆனாலும், மென்மையான தோள்களை உடைய அவனுடைய காதலி அவன்மீது ஊடல் கொள்கிறாள், அவனை விட்டு விலகி நிற்கிறாள். அந்தச் செல்லச் சண்டையிலும் ஓர் இன்பம் உள்ளது.

1326

உணலினும் உண்டது அறல் இனிது. காமம்
புணர்தலின் ஊடல் இனிது

சாப்பிடுவது இன்பம்தான். அந்தச் சாப்பாடு செரிப்பது அதைவிட இன்பம்.

அதுபோல, காதலர்கள் கட்டித் தழுவுவது இன்பம்தான். அவர்கள் ஒருவர்மீது ஒருவர் ஊடல் கொள்வது அதைவிட இன்பம்.

1327

ஊடலில் தோற்றவர் வென்றார். அது மன்னும்
கூடலில் காணப்படும்

ஊடலைப் பொறுத்தவரை, அதில் யார் தோற்கிறார்களோ அவர்கள்தான் உண்மையான வெற்றியாளர். அடுத்து வருகிற கூடலின்போது இந்த உண்மை தெளிவாகத் தெரிந்துவிடும்.

1328

ஊடிப் பெறுகுவம் கொல்லோ, நுதல் வெயர்ப்பக்
கூடலில் தோன்றிய உப்பு

நாம் இன்னொரு முறை ஊடல் கொள்வோமா! அதன்பிறகு, நெற்றி வியர்க்கக் கூடி மகிழ்வோமா! (ஊடல்தான் கூடலுக்கு வழிவகுக்கிறது.)

1329

ஊடுக மன் ஓ ஒளி இழை. யாம் இரப்ப
நீடுக மன் ஓ இரா

ஒளி வீசுகின்ற அணிகலன்களை அணிந்த என் காதலி என்மீது ஊடல் கொள்வாள். ஊடலை விட்டுவிடும்படி நான் அவளிடம் கெஞ்சுவேன். இந்த இன்ப நாடகத்தால் இந்த இரவு இன்னும் இன்னும் நீளும்.

1330

ஊடுதல் காமத்திற்கு இன்பம். அதற்கு இன்பம்
கூடி முயங்கப் பெறின்

காதலுக்கு இன்பம், ஊடல்.

அந்த ஊடலுக்கு இன்பம், கட்டித் தழுவிக் கூடுதல்.

தெளிவான எழுத்தும் ஆழமான ஆய்வும் நிறைந்த நூல்களுக்காகத் தமிழ் வாசகர்களிடையில் நன்கு அறியப்பட்டுள்ள என். சொக்கன் - புனைவு, வாழ்க்கை வரலாறு, நிறுவன வரலாறு, தன்னம்பிக்கை, சிறுவர் இலக்கியம் உள்ளிட்ட துறைகளில் இதுவரை எழுபதுக்கும் மேற்பட்ட நூல்கள், நூற்றுக்கணக்கான கதைகள், கட்டுரைகளை எழுதியுள்ளார். விரிவான ஆய்வுகள், சான்றுகளின் அடிப்படையிலான ஆழமான வரலாற்று நூல்களைத் தமிழில் எழுத இயலும், அவற்றைப் பெரும்பான்மை வாசகர்களுக்குக் கொண்டுசேர்க்கவும் இயலும் என்பதைப் பலமுறை நிரூபித்த எழுத்து வகை இவருடையது.

தமிழ், ஆங்கிலம் ஆகிய இரு மொழிகளிலும் எழுதும் சொக்கனுடைய நூல்கள் ஹிந்தி, கன்னடம், மலையாளம் உள்ளிட்ட பல மொழிகளில் மொழிபெயர்ப்பாகியுள்ளன.

www.ingramcontent.com/pod-product-compliance
Ingram Content Group UK Ltd.
Pitfield, Milton Keynes, MK11 3LW, UK
UKHW042139021026
15589UKWH00003B/930

9 789348 439734